என் பெயர் ராமசேஷன்

ஆதவன்

பரிசல்

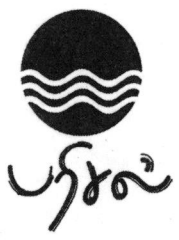

என் பெயர் ராமசேஷன் ♦ ஆதவன் ♦ ஹேமலதா சுந்தரம்© ♦ முதல் பதிப்பு: ஏப்ரல் 2023 ♦ பக்கங்கள்: 254 ♦ வெளியீடு: பரிசல் புத்தக நிலையம் 235, P. பிளாக் MGR முதல் தெரு, MMDA காலனி, அரும்பாக்கம், சென்னை 600 106. பேச: 9382853646, 8825767500 மின்னஞ்சல்: parisalbooks2021@gmail.com ♦ அச்சாக்கம்: ஏ.எஸ்.எக்ஸ் பிரிண்டர்ஸ், சென்னை 600 005.

En Peyar Ramaseshan ♦ Aadhavan ♦ Hemalatha Sundaram© ♦ First Edition: April 2023 ♦ Pages: 254 ♦ Published by Parisal Putthaga Nilayam, No. 235, 'P' Block MGR First Street, MMDA Colony, Arumbakkam, Chennai - 600 106. Mobile: 93828 53646, 8825767500 Email: parisalbooks2021@gmail.com ♦ Printed at: ASX Printers, Chennai - 5.

Rs. 290

ISBN: 978-81-962279-4-4

'என்னத்தையோ எழுதி, எழுதியதைப் படித்து, படித்ததை நினைத்து, படித்ததை வாழ்ந்து, வாழ்ந்ததைப் படித்து, அனுபவத்தை நினைத்து, நினைத்ததையே நினைந்து, நினைவை அவ்வப்போது காயப்படுத்தி, காயத்திலிருந்து சொரியும் ரத்தம் உணர்ந்து, அர்த்தங்கள், பிரயத்தனங்கள் கொள்கிறோம். நினைவின் ரணமே உயிரின் தைரியம். உயிரோவியத்தின் பல வர்ணங்கள்.

லா.ச. ராமாமிருதம், 'அபிதா'வில்

ஒன்று

1

ஆமாம், ராமசேஷன். கர்நாடகமான ஒரு பெயர். எனக்கு என் அப்பா மீது கோபமேற்படுத்திய பல காரணங்களில் இந்தப் பெயரும் ஒன்று. வேறு பெயர் கிடைக்கவில்லையா? ஆனால் அவரைச் சொல்லியும் குற்றமில்லை, என் தாத்தாவின் பெயர் அதுவாக இருந்தால் அதற்கு அப்பா என்ன பண்ணுவார்? ஒன்று செய்திருக்கலாம். தாத்தா பெயரை வைக்காமலிருந்திருக்கலாம். ஆனால் அப்பாவுக்கு இந்தச் சின்னப் புரட்சிகள் – சம்பிரதாய மீறல்கள் – செய்யக்கூடத் தைரியம் கிடையாது.

அப்பா ஒரு சம்பிரதாயப் பிச்சு. கோழை. எனவே அப்பாவை எல்லாரும் பந்தாடினார்கள். என் அம்மா, அத்தை, பாட்டி எல்லாரும். பாட்டி – என் அப்பாவின் அம்மா – இருந்தவரை இந்தப் பந்தாட்டம் மிக உக்கிரமானதாக இருக்கும். குழப்பமானதாக இருக்கும். முக்கோண ஆட்டம் – பாட்டியும் அத்தையும் ஒரு பக்கம். என் அப்பா ஒரு பக்கம், அம்மா ஒரு பக்கம். பாட்டி கொஞ்சம் கொஞ்சம் என் அப்பா பக்கம் சாய்வதாகத் தோன்றினாலும் கூடவே தான் அப்பாவுக்கு மேற்பட்ட அதாரிட்டின்னு நிரூபிக்கிறதுலேயும் அவளுக்கு அக்கறை. டே டு டே குடும்பச் சிக்கல்களிலே, மத சம்பந்தமான (பண்டிகை, புனஸ்காரங்கள் இத்தியாதி, சகுனம், நாள், நட்சத்திரம்) கடவுள் சம்பந்தமான (என்னிக்குக் கோவிலுக்குப் போகணும்? எந்தக் கோவிலுக்குப் போகணும்?) விஷயங்களிலெல்லாம் அவளுடையதுதான் கடைசி

வார்த்தை. இது ஒரு டிபிகல் பொம்மனாட்டித் தந்திரம்; கடவுளுடைய பிரதிநிதியாகத் தன்னை ப்ரொஜக்ட் பண்ணிப் பண்ணி, கடவுளோட இவளை எல்லாரும் ஐடென்டிஃபை பண்ணத் தொடங்கி, கடைசியிலே அவளை எதிர்த்துப் பேசத் தயங்கும். அப்படிப் பேசினால் நரகத்துக்குப் போவோமோ என்று பயப்படும். ஒரு சூழ்நிலையை உருவாக்குதல். பாட்டி இந்தக் கலையை அலாதித் திறமையுடன் அப்பியசித்து, ஒரு 'டெமிகாட்' ஆகத் திகழ்ந்தாள். எங்களுடைய வாழ்க்கையின் எந்த அம்சமும் அவளுடைய ஆளுகைக்குத் தப்பவில்லை. சுண்டு விரலையசைக்கக்கூட அவளுடைய பர்மிஷன் வேண்டும். (விரலை ஆட்டாதேடா, கடன்காரா. அடுத்த ஜன்மத்திலே... யாகப் பிறப்பாய் என்று ஏதாவது சொல்லுவாள்.)

பாட்டி செத்துப்போன பிறகு ஸ்டாலினுக்குப் பிந்தைய ரஷ்யாவிலிருந்ததைப் போல எங்கள் வீட்டில் ஒரு பவர் ஸ்ட்ரகிள்; அம்மா, அத்தை இருவரும் அதிகாரத்தைக் கைப்பற்றப் போட்டியிட்டார்கள். அப்போது எனக்கு ஆறு வயது; இரண்டாங்கிளாஸ். நான் அவர்களுக்கு ஒரு சௌகரியமான பகடைக் காயானேன். நான் எப்போது, என்ன சாப்பிட வேண்டும், எதைத் தவிர்க்க வேண்டும், எப்படி நிற்க வேண்டும், உட்கார வேண்டும், படுக்க வேண்டும், உடுக்க வேண்டும் என்பவையெல்லாம் அவர்களிடையே போட்டிக்கான விஷயங்களாயின. அம்மா ஒன்று சொன்னால் அத்தை அதற்கு நேரெதிரிடையாக ஏதாவது சொல்லுவாள். அநேகமாக இருவர் சொல்வதையும் நான் செய்ய வேண்டியிருக்கும். ஜுரம் வந்தால் இரண்டு பேருடைய வைத்தியமும். ஸ்வாமிக்கு அத்தை சொல்கிறபடி, ஒருமுறை நமஸ்காரம், ஜபங்கள்; அப்புறம் அம்மா சொல்கிறபடி ஒரு தடவை...

எங்கேயாவது ஓடிப்போனால் தேவலையென்று எனக்குத் தோன்றத் தொடங்கிவிட்டது. அப்பா இந்த இரண்டு பேருடைய அட்ட காசத்தையும் பார்த்து மூச்சுவிடணுமே! ஊஹூம். அவருடைய 'நான் –அலைன்டு' பாலிஸியைப் பார்த்து எனக்கு எரிச்சல் ஒரு பக்கமும் துக்கம் ஒரு பக்கமுமாக இருக்கும். சே! சம்பாதிக்கிற

ஆண்... "சந்தியாவந்தனம் பண்ணலையா இன்னிக்கு?" என்ற அத்தையின் கேள்விக்கும் "(சுவாமியிடமிருந்து) சீக்கிரமா எழுந்துண்டுட்டேளே!" என்ற அம்மாவின் கேள்விக்கும் பொறுமையாகப் பதில் சொல்லிக்கொண்டு...

செவிட்டில் நாலு கொடுக்காமல்!

கடைசியில் அம்மாவின் கைதான் ஓங்கியது. என்ன இருந்தாலும் மனைவி. அவள் செய்த அந்த ஒரு காரியத்தை அத்தையால் செய்ய முடியவில்லை. அப்பாவுக்கு, அந்த நாற்பது வயதில், தசை ஆசைகள் அஸ்தமித்து விடவில்லை. அத்தை என்ன வத்தி வைத்தாலும் அப்பா அம்மாவை எதுவும் சொல்லாமலிருக்கத் தொடங்கினார். அத்தையின் தொணதொணப்புத் தாங்க முடியாமல் போனால், இரண்டு கைகளாலும் தலையைப் பிடித்துக்கொண்டு, "எனக்குப் பைத்தியம் பிடிக்கப் போகிறது" என்றவாறு வெளியில் சென்று விடத் தொடங்கினார். எந்த ஒரு பிரச்சினையையும் என் அப்பா எப்படி எதிர்கொள்ள முயலாமல் தவிர்க்கவே முயன்றாரென்பதற்கும் இது ஒரு உதாரணம்.

அப்பா அம்மாவின் தலைமையை ஒப்புக்கொண்டு விட்ட பிறகு, அத்தை தன் அதிகாரத்தைக் குழந்தைகளாகிய எங்கள் மூலமாகத் தான் நிரூபித்துக்கொள்ள முயல வேண்டி வந்தது – எங்கள் வாழ்க்கையின் ஒவ்வொரு அம்சத்திலும் குறுக்கிடுவதன் மூலம், தன் ஆலோசனைகளை எங்கள் மீது திணிப்பதன் மூலம். இதை மௌனமாகச் சகித்துக்கொள்வதைத் தவிர வேறு வழியிருக்கவில்லை, அப்பா அத்தையுடன் 'ஷோடௌனு'க்குத் தயாராக இல்லாததால். 'ஸெக்ஸ்' தேவை காரணமாக அம்மாவின் முன்பு தான் மண்டியிட வேண்டி வந்தது அப்பாவுக்கு ஒரு குற்ற உணர்ச்சியை அளித்தது. இந்தக் குற்ற உணர்ச்சியை அத்தை எக்ஸ்ப்ளாயிட் பண்ணினாள். தன் வாழ்க்கை எத்தகைய சுகமுமற்ற ஒரு வறண்ட பாலையாகிப் போனதை, தான் இருப்பதைவிட இறந்து போகலாமென்பதை, அடிக்கடி பல்வேறு வார்த்தைச் சேர்க்கைகளில் கூறுவாள். அவளுடைய மனம் நோகச் செய்பவர்கள் ஈவிரக்கமற்ற கொடிய விலங்குகள் போல உணரும் சூழ்நிலை இதனால்

உருவாகும். என் அப்பா கேவலம் எங்கள் பொருட்டு இவ்வாறு உணரத் தயாராயிருக்கவில்லை. என் அப்பா ஒரு ஹிப்போக்ரைட்.

நான் சகித்திருந்தேன். காத்திருந்தேன். எனக்கென்று ஒரு ஹோதா ஏற்படுவது வரையில், சுயேச்சையான சக்தி உருவாவது வரையில். அதாவது பொருளாதாரச் சுதந்திரம் ஏற்படுகிற வரையில்.

இந்த சுதந்திரம் பெறுதலைத் துரிதமாக்குவதற்காக, பள்ளிக்கூடம் முடிந்தவுடனேயே வேலைக்குப் போகவேண்டுமென்று நான் பரபரத்தேன். ஒரு பக்கம் ஆசைதான், இஞ்சினியரிங் படிக்க வேண்டும், டாக்டருக்குப் படிக்க வேண்டும் என்றெல்லாம். அதே சமயத்தில் அதற்கு இன்னும் பல வருடங்கள் படிக்க வேண்டுமே, அடிமையாயிருக்க வேண்டுமே என்ற எண்ணம் வெறுப்பையளித்தது. பிறகு அம்மாவால் இந்தப் பிரச்சினைக்கு ஒரு வழி பிறந்தது – நான் தோசையைத் தின்று, அதே சமயத்தில் அது முழுசாகவும் இருக்க வழி.

அம்மாவுக்குத் தான் ஒரு இஞ்சினியரின் அம்மாவாக இருக்க வேண்டுமென்ற ஆசை பிறந்தது. அவளுடைய பெரியக்காள் பிள்ளை ஏற்கெனவே இஞ்சினியராக இருந்தான். சின்னக்காள் பிள்ளையும் அண்ணாவின் இரண்டாவது பிள்ளையும் இஞ்சினியரிங்குக்குப் படித்துக் கொண்டிருந்தார்கள். என் அப்பாவின் தம்பி பிள்ளையும் இன்னொரு தங்கை பிள்ளையும் இஞ்சினியரிங்குக்குப் படித்துக் கொண்டிருந்தார்கள். என் அம்மா படித்த தொடர்கதைகளைப் படித்துக்கொண்டு, அவள் பார்த்த திரைப்படங்களைப் பார்த்துக் கொண்டு, அவளுடன் கோவில்கள், அபிராமி அந்தாதி வகுப்புகள், பொன்விழாக் கொண்டாடும் வெற்றி நாடகங்கள் முதலியவற்றைப் பகிர்ந்துகொண்ட மாமிகள் பலரின் பிள்ளைகள் இஞ்சினியரிங்குக்குப் படித்தார்கள். இன்னும் சில வருடங்களில் இந்தப் பிள்ளைகள் ஆயிரம், இரண்டாயிரம் சம்பளம் வாங்குவார்கள், நிறையச் சீரும் வரதட்சிணையும் கொண்டுவருவார்கள். அவர்கள் வீடுகள் டெக்னலாஜிகல் யுகத்து போகப் பொருள்களால் நிறையும்.

அத்தகைய ஒரு சூழ்நிலையில், என் அம்மா மட்டும் எஸ்.எஸ்.எல்.ஸி. படித்த ஒரு குமாஸ்தாவின் தாயாக... நிச்சயம், இது நினைத்துக்கூடப் பார்க்க முடியாத ஒன்றல்லவா?

ஆமாம். நான் இஞ்சினியராவது என் அம்மாவுக்குத் தான் புழங்கிய சூழ்நிலையில் தன் இடத்தைக் காப்பாற்றிக்கொள்ள மிக இன்றியமையாததாயிருந்தது. அவளுடைய இந்தத் தேவையின் தீவிரமே என்னை பலம் பொருந்தியவனாக்குமென்பதை நான் உணர்ந்தேன்; இதற்காகச் சம்பாதிக்க வேண்டிய அவசியமேயில்லை. இருந்தாலும், நான் கொஞ்ச நாட்களுக்கு “கிளார்க்கு வேலைக்குத்தான் போவேன். எனக்கு உங்க தயவில்லாமல் இருக்கத் தெரியும்” என்றெல்லாம் அழிச்சாட்டியம் பண்ணி என் அம்மாவைக் கதிகலங்க அடித்தேன். நிறைய கிளார்க்கு வேலைகளுக்கு அப்ளிகேஷன்கள் எழுதிப் போட்டு, தினசரி ஒரு பேட்டிக்குப் போய்விட்டு வந்தேன். கடைசியில் ஒரு நாள், என் அம்மாவுக்காக ஒரு பெரிய தியாகம் செய்வது போல, இஞ்சினியரிங் படிப்பதற்கு ஒத்துக்கொண்டேன். இதற்கு லஞ்சமாக, (படிப்புச் செலவெல்லாம் போக) மாதம் நூறு ரூபாய் எனக்குப் பாக்கெட் மணி தருவதற்கு அவள் ஒத்துக் கொண்டாள். பார்க்கப் போனால், இதில் எனக்கோ அவளுக்கோ என்ன நஷ்டம்? சம்பாதிச்சுக் கொட்டத்தான் அப்பா அசடு இருந்தாரே!

நகரத்தின் ஒரு முக்கியமான இஞ்சினியரிங் காலேஜ் பிரின்ஸி பாலின் மனைவி, என் அம்மாவின் அபிராமி அந்தாதி கிளாஸ் மேட்டாக இருந்ததால், எனக்கு இஞ் சினியரிங் காலேஜில் அதிகச் சிரமமில்லாமல் இடம் கிடைத்தது. கூடவே, என் அம்மாவுக்கு என் மேல் இருந்த பாத்தியதையை – அதிகாரம் செலுத்தும் உரிமையை – இது மேலும் உறுதிப்படுத்தியது. நான் இந்தக் கசப்பான அம்சத்தைப் பற்றி அதிகம் நினைக்காமல், இனிய அம்சத்தில் என்னை ஆழ்த்திக் கொள்ள முயன்றேன் – மாதம் நூறு ரூபாய்.

ஆனால் காலேஜில் சேர்ந்த இரண்டு நாட்களுக்குப் பிறகு, நூறு ரூபாயென்பது எவ்வளவு அற்பத் தொகையென்பதை

நான் திடீரென்று உணர்ந்தேன். பள்ளி நாட்களில், நூறு ரூபாய் எனக்கு ஒரு பெரிய விஷயமாகத் தோன்றிய சமயத்தில், 'நூறு ரூபாய்க் கனவு' ஒன்றை என் மனதில் நட்டு, இவ்வளவு நாட்களுக்கு தண்ணீர் விட்டு உரம் போட்டு அதைப் பெரியதாக வளர விட்டிருந்தேன். இப்போது அந்த மரம் சரிந்தது. எனக்கு வேண்டியது நூறு ரூபாய் இல்லை, ஆயிரம் ரூபாய். இல்லையில்லை, பத்தாயிரம் ரூபாய்.

என் மனதில், இதுவரை பொருத்தப்பட்டிருந்த 16 மி.மீ. திரை அகன்று, அதனிடத்தில் 70 மி.மீ. திரை ஒன்று பொருத்தப்பட்டது போலிருந்தது. என் கனவுகளின் பரிமாணம் மட்டுமல்ல, அவற்றின் நிறம், மணம், உள்ளடக்கமான ஒலிகள், காட்சிகள், எல்லாமே மாறத் தொடங்கின. ஒரு வேளை நான் வீட்டிலேயே இருந்துகொண்டு காலேஜில் படித்துக்கொண்டிருந்தால் இந்த அளவு அவை மாறியிருக்காதோ என்னவோ. ஆனால் பெரும்பாலான இஞ்சினியரிங் காலேஜுகளைப் போல இந்தக் காலேஜிலும் ஹாஸ்டலில் தங்குவது எல்லா மாணவர்களுக்கும் கம்ப்பல்ஸரியாக இருந்தது.

ஹாஸ்டலில் தங்குதல், காலேஜ் படிப்பினால் எனக்குக் கிடைத்த ஒரு போனஸ்.

எனக்குப் பக்கத்து அறையில் கிருஷ்ணமூர்த்தி ராவ் என்ற கன்னடப் பையன் இருந்தான். ராவ், வெளிநாட்டுக்காரர்களை நினைவூட்டும் ஒரு உச்சரிப்புடன் தமிழ் பேசுவான். முதன் முதலில் இதைக் கேட்டதும் எனக்கு மிகவும் எரிச்சலாக இருந்தது. அவன் ரொம்பத்தான் 'படுத்திக்கொள்வதாக' நினைத்தேன். போகப் போக, இந்த உச்சரிப்பு அவனுக்கு மிகவும் இயற்கையானதென்பதை உணர்ந்து, நான் அவனை மன்னித்துவிட்டேன். "ராம்!" என்று அவன் என்னைக் கூப்பிடும் விதமே அலாதியானது. 'ரா'வை rash என்ற வார்த்தையில் உச்சரிக்கப்படுவதுபோல உச்சரிப்பான். எனக்கு அது மிகவும் பிடித்திருந்தது. ஹாஸ்டலில் முதல் நாள் அவன் என்னிடமிருந்து குமுதமும், லெட்ரின் போவதற்கு என் பழைய செருப்பையும் கடன் வாங்கிக்கொண்டு சென்றான். நான் பிற்பாடு அவனிடம் ஆஃப்டர் ஷேவ் லோஷனும்,

ஓடோமாஸும் கடன் வாங்கிக்கொண்டேன். குமுதம் வருகிற வரையிலும், கொசுக்களும் என் முகத்தில் மயிரும் இருக்கிற வரையிலும் எங்கள் நட்பு நீடித்திருக்கப் போகிறதென்று அப்போது எனக்குத் தோன்றியது.

ராவின் நட்பைச் சம்பாதித்துக்கொண்டவுடனேயே, இன்னொருவனின் விரோதத்தையும் நான் சம்பாதித்துக்கொண்டுவிட்டேன். மூர்த்தியின் – மூர்த்தி, ராவின் பள்ளித்தோழன், இங்கே இஞ்சினியரிங் காலேஜ் வரை அவனைத் தொடர்ந்து வந்திருந்தான். ஆமாம். 'தொடர்ந்து வந்திருந்தான்?' மூர்த்தி ஒரு நாய், அல்லது விசுவாசமுள்ள (பழங்காலத்து) பண்ணையாளைத்தான் எனக்கு நினைவூட்டினான். ராவ் என்ன பேசினாலும் மூர்த்தி முகத்தில் ஒரு பிரமிப்புடன், பெருமையுடன்அவனைப் பார்த்துக்கொண்டிருப்பான், அது வேடிக்கையாக இருக்கும். ராவ் பேசும்போது இடையில் குறுக்கிடுகிறவர்கள், ராவின் பேச்சை மறுத்துப் பேசுகிறவர்கள் ஆகியோரை மூர்த்தி முறைத்துப் பார்ப்பதும் அவர்களிடம் சண்டைக்குப் போவதும் அதைவிட வேடிக்கையாக இருக்கும். இரவு பன்னிரண்டு மணிக்கு ராவ் சிகரெட்டு இல்லையென்று ஒரு வார்த்தைச் சொன்னால் போதும், மூர்த்தி உடனே வெளியே போய் வாங்கிவருவான். ராவுக்குத் தலைவலி என்றால் உடனே ஸாரிடோன், தண்ணீர் தம்ளருடன் மூர்த்தி ஆஜராகிவிடுவான். கான்ஸ்டிபேஷன் என்றால் ஈனோஸ் கரைத்துக் கொடுப்பான். ஜலதோஷம் என்றால் விக்ஸ் தடவி விடுவான். ராவ் கொண்டு வரும் பழங்களைத் தோல், கொட்டை எல்லாவற்றையும் நீக்கிச் சௌகரியமான துண்டுகளாக நறுக்கித் தருவான். ராவின் அறை களைந்து கிடந்தால் ஒழுங்குபடுத்தி வைப்பான் ராவின் ஜட்டி காணவில்லையென்றால் தேடித் தருவான். அவனுடைய பேனாவில் மசி நிரப்பித் தருவான். ராவின் செருப்பு ரிப்பேராயிருந்தால் இவன்தான் சக்கிலியனைக் கூப்பிடுவான். பேரம் பேசுவான். மழை பெய்யத் தொடங்கினால் ராவின் ஜன்னலை இவன்தான் வந்து சாத்துவான். இவ்வளவும் ராவின் பணத்துக்காக, அவனுடன் சினிமாவுக்கும் ரெஸ்டாரண்டுக்கும் போவதற்காக. சீ!

மூர்த்தி என்னிடம் ஆரம்ப முதலே தாங்கொணாத ஒரு அருவருப்பை ஏற்படுத்தினான். எச்சரிக்கையாகவும் விளங்கினான்; ராவின் சிநேகிதர்களுக்கு நேரக்கூடிய கதி பற்றிய எச்சரிக்கை.

ஆனால், ராவ் என்னைச் சரியாகத்தான் நடத்தினான். நான் அவனுக்குப் பணிவிடைகள் செய்ய முயலவில்லை. அவன் அதை எதிர்பார்க்கவுமில்லை. பணிவிடை செய்ய ஏற்கெனவே ஒருவன் இருந்தான் என்பதனால் இருக்கலாம். அல்லது மூர்த்தியைப் போன்ற ஒருவன் அவனுக்குச் சலித்துப்போய், அவனை எதிர்த்து நிற்கக் கூடிய, அவனுடன் சம அளவில் பொருந்தக்கூடிய ஒருவன் அவனுக்குத் தேவைப்படத் தொடங்கியிருக்கலாம். அரை டஜன் வேலைக்காரர்கள் உள்ள வீட்டில் செல்லமாக வளர்ந்தவன் ராவ். பிறர் தனக்கு சிசுருஷைகள் செய்வது இயல்பாகத் தோன்றும் ஒரு பருவத்தில் அவன் மூர்த்தியைச் சந்தித்திருக்கவேண்டும். அவனைத் தன் friday ஆக, Jeeves ஆக, எத்தகைய உறுத்தலுமின்றி ஏற்றுக் கொண்டிருக்க வேண்டும். ஆனால் கல்லூரியில் சேருகின்ற காலத்துக்குள், 'ஏற்றத் தாழ்வுகளற்ற, சம உரிமைகள், வாய்ப்புகள், நன்மைகள் உள்ள சமுதாயம்' பற்றிய கருத்துகள் அவனைப் பலவிதமான குற்ற உணர்வுகளுக்கு உள்ளாக்கத் தொடங்கியிருக்க வேண்டும். நிலப்பிரபுத்துவ மனப்பாங்கு ஒழிய வேண்டுமென்று மேடைகளிலோ பூங்காக்களிலோ ஆக்ரோஷமான சொற்பொழிவுகளைக் கேட்க நேரும்போது அவன் ஒரு இழிவான, வெறுக்கத்தக்க, சமூகத் துரோகியாக உணர்ந்திருக்க வேண்டும். அவனுடைய குடும்பத்தாருக்கு மங்களூரில் பெரிய எஸ்டேட் இருந்தது. அவனுடைய அப்பா ஒரு கம்பெனியில் டைரக்டர், பல கம்பெனிகளில் பங்குதாரர். அவர்களை எஜமான்களாக வணங்குபவர்களின் எண்ணிக்கை ஆண்டுக்கு ஆண்டு அதிகரித்து வந்ததே ஒழியக் குறையவில்லை. இன்று அவர்கள் முன்பு குனியும் ஒவ்வொரு தலையும் நாளைக்கு அவர்களுக்கெதிராகச் சாட்சி சொல்லப் போகிறது. இன்று அவர்களைக் கும்பிடும் ஒவ்வொருகரமும் நாளைக்கு அவர்கள் தலையைக் கொய்ய ஆயுதங்கள் ஏந்தி வரப் போகிறது. புரட்சி வருகிறது, வருகிறது, வந்தேவிட்டது. ராவும் 'கில்லோட்டி'னை நோக்கி நடத்திச் செல்லப்படுவான்... சக்!

இல்லை, இல்லை. ராவ் நிச்சயமாக இன்னொரு மூர்த்தியை விரும்பவில்லை. மாறாக, எனக்கு ஒரு மூர்த்தியாகத்தான் இருக்கக் கூட அவன் தயாராயிருந்தது போலச் சில சமயங்களில் தோன்றியது. அதுதான் அவனைக் 'கில்லோடி'னிலிருந்து காப்பாற்றுமென்பதால். நான் இந்த நாட்டின் பணக்காரர்கள் எல்லாருடையவும் பிரதிநிதியாக அவனை பாவித்து, அவனுடைய சுயநலம், சுரண்டுதல், அகந்தை, அக்கறையின்மை, ஏராளமான –அநீதி மிக்க – வசதிகள், வாய்ப்புகள், ஆகியவற்றுக்காக அவனைச் சாடியவாறு இருப்பேன். அவன் என் அம்புகளை மௌனமாகத் தாங்கிக் கொள்வான். சில சமயங்களில் புன்னகை செய்வான், அல்லது சோகமாக முகத்தை வைத்துக் கொள்வான், அல்லது உதட்டைப் பிதுக்கித் தோள்களைக் குலுக்கிக் கொள்வான். நாங்கள் இருவரும் 'மாறுதலுக்காக' ஈடுபட்டு வந்த ஒரு பிரைவேட் விளையாட்டு இது என்றுதான் சொல்ல வேண்டும்; ஒரு முகமூடி விளையாட்டு, fancy dress ball.

மூர்த்தி, ராவுக்கு எப்போதும் நிஜத்தை – கூடுதல், குறைவு இல்லாத நிஜத்தை – நினைவூட்டிச் சலிப்பூட்டினான். நான் அவனுக்கு நிஜத்தை மறப்பதற்கு – அல்லது நிஜத்தை ரஞ்சகமாகக் காண்பதற்கு – உதவினேன். என்னைப் பற்றிய நிஜங்களை நான் மறப்பதற்கு ராவ் இதே போல உதவியாயிருந்தான்.

அல்லது என்னைப் பற்றிய நிஜங்களை உணர்வதற்கு.

அல்லது சில நிஜங்களை மறப்பதற்கும் சிலவற்றை உணர்வதற்கும் என்று வைத்துக் கொள்ளலாம்.

ராவ் வீட்டில், அந்த அழகிய டிராயிங் ரூமில், என் கீழ் மத்தியதரப் பின்னணியை மறக்க முடிந்தது, என்னைப் பற்றிய கவர்ச்சியானதோர் புதிய பிம்பத்தை உருவாக்கிக்கொள்ள முடிந்தது.

அதே சமயத்தில் இந்தப் பிம்பங்களுக்கெல்லாம் அடியில் ஒளிந்து கொண்டிருந்தது என்னவென்பதையும் உணர்ந்துகொள்ள முடிந்தது. இதை உணர வைத்தவள் ராவின் தங்கை மாலா.

முதல் தடவை ராவ் வீட்டுக்குப் போனபோது, என்னை ஹாலில் உட்கார வைத்துவிட்டு இதோ வருகிறேனென்று ராவ் உள்ளே சென்றான்.

நான் ஹாலைச் சுற்றிச் சில தடவைகள் பார்வையை ஓடவிட்டு, களைத்து, மேஜை மேலிருந்த யூத் டைம்ஸை எடுத்துப் புரட்டத் தொடங்கினேன். அல்ட்ரா மாடர்ன் உடைகளணிந்த அழகிகளின் புகைப்படங்களைப் பசியுடன் பார்த்துக்கொண்டிருந்தேன்.

அந்த டிராயிங் ரூமில், அந்தப் படங்களிலிருந்த அழகிகள் திடீரென அப்படியொன்றும் எட்டமுடியாதவர்களல்ல போலத் தோன்றினார்கள்.

திடீரென ஒரு படம் உயிர் பெற்றதுபோல உருண்டு திரண்ட உடம்பைப் போன வருடம் தைத்த மாக்ஸிக்குள் திணித்திருந்த ஒரு பெண் அறைக்குள் வந்தாள். ஒரு பெரும் டூத் பேஸ்ட் டியூபை நினைவூட்டினாள் அவள். Squeeze பண்ண வேண்டும்போல ஒரு ஆசை...

"ஹலோ – வெயிட்டிங் ஃபார் ஸுப்பு?" என்றாள் அவள்.

"யா..."

"ஐ ஆம் மாலா, ஹிஸ் ஸிஸ்டர்" என்று என்னெதிரேயிருந்த சோபாவில் உட்கார்ந்தாள் அவள்.

நான் மிகச் சிரமப்பட்டு அவளுடைய முகத்துக்குக் கீழே பார்வையை இறக்காமலிருக்க முயன்று, தோல்வியுற்று, பார்வையால் கீழே மினி டைவ் அடித்தவாறு இருந்தேன்.

அவளுடைய மார்பகங்கள் மாக்ஸியில் ஏற்படுத்தியிருந்த மேடு... oops!

அதுவரை கதைகளில் 'என்னவோ செய்தது, என்னவோ செய்தது' என்று அர்த்தம் தெரியாமலேயே – இளமையின் அறியாமையில் – படித்திருந்த எனக்கு, அப்போதுதான் திடீரென்று அந்தப் பதச் சேர்க்கையின் அர்த்தம் புரிந்தது.

எனக்கு என்னவோ என்னவோ என்னவோ செய்தது.

அவளிடம் ஏதாவது பேச வேண்டுமென்று பரபரத்தேன். அதே சமயத்தில் என்ன பேசுவதென்றும் தெரியவில்லை.

என் வயதையொத்த பெண்களிடம் – அதுவும் மாலாவைப் போன்ற பெண்களிடம் – நான் பேசியிருந்த சந்தர்ப்பங்கள் மிகவும் குறைவு.

நான் பெண்களைவிட மாமிகளிடம்தான் அதிகம் பேசியிருந்தேன், பழகியிருந்தேன். எங்கள் வீட்டுக்கு மாமிகள்தான் அதிகம் வருவார்கள் – அம்மாவின், அத்தையின் சிநேகிதிகள். அவர்களை இம்ப்ரெஸ் பண்ணுவதிலும் சிரிக்க வைப்பதிலும்தான் நான் தேர்ச்சி பெற்றிருந்தேன். அடல்ட்ஸ் ஓன்லி விஷயங்களைப் பற்றி அப்பாவித்தனமாக எதையாவது சொல்லுவேன். மாமிகள் அட்டகாசமாக, ஆர்ப்பாட்டமாகச் சிரிப்பார்கள்... உதாரணமாகக் கட்டில் ஜோக். ஒரு முறை பக்கத்து வீட்டு மாமியிடம் பெரியவனான பிறகு நான் யார் யாருக்கு என்னென்ன வாங்கிக் கொடுக்கப் போகிறேனென்று சொல்லிக் கொண்டிருந்தேன். எங்கம்மாவுக்கு ஒரு கட்டில் வாங்கிக் கொடுக்கப் போகிறதாகச் சொன்னேன்.

“கட்டில்தான் உங்காத்திலே இருக்கேடா!”

“அதிலே அப்பாவும் வந்து படுத்துக்கறாரே!”

ஒரே சிரிப்பு. அந்த மாமி இன்னொரு மாமியிடம் சொல்ல, அந்த இன்னொரு மாமி வேறொரு மாமியிடம் சொல்ல, இந்த ஹாஸ்யம் எங்கள் ஏரியா முழுவதும் பரவிவிட்டது. என் அம்மாவுக்கு வெட்கம் தாங்கவில்லை. வீண் வம்புக்காக என் முதுகில் நாலு வைத்தாள். ஆனால் இதனால் என் ஆர்வம் அதிகமாயிற்றே ஒழியக் குறையவில்லை – மாமிகளைச் சிரிக்க வைக்கும் ஆர்வம். அப்பாவித் தனம் நீங்கிய பிறகுகூட நான் அப்பாவிபோல நடித்துக்கொண்டு, அவர்களைச் சிரிக்க வைத்துக்கொண்டு, அந்தச் சிரிப்பு அளித்த போதையில் மிதந்தேன். இவர்களில் பலருடைய வீடுகளுக்கு நான் எந்த நேரத்திலும் சென்று என்ன வேண்டுமானாலும் செய்கிற சுதந்திரத்தைப் பெற்றிருந்தேன். என்னை மடியில் உட்கார்த்தி வைத்துக்கொண்டு பிஸ்கெட்டும் பணியாரமும் கொடுப்பார்கள். “விச்சு மாமா அவாத்து மாமியை என்ன சொன்னார்டா கண்ணு?” என்று சாலம் மாமி கேட்பாள். நான் விச்சு மாமா கோபத்தில் கூச்சலிட்டது போலவே கூச்சலிடுவேன். சாலம் மாமி சந்தோஷம் தாங்காமல்

என்னைத் தன்னோடு சேர்த்து அணைத்துக்கொண்டு முத்தமிடுவாள். பிறகு விச்சு மாமாவாத்துக்குப் போனால் அங்கே அவர்கள் வீட்டு மாமி, "சாலம் மாமி எப்படிப் பார்ப்பள்டா கோந்தை?" என்பாள். நான் கண் விழிகளைக் கோணலாக வைத்துக் கொண்டு அசட்டுப் பார்வை பார்ப்பேன். (சாலம் மாமிக்கு மாறுகண்) மறுபடி எனக்கு முத்தம் கிடைக்கும். இன்னும், சிவாஜி கணேசனைப் போலக் கண்களை உருட்டுவேன். ஜெயலலிதா ஒரு குறிப்பிட்ட சினிமாவில் எம்.ஜி.ஆரைப் பார்த்து நாக்கை நீட்டியதுபோல நீட்டுவேன். கீழ்த்தரமான ருசிகளுக்குத் தீனி போடுகிற ஒரு கீழ்த்தரமான நடிகனாகவே நானும் ஆகிவிட்டேன். அந்த மாமிகளுக்கு நான் ஒரு டெலிவிஷன் ஸெட், ஓர் அரிய பொம்மை. ஒரே ஒரு மாமிக்கு நான் வேறுவிதமாக இருந்தேன். அவள்தான் பங்கஜம் மாமி. இந்த மாமியின் கணவர் கல்யாணமான இருபது வருடங்களுக்குப் பிறகு அவளை ஒதுக்கி வைத்துவிட்டார். மாமியின் பெரிய குழந்தைகள் ஜாம்ஷெட்பூர், பம்பாய், நாக்பூர் என்று தூர தூர இடங்களில் இருந்தார்கள். இந்த மாமி தன் கடைசிப் பெண்ணுடன், அவள் படிப்பை உத்தேசித்து (மெடிகல் காலேஜ்) இங்கே தனியாயிருந்தாள். மத்தியான வேளைகளில், பெண் காலேஜுக்குப் போயிருக்கும் போது, மாமியைப் பார்க்கப் போவேன். அவள் என்னை மடியில் வைத்துக்கொண்டு, அணைத்தவாறும் முத்தமிட்டவாறும் மௌனமாகக் கண்ணீர் பெருக்கியவாறும் இருப்பாள். எனக்குப் பன்னிரண்டு வயதாகி மற்ற மாமிகள் என்னைத் தம் ஸ்பரிச சுகத்திலிருந்து பகிஷ்காரம் செய்த பிறகும் இந்த மாமி தொடர்ந்து என்னை அணைத்தவாறும் முத்தமிட்டவாறும் இருந்தாள். பிறகு திடீரென்று எனக்குக் கூச்சமும் குழப்பமும் உண்டாகி நான் ஒரு நாள் அவளைப் பார்க்கப் போவதை நிறுத்தினேன்.

மாலாவைப் போன்ற ஒரு பெண்ணை 'அணுகு'வதற்கான பின்னணியை நான் அறவே பெற்றிருக்கவில்லை என்பதற்காக இவ்வளவும் சொன்னேன். பத்து வருடங்களாக இரண்டாங்கிளாஸுக்குப் பாடம் எடுத்துவிட்டு திடீரென்று ஆறாங்கிளாஸுக்குப் பாடம் எடுக்க அனுப்பப்பட்ட

உபாத்தியாயரைப் போல, ரசிக ரஞ்சனி சபை, மியூஸிக் அகாடமி மெம்பர்களால் செல்லமாக வளர்க்கப்பட்டுத் திடீரென்று கொலம்பியா சர்வகலா சாலை மாணவர்களெதிரே அனுப்பப்பட்ட நாடகாசிரியரைப் போல, நான் உணர்ந்தேன்.

"இட்ஸ் வெரி ஹாட் டுடே" என்றேன்.

"யா!" என்று அவள் சிரித்தாள். மிக ஒரிஜினலாகவும் புத்திசாலித்தனமாகவும் ஏதோ சொல்லிவிட்டதைப்போல அந்தச் சிரிப்பு என்னை உணரச் செய்தது.

வேலைக்காரன் ஒருவன் என்னெதிரே மேஜைமீது கண்ணாடி தம்ளரில் ஏதோ கூல் ட்ரிங்க் கொண்டுவந்து வைத்தான். மாம்பழ ஜூஸ் என்று அவள் விளக்கினாள்.

அவள் குடிக்கவில்லையா என்று விசாரித்தேன்.

"ஓ, குடித்தாகிவிட்டது. ப்ளீஸ் யூகோ அஹெட்."

நான் ஒரு வாய் பருகியதும், "இஸ் இட் நைஸ்?" என்று கேட்டாள்.

"டெலிஷியஸ்."

மறுபடி அவள் சிரித்தாள். அவளுள் பொங்கி வழிந்த இளமையின், திமிரின், நுணுக்கமான விஷமத்தனங்களின் நுரையாக அந்தச் சிரிப்புத் தோன்றியது. நுரையை ஒதுக்கித் தள்ளிவிட்டு ருசி பார்க்கத் தொடங்குவதெப்படி என்று என் அடிமனம் திட்டமிடத் தொடங்கிவிட்டது ...

"இந்தக் கோடை நாட்களில், ஒரு மரநிழலில் அமர்ந்து, கூல் ட்ரிங்க்கை உறிஞ்சியவாறு நாள் முழுவதையும் கழிக்க வேண்டும்" என்றேன்.

"எனக்கும் இதே ஐடியா தோன்றியது" என்றாள் அவள்.

"ஒரு ஃப்ளாஸ்க்கில் ஐஸ் க்யூப்ஸ் எடுத்துச் செல்ல வேண்டும்... கொஞ்சம் பிஸ்கெட்ஸ், கொஞ்சம் வெள்ளரிக்காய், கொஞ்சம் ஜாம், பிரெட், கொஞ்சம் மியூஸிக்."

"கொஞ்சம் சீனி."

"சீனி."

“கூல்ட்ரிங்க்.”

“அஃப்கோர்ஸ்.”

“தம்ளர்கள், பிளேட்டுகள்.”

“கரெக்ட்!”

“ஒரு டிரே, ஒரு வேலைக்காரன்.”

அவள் சிரிப்பு ஸ்விச்சை ஆன் செய்தவள், நான் கேலி செய்கிறேனோ என்ற சந்தேகத்துடன் மறுபடி அதை ஆஃப் செய்தாள். ஆனால் என் நோக்கம் கேலியாக அல்ல, அவளுடைய ருசிக்கு, மட்டத்துக்கு ஏற்றபடி விளையாட்டாகப் பேசுவதாகத்தான் இருந்தது. இதை மிகக் கூடுதலாகச் செய்யக் கூடாது என்று தீர்மானித்தேன்.

அப்போது காலிங் பெல் ஒலித்தது. தொடர்ந்து கதவு திறக்கப்படும் சப்தம், பேச்சுக் குரல்கள்.

“மூர்த்தி” என்றாள் மாலா.

மூர்த்தி, கதவைத் திறந்த வேலைக்காரனுடன் சில நிமிடங்கள் பேசிய பிறகு, நாங்கள் இருந்த அறைக்குள் வந்தான். மாலாவைப் பார்த்து ஒரு ‘மாமா’ (சௌக்கியமா) புன்னகையை வீசி, என்னைப் பார்த்து “ஹாய்!” என்றான். காலி சோபா ஒன்றில் உட்கார்ந்தான். “உஸ்ஸ் இட்ஸ் ஸோ ஹாட்!” என்றான்.

மாலா அவன் பேசியதைக் கேட்டதாகக் காட்டிக்கொள்ளவில்லை, அவனுக்குப் பதில் கூற முயலவில்லை. மூர்த்தி அறைக்குள் நுழைந்தவுடன் தன்னுடைய ஆகிருதி குறைந்துவிட்டதாக அவள் உணர்வதாகவும் தோன்றியது. அவன் வருவதற்கு முன்வரை சோபாவில் நேராக உட்கார்ந்திருந்தவள் இப்போது பக்கவாட்டில் திரும்பி, கைப்பிடி மேல் கால்களைத் தூக்கிப்போட்டுக்கொண்டு ‘அலட்சியமாக’ உட்கார்ந்தாள். மூர்த்தி விடாப்பிடியாக, “நோ ஸ்கூல் டுடே?” என்று கேட்டான். “நோ காலேஜ் டுடே?” என்று அவள் திருப்பிக் கேட்டாள். “வீ ஹாட் ஸம் ஃபங்க்ஷன்...”

“வீ டூ”

"என்ன ஃபங்க்ஷன்?"

"நீ முதலில் உன்னுடையதைப் பற்றிச் சொல்லு."

"சொன்னால் உனக்குப் புரியாது."

"உனக்கும் புரியாது, நான் சொன்னால்."

"உண்மைதான்" என்று மூர்த்தி தலைவலிக்கத் தொடங்குவது போல இரண்டு கைகளாலும் தலையைப் பிடித்துவிட்டுக்கொண்டான். சட்டென்று நான் இருப்பது நினைவு வந்தவனாக என் பக்கம் திரும்பி, "ராவ் எங்கே?" என்றான்.

நான் என் சட்டைப்பைக்குள் பார்த்துவிட்டு, "இங்கே இல்லை" என்றேன். மாலா கணீரென்று சிரித்தாள். அது எனக்காக விழுந்த ஓட்டு இல்லை, மூர்த்திக்கெதிரான ஓட்டு என்பது எனக்குத் தெரியும். இருந்தாலும் திருப்தியாகத்தான் இருந்தது.

"பிரைமரி ஸ்கூல் ஜோக்" என்றான் மூர்த்தி.

"ஸாரி. அதற்குமேல் போனால் உனக்குப் புரியாதோ என்று சந்தேகமாயிருந்தது."

நல்ல வேளையாக இந்தச் சமயத்தில் ராவ் அறைக்குள் வந்தான். எங்களைக் காக்க வைத்ததற்காக மன்னிப்புக் கேட்டுக்கொண்டான். டிக்கெட் வாங்கியாயிற்றா என்று மூர்த்தியிடம் விசாரித்தான்.

மூர்த்தி அலட்சியமாகப் புருவத்தை மட்டும் உயர்த்தினான், காரியம் ஆகிவிட்டதற்கு அடையாளமாக. "உண்மையில் மாலைக் காட்சிக்கு எல்லா டிக்கெட்டுகளும் ஃபுல் ஆகிவிட்டிருந்தன. நல்ல வேளையாக டானியல் இருந்தான். அவனிடம் சொல்லி ..."

மூர்த்தி இவ்வாறு தான் டிக்கெட் வாங்கிய பிரதாபத்தை அளந்து கொண்டிருந்தபோது ராவின் அம்மா அறைக்குள் வந்தாள். அவளைப் பார்த்ததும் கால் மேல் கால் போட்டுக்கொண்டு உட்கார்ந்திருந்த மூர்த்தி ஒரு 'அடக்கமான போஸுக்கு மாற்றிக்கொண்டான். அவளுக்கு வணக்கம்

தெரிவித்தான். "என்ன! எப்படியிருக்கு காலேஜெல்லாம்?" என்று – இந்த வாக்கியத்தை மூர்த்தியைப் பார்த்தவாறு தொடங்கி என்னைப் பார்த்தவாறு முடித்தாள் ராவின் அம்மா.

"ராமசேஷ் – இவனும் எங்க கிளாஸ்தான்" என்று ராவ் என்னைத் தன் அம்மாவுக்கு அறிமுகம் செய்து வைத்தான்.

"நமஸ்காரம்" என்று நான் எழுந்து நின்று கை கூப்பினேன். ராவின் அம்மா. ஒரு குழந்தையின் அபிநயத்தை அனுதாபத்துடன் பார்த்து ஷொட்டு கொடுப்பது போன்ற பாவத்துடன் என்மீது ஒரு புன்னகைத் துணுக்கைக் கிள்ளி எறிந்தாள். என் நமஸ்காரத்தைப் பொய்யாக்கும் புன்னகை. நீ ஒரு குழந்தையென்றால் இதோ ஒரு சாக்லேட் என்று அவள் மட்டந்தட்டி அதன் மூலம் உசுப்பிவிட விரும்பினாளா அல்லது எச்சரிக்க விரும்பினாளா?

எதுவென்று அப்போது தெரிந்துகொள்ள முடியவில்லை. ராவின் கையிலிருந்த சினிமா டிக்கெட்டுகளின் மேல் அவள் பார்வை சென்றது. "டிக்கெட் வாங்கியாச்சா?" என்றாள்.

"ஆமாம் – உனக்கும் வாங்கியிருக்கு."

"அடாடா!" என்று அவள் ஒரு கணம் யோசித்துவிட்டு, "என்னால் வரமுடியாது போலிருக்கேடா!" என்றாள்.

"என்னம்மா இது ..." என்றான் ராவ். "முதலிலேயே சொல்றதுக்கென்ன?"

"சித்த முந்திதானே அப்பாவிடமிருந்து போன் வந்தது. சாயங்காலம் ஏதோ பார்ட்டியாம், அங்கே போகணுமாம்... என்னுடைய டிக்கெட்டில் வேண்டுமானால் மாலா வரட்டும்."

ராவின் முகத்தில் வோல்டேஜ் மிகவும் குறைந்து போயிற்று. மூர்த்தி வழக்கமான எஜமான் விசுவாசத்துடன், "இது அடல்ட்ஸ் ஒன்லி படம்" என்று ராவுக்குப் பற்றிக்கொள்ள ஒரு கட்டையை எறிந்தான். ராவ், "இப்போது என்ன சொல்கிறாய்" பாவனையுடன் அம்மாவைப் பார்த்தான்.

"அப்படியா!" என்று ராவின் அம்மா யோசித்தாள்.

'இவாளெல்லாம் என்னவோ பெரிய மாமா மாதிரி?" என்று மாலா திடீரென்று சீறினாள். "இவனுக்கு சிகரெட், கிகரெட் குடிக்கிறதுக்கெல்லாம் இடைஞ்சலாயிருக்கும், என்னைக் கூட்டிக்கொண்டு போனால்... அதுதான் யோசிக்கிறான்."

"நீ எப்பவாவது பார்த்தாயா, நான் சிகரெட் குடிக்கிறதை?"

"நூறு தடவை பார்த்திருக்கேன்."

இருவரும் ஒருவரையொருவர் குதறி விடுவதுபோலப் பார்த்துக் கொண்டு நின்றார்கள்.

"உன்னைக் கூட்டிண்டு போய் அங்கே வெளியே நிறுத்தி வைச்சான்னா நாங்க உன்னை அப்படியே விட்டுட்டு உள்ளே போயிடுவோம்" என்றான் ராவ்.

"உன்னைத்தான் நிறுத்தி வைப்பான்" என்றாள் மாலா.

அவள் சொன்னது போலத்தான் நடந்தது. மாலா அவள் வயதுக்கு நல்ல வளர்ச்சி பெற்றிருந்தாள். அவள் அம்மா சொல்படி ஒரு புடவை கட்டிக்கொண்டு வந்தாள். அவளை தியேட்டரில் உள்ளே விட்டுவிட்டான். எனக்கும் மூர்த்திக்கும் மீசை இருந்தது, எங்களையும் விட்டுவிட்டான். ஆனால் ராவின் 'பால் வடியும்' முகத்தைப் பார்த்து அவனை நிறுத்திவிட்டான். நாங்கள் கீப்பரின் கையைப் பிடித்து, காலைப் பிடித்து, வெகு நேரம் கெஞ்சிய பிறகே அவனை உள்ளே அழைத்துச்செல்ல முடிந்தது.

முதலில் நான், என்னையடுத்து ராவ், பிறகு மாலா, பிறகு மூர்த்தி என்று உட்கார்ந்தோம். ஆனால் மாலா மூர்த்தியிடம் உட்காரப் பிடிக்காமல் என்று நினைக்கிறேன், ராவுடன் இடம் மாற்றிக்கொண்டாள். என்னருகில் வந்துவிட்டாள். என் இதயம் படபடத்தது. உடல் பரபரத்தது.

ஸீட்டின் கைப்பிடி மேலிருந்த அவள் கைமீது படுகிறாற் போல என் கையை வைத்துக்கொண்டேன்.

அவள் எதுவுமே நடக்காதது போலத் திரையையே பார்த்துக் கொண்டிருந்தாள்.

(அ) அவளுக்கு ஆட்சேபணையில்லாமல் இருக்கலாம். (ஆ) அவளுக்குப் பிடிக்கவில்லை, ஆனால் உடனே கையை விலக்கி என்னைப் புண்படுத்த வேண்டாமென்று கையை அப்படியே வைத்துக் கொண்டிருக்கிறாள். (இ) ஒருவேளை தற்செயலாக என் கை அந்த நிலையில் இருப்பதாக நினைத்து என் அடுத்த இயக்கத்துக்காகக் காத்திருக்கிறாள். (ஈ) கை தொடப்படுவது அவளுக்குப் பெரிய விஷயமேயில்லை. நான் வேறு எதையாவது தொட வேண்டும். அல்லது பேசாமலிருக்க வேண்டும்.

ஆனால் என் தைரியத்தின் எல்லை கையைத் தொடுவதாகத்தான் இருந்தது. சில நிமிடங்களுக்குப் பிறகு இந்தத் தைரியமும் தணிந்துவிட. நான் என் கையை விலக்கி வைத்துக்கொண்டேன்.

அப்போது எதிர்பாராதது நடந்தது. மாலா என் கால் மீது தன் காலினால் ஒரு இடி இடித்தாள். இது தற்செயல் அல்ல என்பதை உணர்த்துவதற்காகப் போல சில கணங்களுக்குப் பிறகு மறுபடி...

எனக்குத் தைரியம் திரும்பியது. என் கை மீண்டும் அவள் கையுடன் மோதியது. உரசியது. அதன் வழவழப்பை, உருண்டையை, மெத்தென்ற தன்மையை, உஷ்ணத்தை – இவையெல்லாவற்றையும் நான் முதன்முறையாகக் கண்டுபிடித்து அவற்றில் திளைத்தேன்.

இடைவேளையின் போது, எஸ்பிரஸ்ஸோ காஃபி கௌண்டருக்குச் சென்றோம். ஆளுக்கு ஒரு கப் காஃபி.

ராவ் சிகரெட் குடிக்க முடியாத எரிச்சலை முகத்தில் பூசிக் கொண்டு, ஃபோயரிலிருந்த பெண்களை முறைத்துப் பார்ப்பதன் மூலம் பெரியவனாக உணர முயன்றுகொண்டிருந்தான்.

மூர்த்தி சினிமாவின் ஒரு சிறப்பான கட்டத்தை இன்டலெக்சுவலாக அனலைஸ் செய்ய முயன்றுகொண்டிருந்தான். அவன் தன்னை ராவின் ஆஸ்தான இன்டலெக்சுவல் – கம் – விதூஷகனாக பாவித்துக் கொண்டானென்று தோன்றியது. அவன் மீது

ராவ் செலவழிக்கும் பணத்துக்குப் பிரதியாகத் தன் விசேஷ அறிவு, நுணுக்கமான ரசனை ஆகியவற்றின் பயனை ராவ் பெறவேண்டும் என்பதில் அவன் மிகவும் அக்கறை உடையவனாயிருந்தான்.

மாலா சற்று முன்பு எனக்குப் பின்புறத்திலிருந்து சுவரில் 'ஸ்டில்' புகைப்படங்களைப் பார்த்துக்கொண்டிருந்தாள். நான் அவள் இன்னமும் அங்கே நிற்கிறாளா என்று பார்க்கலாமென்று திரும்பினேன். அப்போது கையில் கோப்பையைப் பிடித்த நிலையில் மடிந்து இறக்கைபோலத் துருத்திக்கொண்டிருந்த என் முழங்கை மெத்தென்ற தொரு பொருள் மேல் இடித்தது.

மாலா.

என்னருகில் எப்போதிலிருந்து அவள் வந்து நின்றாளோ, தெரியாது. வேண்டுமென்றே என் கை அவள் மார்பகம் மேல் இடிக்கக்கூடிய விதமாக நின்றிருந்தாளா?

"ஸாரி" என்றேன்.

"இட்ஸ் ஆல் ரைட்" என்றாள் அவள், என்னை உற்றுப்பார்த்தவாறு. நகரவில்லை.

அவளுடைய துணிச்சல் கவர்ச்சியாக இருந்தது. கூடவே சங்கடமாகவும் பயமளிப்பதாகவும் இருந்தது.

இடைவேளைக்குப் பிறகு ராவ், மூர்த்தியின் அறிவிலிருந்து தன்னைக் காத்துக்கொள்வதற்காக என்று நினைக்கிறேன், எனக்கும் மாலாவுக்கும் இடையில் உட்கார்ந்தான். அடுத்து என்ன என்ற என் பிரச்னை தற்காலிகமாகத் தீர்ந்தது.

மிகத் தற்காலிகமாகத்தான்.

சினிமா முடிந்த பிறகு ராவின் குடும்ப நண்பர்கள் யாரோ கண்ணில் தட்டுப்பட்டார்கள், எங்கள் எல்லாருக்கும் லிஃப்ட் கொடுத்தார்கள். காரின் பின் ஸீட்டில் நெருக்கியடித்துக்கொண்டு உட்கார்ந்தோம்.

என்னருகில் மறுபடியும் மாலா இருந்தாள்.

2

இப்போது நீங்கள் அநேகமாக எதிர்பார்க்கிறீர்கள், எனக்கும் மாலாவுக்குமிடையே பரிச்சயம் படிப்படியாக வளர்ந்துகொண்டே போயிற்றென்று.

இல்லை.

எனக்கும் மாலாவுக்குமிடையே பரிச்சயம் ஏற்படவே இல்லை. உண்மையான பொருளில் நிச்சயமாக இல்லை. நான் பேசியவற்றை அவள் புரிந்துகொள்ளவில்லை. என் ஜோக்குகளுக்கு அவள் சிரிக்கவில்லை. மாறாக நான் ஸீரியஸ்ஸாக எதையாவது சொன்னால் அதற்குச் சிரித்தாள். அவளுடைய ஜோக்குகளுக்கு எனக்கும் சிரிப்பு வரவில்லை. ஆனாலும் நான் சிரித்தேன். எனக்கு அவளைவிட நடிப்புத்திறன் அதிகம்.

மேலும் அவளுடைய உடம்பின் மேல் எனக்கு ஒரு கண் இருந்தது. அதை என் கைகளுக்கிடையில் 'கசக்க' வேண்டுமென்ற வெறி இருந்தது. எனவே சிரிப்பு வராதபோதும் நான் சிரித்தேன். இதையெல்லாம் பற்றி இப்போது மிகவும் தெளிவாக இருக்கிறது. அப்போது அத்தனை தெளிவாக இல்லை. அவளுக்காகச் சிரிக்க வேண்டுமென்பது மட்டும் தெரிந்திருந்தது, அவளுக்கு இணக்கமான வேஷமணிய மனம் விரும்பியது.

மாலாவுடன் அன்னியோந்நியமாக உணராவிட்டாலும் கூட அவளை என் மனம் மொய்த்தவாறிருந்ததற்கு

மூர்த்தியும் ஒரு காரணம். அவன், நான் ராவின் வீட்டுக்குச் செல்லும்போதெல்லாம் எப்படியோ தானும் அங்கே வந்துவிடுவான். நான் மாலாவிடம் ஏதாவது விஷமம் செய்துவிடாமல் என்னைக் கண்காணித்தவாறு இருப்பான். இதனால் எழுந்த எரிச்சல் காரணமாகவே அவன் தடுக்க விரும்பிய விஷமங்களைச் செய்துவிட வேண்டுமென்று எனக்குப் பரபரக்கும்.

இன்னொரு காரணம் மாலாவின் அம்மா. என் நோக்கங்களை நிர்வாணமாகப் பார்த்து அறிந்துகொண்டுவிட்டதுபோல அவள் என்னைப் பார்ப்பாள், சிரிப்பாள். ஒரு சவால், ஒரு ஏளனம். எங்கே, காட்டு பார்க்கலாம் உன் கை வரிசையை என்பதுபோல இவள் தன்னை ரொம்பப் புத்திசாலியாக நினைத்துக் கொண்டிருக்கிறாள்; இவள் முகத்தில் கரியைப் பூச வேண்டும்' என்று நான் முடிவு செய்தேன்.

அந்த முதல் தடவை மாலா எங்களுடன் சினிமாவுக்கு வந்தது தற்செயலாகத்தான் என்பது எனக்குப் பின்னால் தெரிந்தது. சாதாரணமாக ராவின் அம்மாதான் வருவாளாம். ராவின் அப்பா ஒரு busy, busy man. மனைவியை சினிமாவுக்கு அழைத்துச் செல்ல நேரமில்லாதவர். ராவின் அம்மாவுக்கோ வாரம் இரண்டு படங்களாவது – ஹாலிவுட் படங்கள் – பார்த்தாக வேண்டும். ஹாலிவுட் நடிக, நடிகையரைப் பற்றிய எங்கள் சர்ச்சைகளில் உற்சாகமாகக் கலந்துகொள்வாள். ஒருமுறை ஸோஃபியா லாரென் என்னை மிகவும் கவர்ந்திருப்பதாகச் சொல்லிக்கொண்டிருந்தேன். மாமி உடனே ஸோஃபியாவின் தாராளமான வளைவுகளை விரலால் அந்தரத்தில் வரைந்து, என்னைப் பார்த்துக் குறும்பாகக் கண்ணை மலர்த்தினாள். நான் இதைச் சிறிதும் எதிர்பார்த்திருக்கவில்லை; எனக்கு ஒரே அதிர்ச்சியாக இருந்தது.

ராவின் அம்மா எங்களுடன் சினிமாவுக்கு வந்த ஓரிரு தடவைகளில் அவள் என்னருகில் உட்கார நேர்ந்தது. அப்போது நான் மிகவும் அடக்கவொடுக்கமாக, என் உடம்பின் எந்தப் பகுதியும் அவள் மீது படாமல் உட்கார்ந்தேன். சிரிப்புக்

கட்டங்களில் உடம்பை அசைக்காமல், அதிகச் சத்தம் போடாமல், சிரித்தேன். என்னைச் சோதிப்பதற்காகத்தான் அவள் அப்படி உட்காருகிறாளென்று நினைத்துக்கொண்டு மிகமிக ஜாக்கிரதையாக இருந்தேன். கால் மேல் கால்கூடப் போட்டுக் கொள்ளவில்லை, நெருக்கமான, பரபரப்பான காட்சிகளில்கூட. இது எவ்வளவு பெரிய சோதனையாயிருந்ததென்று சொல்லத் தேவையில்லை. இப்படி சினிமா பார்ப்பதும் ஒன்றுதான், பார்க்காமலிருப்பதும் ஒன்றுதான்; இனி இந்த ராவுடன் சினிமாவுக்கே வரக்கூடாது, என்றெல்லாம் நினைத்துக்கொள்வேன்.

ஆனால் அடுத்த தடவை ராவ் சினிமாவுக்கு அழைக்கும்போது ஒரு வேளை மாலா வரக்கூடும், அல்லது குறைந்தபட்சம் அவளுடன் சில நிமிடங்கள் பேசுகிற வாய்ப்புக் கிடைக்கக்கூடும் என்கிற சபலம் என்னை மறுபடி ஒப்புக்கொள்ளவைத்துவிடும்.

ஜூலை, ஆகஸ்ட், செப்டம்பர்...

செப்டம்பர் கடைசியில் சரஸ்வதி பூஜை, விஜய தசமி, ஞாயிற்றுக் கிழமை என்று தொடர்ச்சியாக மூன்று விடுமுறைகள் வந்தபோது நான் வீட்டுக்கு வந்தேன். அம்மா என்னைப் பார்த்ததும் ஆனந்த – கம் – துக்கக் கண்ணீர் பெருக்கி "என்னடா ராஜா இப்படி ஒரேயடியா இளைச்சுப் போயிருக்கியே... உடம்பெல்லாம் கறுத்துப் போய்.. உடம்பைப் பார்த்துக்க வேண்டாமோடா கண்ணு... படிச்சால் போறுமா..." என்றெல்லாம் புலம்பத் தொடங்கினாள். எனக்கு ஏனடா வீட்டுக்கு வந்தோமென்று ஆகிவிட்டது. பெரிய 'அட்வென்ச் சரஸ் ஹீரோ'வாக என்னைப் பற்றி நான் நினைத்துக்கொண்டிருந்தது போக, இவள் உடம்பைப் பார்த்துக்கத் தெரியாத, சாப்பிடத் தெரியாத, புத்தகப் பிச்சுவாக என் ஆகிருதியைக் குறுக்குகிறாள். எனக்கு எரிச்சல் பொங்கியது. நான் கொஞ்ச நேரம் அவள் புலம்பலைப் பேசாமல், கேட்டுக்கொண்டிருந்தேன். பிறகு, "அம்மா! நீ இப்ப பேசாமல் இருக்கியா, அல்லது நான் திரும்பிப் போய்விடட்டுமா?" என்று உரக்கக் கூச்சலிட்டேன். என் விசுவரூபம்! அவள் திகைத்து, மௌனமானாள்.

நான் இப்படிக் கூச்சலிட்டபோது அப்பாவும் அதே அறையில்தான் இருந்தார். அவர் எதுவுமே காதில் விழாதது போல பூணூலால் முதுகைச் சொறிந்துகொண்டு சுவரிலிருந்த காலண்டர் எதிரே போய் நின்று அதை உற்றுப் பார்க்கத் தொடங்கினார். "எப்படிச் சத்தம் போடறான் பார்த்தேளா? காலேஜுக்குப் போகிறானோல்லியா... என்னையும் உங்களையும் மாதிரியா...?" என்று சுருதியை மாற்றிக்கொண்டு அம்மா தன் கோட்டைக்குள் (சமையல் – கம் – பூஜை அறை) நுழைந்தாள். அதாவது, இன்டலெக்சுவல் ரீதியாக, அப்பாவும் அவளும் ஒன்றாம்! அப்பாவுக்கு இதைவிட வேறென்ன அவமானம் வேண்டும்? காலேஜுக்குப் போயிராத அவரை இவ்வாறு நுட்பமாக அவமதித்ததன் மூலம் எனக்கு ஒரு குற்ற உணர்ச்சியை அளிப்பதிலும் அவள் வெற்றியடைந்துவிட்டாள். ஒரு பாவமுமறியாத அவர் எங்கள் போரில் காயமடைய நேர்ந்ததே என்ற குற்ற உணர்ச்சி. அம்மாவின் வஞ்சகமும் விஷமும் இந்த ஓரிரு மாதங்களில், இலேசான ஞாபகமாகத் தேய்ந்து போயிருந்தன. இப்போது அந்த ஞாபகமெல்லாம் குப்பென்று மீண்டும் முளைத்து என்னைத் தாக்கின. மீண்டும், கோதாவில் இறங்கிய குஸ்திச் சண்டை வீரனைப் போல் நான் உணர்ந்தேன். இந்த உணர்வு பாந்தகமாகவும், ஏன் உற்சாகமாகவும்கூட இருந்ததுதான் ஆச்சரியம். மிருகக்காட்சி சாலையிலிருந்து மீண்டும் காட்டுக்கு வந்த சிங்கத்தைப் போல உணர்ந்தேன். என் பற்களையும் நகங்களையும் பாய்ச்சலையும் உணர்ந்தேன்.

பாட்டியின் மறைவினால் எங்கள் வீட்டு 'பவர் க்ளிக்'கில் ஏற்பட்டிருந்த காலி இடத்துக்கு ஒரு புதிய முகம் வாரிசாகியிருப்பதையும் நான் உணர்ந்தேன். என் தங்கை. புதிதாகத் தாவணி போட்டுக் கொள்ளத் தொடங்கியிருந்த அவள், அம்மாவின் 'ஆல்டர் ஈகோ'வாக மாறிப் போயிருந்தாள். அம்மாவின் கருத்துக்கள், மதிப்பீடுகள், சாகஸங்கள், பிரகடனங்கள் ஆகியவை – அவற்றின் நுட்பமான எல்லா நெளிவு சுளிவுகளுடனும் – அவளுள் பதிவாகியிருந்தன. அம்மாவின் பரவசமே அவளுடைய பரவசம், அம்மாவின் வருத்தமே அவளுடைய வருத்தம், அம்மாவின் கோபம் அவளுடைய கோபம். அம்மா பூஜை

செய்தவற்றை அவளும் பூஜை செய்தாள். அம்மா காறித் துப்பியவற்றின் மீது அவளும் காறித் துப்பினாள். வயதில் சிறியவளாக, எனர்ஜி அதிகமுள்ளவளாக இருந்ததால் பல சமயங்களில் அம்மாவை மிஞ்சவும் செய்தாள். அம்மா வேலைக்காரியை இரண்டு வார்த்தை சொன்னால் இவள் நாலு வார்த்தை சொல்லுவாள். பால்காரியுடன் வரும் குழந்தையின் கையில் அம்மா ஒரு பிஸ்கெட்டு கொடுத்தால் இவள் இரண்டு பிஸ்கெட்டு கொடுப்பாள். அவள் அந்தக் குழந்தை யெதிரில் மண்டியிட்டு உட்கார்ந்து அதை இறுக அணைத்துக் கொள்வதையும் நான் பார்க்க நேர்ந்தது. இதை, நான் பார்த்துவிட்டதை அவள் அறிந்து மிகவும் சங்கடம் கொண்டாள். அன்று முழுவதும் என் முகத்தை நேருக்கு நேர் பார்க்கவில்லை. அந்தக் குழந்தைக்கு மூன்று வயதுதான். ஆனால் பிள்ளைக் குழந்தை.

இது நடந்தது விஜயதசமியன்று. அதற்கு முந்தின தினம் முழுவதும், அம்மா தன் விசேஷக் கவனிப்பினால் என் மூச்சுத் திணறிப் போகும்படி செய்தாள். வடை, பாயஸத்துடன் சாப்பாடு. பழங்கள், தோசை, காப்பி, லட்டு, முறுக்கு, பால் இப்படி என் வாயில் ருசியாக ஏதாவது புழங்கியவாறு இருக்குமாறு பார்த்துக்கொண்டு, அவள் ஓயாமல் பேசிக்கொண்டேயிருந்தாள். பெரும்பாலும் அப்பாவைப்பற்றி. அவருக்கென்ன? பரப்பிரும்மம். வீட்டிலே என்ன நடக்கிறது, எப்படி நடக்கிறது என்பதைப் பற்றியெல்லாம் எந்தக் கவலையுமில்லை. அவள்தான் ஒவ்வொன்றுக்கும் பொறுப்பேற்க வேண்டியிருக்கிறது, வீட்டுக் காரியங்கள் தடங்கலில்லாமல் நடக்குமாறு பார்த்துக்கொள்ள வேண்டியிருக்கிறது. அவள்தான் வேலைக்காரி, வண்ணான், கறிகாய்க்காரன் ஒவ்வொருவருடனும் மல்லுக்கு நிற்க வேண்டியிருக்கிறது. 'பொல்லாதவள்' ஆக வேண்டியிருக்கிறது. முந்தா நாள் வேலைக்காரி தோட்டிச்சி யிடம் சொல்கிறாளாம், 'ஐயா நல்லவரு, அம்மாதான் கொஞ்சம் ஒருமாதிரி' என்று. அவளும் வாயைத் திறக்காமலிருந்தால், யார் என்ன அலங்கோலம், அநியாயம் பண்ணினாலும் கண்டிக்காமலிருந்தால், அவளையும் நல்லவள் என்பார்கள். ஆனால் குடும்பம் நடக்குமா? யாராவது ஒரு நபர்

பொல்லாதவராயிருந்தால்தானே காரியங்கள் நடக்கின்றன. அந்த நபர் அவளாக இருந்துவிட்டுப் போகிறாள்... வாயைத் திறக்காமலிருப்பது ஒரு பெரிய, பாராட்டத் தகுந்த செயல் இல்லை. யர்ர் வேண்டுமானாலும் வாயைத் திறக்காமல் இருந்துவிடலாம். பட்டுக் கொள்ளாமல் இருந்துவிடலாம். பிரச்சினைகளை நேருக்கு நேர் சந்திப்பதிலும் சமாளிப்பதிலும்தான் இருக்கிறது சாமர்த்தியம். இந்தச் சாமர்த்தியம் இருக்கிறவாளை பல பேருக்குப் பிடிக்கிறதில்லை. ஏனென்றால் இவர்களுடைய சாமர்த்தியம் அவர்களிடம் பலிக்காமல் போய் விடுகிறதோல்லியோ? எந்தவிதமான பொல்லாத்தனத்துக்கும், உபத்திரவத்துக்கும் எதிர் வார்த்தை பேசாமல், கையை ஓங்காமல் இருந்தால் நான் நல்லவள்; நீ நல்லவன்; எல்லோருமே நல்லவர்கள். இப்படி நல்லவளா இருக்கிறது ஒரு பெருமையா? உலகத்திலே எல்லாருமே பிறத்தியான் நல்லவனாயிருக்கணுமென்று பார்க்கிறார்கள், அப்பத்தானே தனக்கு நல்லதென்று. பிறத்தியாரிடமிருந்து நல்ல பெயர் வாங்க ஆசைப்படுவதென்பது எவ்வளவு முட்டாள்தனமென்று, அதற்காக நம் பொழுதையும் மனதையும் நாசமாக்குவது எத்தகைய அசட்டுத்தனமென்று, தெரிகிறதல்லவா? ஆனால் உங்கப்பாவுக்கு இவ்வளவு வயதாகியும் இது தெரியவில்லை, இனியும் தெரியப் போவதில்லை. எங்கே யாரைப் பார்த்தாலும் பயம், பணிவு, அவா மனங்கோணாமல் நடந்துகொள்ளணுமென்ற பரபரப்பு. அப்பா, அம்மா, அக்கா, பக்கத்து வீட்டுக்காரன், எதிர்வீட்டுக்காரன்.. நான் இப்படி இல்லைடாப்பா. நான் யாருடைய நல்ல பெயருக்காகவும் கவலைப்படுகிறவளில்லை. எனக்குச் சரியென்றால் அது எல்லாருக்கும் சரி, அவ்வளவுதான். நான் ஒரு பொல்லாதவள். நீ கூட என்னை 'அப்படித்தான் நினைக்கிறாய், இல்லையா? அப்பா ஒரு சாது, அம்மா ஒரு பிடாரி, இல்லையா?

அப்பாவுக்காக என் மனம் அனுதாபப்படுவதையறிந்து, அந்த அனுதாபம் அர்த்தமற்றதென்று நிரூபிக்க முயல்கிறாள் – இவள் ஒரு வக்கீலாகப் போயிருக்க வேண்டும்

“போம்மா! நான் ஒண்ணும் அப்படியெல்லாம் நினைக்கவேயில்லை” என்று பொய் சொன்னேன்.

அம்மா இதனால் திருப்தியடையாதவள்போல, தன் கருத்தை மேலும் வலியுறுத்தத் தொடங்கினாள். இந்த விவரணைகளின் விசேஷம் என்னவென்றால், ஒவ்வொரு தடவையும் அவள் கூறும்போது, முக்கிய நிகழ்ச்சிகள் மாறுபடாமலிருந்தாலும், பல உபநிகழ்ச்சிகள், இவை எல்லாவற்றுக்கும் அவள் கொடுக்கிற விளக்கங்கள், வியாக்கியானங்கள் (உரை?) இவை மாறியவாறிருக்கும். அன்றைய தினத்தின் உரையின்படி, அவள் புக்ககத்துக்கு வந்தபோது ஒரு சாதுவான மாட்டுப் பெண்ணாகத்தான் இருந்தாள் – சாதுவானவளாக இருந்திராவிட்டால் அப்பாவின் அம்மா அவளைத் தன் பிள்ளைக்கு மாட்டுப் பெண்ணாகத் தேர்ந்தெடுத்திருக்கவே மாட்டாளே! ஆமாம், அவள் சாதுவாகத்தான் இருந்தாள். ஆனால் புக்ககத்தில் அவளுடைய மாமியாரும் நாத்தனாரும் படுத்தி வைத்த பாட்டில், தற்காப்புக்காக அவளும் பொல்லாதவளாக வேண்டி வந்தது.

உங்கப்பாவோ தன்னையே காப்பாற்றிக்கொள்ள முடியாதவர், என்னை அவர் காப்பாற்றுவதென்பது எங்கே?

எனவே, அவள் பொல்லாதவள் என்றால் நல்லது, அதற்கு அப்பாவும் அவருடைய குடும்பத்தினரும்தான் பொறுப்பு. நல்ல சாத்வீகமான பெண்களுக்கு அவருடைய குடும்பத்தினர் லாயக்கில்லாதவர்கள். அவர் – அப்பா – லாயக்கில்லாதவர். பொல்லாத்தனத்துக்கெதிராக வாயைத் திறக்காமலிருப்பதும் பொல்லாத்தனந்தானே? ஆமாம். உங்கப்பாவும் அப்படியொன்றும் யோக்கியமானவரில்லை. அவர் ஒரு கொலைக்கு உடந்தையாயிருந்தவர்.

சச்சு (என் அம்மாவின் செல்லப் பெயர்) என்ற சாதுவான, மென்மையே உருவான இளம் பெண்ணின் கொலை

இது மிகவும் நம்பக்கூடியதாக, மனதை உருக்குவதாக இருக்கிறதல்லவா?

என் மனமும் கொஞ்சம் உருகித்தான்விட்டது. ஆனால் முழுதும் உருகிவிடுமுன் நான் எச்சரிக்கையடைந்தேன். இவள் நடிப்பில் தேர்ந்தவளாச்சே, என்று நினைவுபடுத்திக்கொண்டேன்.

இந்த நடிப்பு பெரும்பாலும் அவளையுமறியாமல் நிகழ்ந்த ஒன்று. ஏதோ ஒரு வேஷத்தை ஒவ்வொரு நாளும் அணிந்துகொண்டு அதை உண்மையென்று ஆவேசத்துடன் நம்புவாள். ஒருநாள் தீவிர பக்தையாக இருப்பாள், வேதாந்தியாக இருப்பாள். ஒரு நாள் இகலோகவாதியாக, லௌகீகப் பித்தாக இருப்பாள். ஒரு நாள் உலகத்துக்கே தலைவி போல அகங்காரியாக இருப்பாள், ஒரு நாள் புழுப்போல உணருவாள். ("இந்த உலகத்திலே நாயாகவேனும் பிறக்கலாமே தவிர, பொம்மனாட்டியாகப் பொறக்கக்கூடாது.") ஒருநாள் இன்டலெக்சுவலாக இருப்பாள், ஒரு நாள் அ–இன்டலெக்சுவலாக இருப்பாள். அவளுள் எப்போதும் கனன்று கொண்டிருந்த ஒரு அதிருப்தியே இந்த வேஷங்களின் பிறப்பிடம். திருமண பந்தம் குறித்து, அதனால் குறுகிவிட்ட அவளுடைய உலகம் குறித்து, வாய்ப்புகள் குறித்து, எழுந்த அதிருப்தி. இந்தத் திருமணம் மட்டும் ஆகியிருக்காவிட்டால் அவள் ஒரு மீராவாக ஆகியிருக்கக்கூடும். அல்லது ராணி லக்ஷ்மி பாயாக, அல்லது விஜயலட்சுமி பண்டிட்டாக, அல்லது பாலசரஸ்வதியாக, அல்லது சாந்தா ரங்கசாமிக்கும் முந்தின தலைமுறை கிரிக்கெட் ஆட்டக்காரியாக... அவள் எட்டியிருக்கக் கூடிய சிகரங்களுக்குக் கணக்கில்லை, எல்லையில்லை. அந்தந்த தினத்து அதிருப்தியின் பரிமாணத்தை ஒட்டி, அவளுடைய அன்றைய வேஷம் அமையும். ஓரளவு இது அவள் முந்தின தினம் சந்தித்த நபரையும் பொறுத்தது. முந்தின தினம் அவள் ஒரு ஐ.ஏ.எஸ். ஆபீசரின் 'ராங்கி பிடித்த' (அவளுக்குப் புலப்பட்டதுபோல) போஸ்ட் கிராஜுவேட் மனைவியைச் சந்தித்திருந்தால், அதற்கடுத்த நாள் அவள் ஒரு அ – இன்டலெக்சுவலாக, பால்காரி, வேலைக்காரியாக, படிப்பினால் களங்கப்படாத தூய பிறவியாக விளங்குவாள். முந்தின தினம் தன்னைவிட நகைகளும் புடவைகளும் அதிகமுள்ளவளும், இவற்றைப் பற்றிப் பீற்றிக்கொண்டவளுமான ஒரு மாமியைச் சந்தித்திருந்தால், அடுத்த நாள் அவள் ஒரு இன்டலெக்சுவலாக மாறி, நகை, புடவை என்ற மாயைகளில் உழலும் கிணற்றுத் தவளைகளை விளாசுவாள். மேல்நாட்டுப் பெண்கள் வெவ்வேறு துறைகளில் ஆற்றிவரும் பணிகளையும் சாதனைகளையும்

வியந்து பாராட்டி. இங்கே இதுகள் வறட்டு ஜம்பங்களிலும் வம்புகளிலும் பொழுதைச் செலவிட்டு வருவது குறித்து வருந்துவாள். அவளைப் பொறுத்தவரையில் இந்த நகையிலும் மண்ணாங்கட்டியிலும் அவளுக்கு என்றைக்குமே ஆசை கிடையாது; ஆனால் கல்யாணம், கார்த்திகையென்று எங்கேயாவது போக வேண்டியிருக்கிறதல்லவா, அதற்கு ஏதோ கொஞ்சம் பெயருக்கு வைத்துக்கொண்டிருக்கிறாள், அவ்வளவுதான்.

அம்மாவின் சில குணங்களுக்கு நானும் வாரிசாயிருந்ததால். அவளுடைய அவதாரங்களின்பால் எனக்கு ஒரு அனுதாபம் உண்டு. நமக்குப் புரிந்துகொள்ள முடியாத மாறுபட்ட இயல்புகள் ஏற்படுத்தும் எரிச்சல் எனக்கு அவளிடம் ஏற்படுவது கிடையாது. ஆனால் நம்முடைய பிரதிபிம்பத்தைப் பிறரிடம் காணும்போது ஏற்படுகிற சங்கடங்களையும் நிச்சயம் ஏற்படுத்தினாள். அன்று இத்தகைய சலிப்புத்தான் எனக்கு ஏற்பட்டது. சிவாஜிகணேசன் நாளெல்லாம் சுஜாதா, வாணிஸ்ரீ, விஜயா முதலிய பலருடன் நடித்துவிட்டு அப்பாடாவென்று வீட்டுக்கு வந்தவுடன் அங்கே அவருடைய மனைவி 'சிம்மக்குரலில் பேச ஆரம்பித்தால் அவருக்கு எப்படியிருக்கும்? அம்மாவின் அடுத்த ஐட்டத்துக்காகக் காத்திராமல், நான் அவசரமாக டிரஸ் செய்துகொண்டு, சைக்கிளை எடுத்துக்கொண்டு கிளம்பினேன்.

அந்த சைக்கிள் யுத்த காலத்தில் பாரசூட்டில் இறங்குபவர்களுக்காகச் செய்யப்பட்ட மடக்கக்கூடிய சைக்கிள். மிக இலேசான சைக்கிள். ஆண் சைக்கிள், பெண் சைக்கிள் இரண்டும் சேர்ந்த ஒரு கலவை போல அது இருக்கும். என் அப்பா, மிலிட்டரியில் வேலையாயிருந்த ஒருவரிடம் எழுபது ரூபாய் கொடுத்து செகண்ட் ஹாண்டில் அதை வாங்கியிருந்தார். அந்த சைக்கிளை எடுத்துக் கொண்டு நான் முதலில் பங்கஜம் மாமி வீட்டுக்குப் போனேன். நான் போனபோது மாமியின் வீடு கல்யாண வீடுபோல ஜே ஜே என்று இருந்தது. மாமியின் பிள்ளை தன் மனைவி, குழந்தைகளுடன் ஊரிலிருந்து வந்திருந்தான். மாமியின் 'லோகல்' பெண்ணின் சிநேகிதிகள் வந்திருந்தார்கள்.

உட்காரக்கூட இடமில்லை. மாமியின் பிள்ளை தான் கதவைத் திறந்து, என்னை உள்ளே வரச் சொன்னான். அவன் இடுப்பில் ஒரு குழந்தை இருந்தது. நான் நேச பாவப் பிரகடனமாக, அந்தக் குழந்தையைப் பார்த்து, நாக்கால் "ட்டொ ட்டொ ட்டொ" என்று சத்தமெழுப்பினேன். கையை நீட்டினேன். அது முகத்தைத் திருப்பிக்கொண்டது. எனக்கு ஒரே எரிச்சலாயிருந்தது. மாமியின் பெண்ணும் அவளுடைய சிநேகிதிகளும், அறையிலிருந்த எல்லா நாற்காலிகளையும் ஆக்கிரமித்துக்கொண்டிருந்தவர்கள், என்னைப் பார்த்ததும் பேச்சைக் கொஞ்சம் நிறுத்தினார்கள். "ஹலோ" என்றேன் நான், மாமியின் பெண்ணைப் பார்த்து. அவள் முகத்தைப் பார்க்காமல் சுவரைப் பார்த்து உலகத்திலேயே மிகவும் சுருக்கமான ஹலோ சொல்லிவிட்டு (0.001 செகண்டுகள் – இது 'ரிப்ளீ'யில் இன்னும் இடம் பெறவில்லை) "அம்மா! அமமாவ்!" என்று உள்ளே பார்த்துக் கத்தினாள். நான் சுவரிலிருந்த ஒரு வெற்று ஆணியை உற்றுப் பார்க்கத் தொடங்கினேன். சிறிது நேரத்திற்குப் பிறகு அந்த ஆணியும் என்னைப் பார்ப்பது போன்ற பிரமை எனக்கு ஏற்பட்டது.

நான் அந்த ஆணியுடன் பேசத் தொடங்க உத்தேசித்த சமயத்தில் மாமி வந்தாள். "வா, வா. காணறதேயில்லயே? உக்காரு" என்றாள்.

"பரவாயில்லை" என்று நான் நின்றுகொண்டேயிருந்தேன். அறையில் காலி நாற்காலிகள் எதுவும் இல்லையென்பதை, பாவம், அவள் கவனித்திருக்க மாட்டாள்.

இவன், இன்ன இடத்திலிருக்கும் இன்னின்னாருடைய பிள்ளை, என்று மாமி என்னைத் தன் பிள்ளைக்கு அறிமுகப்படுத்தி வைத்தாள். நாங்கள் கைகுலுக்கிக்கொண்டோம். உள்ளே ஓடிப் பிடித்து விளையாடிக்கொண்டிருந்த வேறு இரண்டு குழந்தைகள் அங்கே திடீரென்று பிரசன்னமாகி இந்த மகத்தான நிகழ்ச்சியை ஆச்சரியத்துடன் பார்த்தன.

"ப்ளீஸ் ஸிட் டௌன்" என்றான் மாமியின் பிள்ளையும்.

"பரவாயில்லை" என்றேன் நான் மறுபடி.

"என்ன... எப்படியிருக்கு காலேஜெல்லாம்?" என்றாள் மாமி.

"நன்னாயிருக்கு மாமி. ரொம்ப இன்டரஸ்டிங்காக இருக்கு மாமி, வந்து அந்தப் புஸ்தகம் நீங்க படிச்சாச்சுன்னாத் திருப்பி வாங்கிண்டு போகலாம்னு வந்தேன்."

"விக்கிரமாதித்தனா?"

"ஆமாம்."

"இரு, பார்க்கிறேன். நான் படிச்சாச்சு அப்பவே. ஆனா எங்கே வச்சேனோ தெரியலை... கொஞ்சம் இரு" என்று மாமி உள்ளே சென்றாள். நான் மறுபடி அந்த ஆணியைப் பார்க்கத் தொடங்கினேன். இன்று வந்த வேளை சரியில்லை. மாமி வீட்டில் தனியாக இருந்திருந்தால் நான் அந்த ஆணியைப் பார்த்துக்கொண்டிருக்க மாட்டேன்.

மாமி சற்று நேரத்தில் புத்தகத்துடன் வந்தாள். என்னிடம் நீட்டினாள். "வேறே புஸ்தகம் ஏதாவது வேணுமா?" என்றேன் நான், அதை வாங்கிக்கொண்டு. அதாவது சமீபத்தில் நான் இந்தப் பக்கம் வரவேண்டுமென்று விரும்புகிறீர்களா, என்று அர்த்தம்.

"இப்ப ஒண்ணும் வேண்டாம்... இந்தக் குழந்தைகள் எல்லாம் இருக்கிறதனாலே படிக்க முடியறதில்லே... ஒரு இரண்டு, மூணு வாரம் போகட்டும்."

"சரி என்று நான் கிளம்பினேன். மாமியின் பிள்ளையிடம் சொல்லிக்கொண்டேன். அவருடைய இடுப்பிலிருந்த குழந்தை என்னைப் பார்த்தது – நான் அதற்கு 'டாடா' சொல்ல வேண்டுமா என்று யோசித்து, வேண்டாமென்று முடிவு செய்தேன். மாமி வாசல் வரை வந்து நான் சைக்கிளில் ஏறுவதையும் கிளம்புவதையும் பார்த்துக்கொண்டே நின்றாள்.

நான் பெடலை வேகமாக அழுத்தினேன். எரிச்சல், ஆசுவாசம் இரண்டும் சேர்ந்த ஒரு விசித்திரக் கலவையாக அந்தச் சமயத்தில் என்னுடைய உணர்ச்சிகள் இருந்தன. அவளால் அணைக்கப்படும் போதெல்லாம். ஏதோ தப்புக் காரியம் செய்கிறோமென்ற ஒரு அரிப்பு இருந்துகொண்டேயிருக்கும். இன்று வெகு நாட்களுக்குப் பிறகு அந்தத் தப்புக்காக என்னைத் தயார் செய்துகொண்டு வந்தவன். நல்லவேளையாக அது

நிகழாமல் தப்பினேனேயென்ற ஆறுதல். அதே சமயத்தில் வீணாக இவ்வளவு தூரம் வந்தோமே என்ற எரிச்சல். அவளிடம் அற்ப சுகத்தை நாடி வந்ததற்காக என் மேலேயே வெறுப்பு. அந்தச் சுகம் கிடைக்காமல் போனதால் இப்போது என் கற்பனையில் அது அற்பமாகிப் போயிற்று. அது இல்லாமலும் நான் இருந்திருக்கக்கூடும். சந்தேகமில்லை.

நான் ராவின் வீட்டை நோக்கி சைக்கிளை விட்டேன். ராவ் தயவுசெய்து நீ வீட்டிலிருக்க வேண்டும், என்று பிரார்த்தித்துக் கொண்டேன். சத்தியமாக நான் உன்னைப் பார்க்கத்தான் உங்கள் வீட்டுக்கு வந்துகொண்டிருக்கிறேன். உன் தங்கைக்காக இல்லை. சீ, இந்தப் பெண்களே மிகவும் மோசமானவர்கள். இவர்களுடைய சகவாசமே கூடாது. ராவ், எனக்கு உன்னைப் போல ஒன்று இரண்டு நண்பர்கள் இருந்தால் அதுவே போதுமானது, மகிழ்ச்சியளிக்கக் கூடியது. ராவ், நான் ஒரு நல்ல பையன்.

ராவின் வீட்டுக்கு இரண்டு பர்லாங் தூரம் இருக்கும்போதே நான் சைக்கிளிலிருந்து இறங்கிவிட்டேன். மிக மிக மெதுவாக சைக்கிளைத் தள்ளியவாறு நடந்து சென்றேன். வழியில் தென்பட்ட போஸ்டர்கள், நாய்கள், கிழவி, ஒரு நொண்டிப் பிச்சைக்காரன், எலெக்ட்ரிக் கம்பங்கள், கம்பிகள், கம்பிகள் மேலிருந்த பறவைகள் முதலிய எதையெதையோ அனாவசியமாக உற்றுக் கவனித்தவாறு, அங்கங்கே நின்றவாறு சென்றேன். ராவின் வீடு நெருங்க, நெருங்க, திரும்பிவிடலாம் என்று மீண்டும் மீண்டும் தோன்றியது. சாலையைக் கடந்து மறுபக்கத்துக்கு வந்து, சைக்கிளை எதிர்த் திசையில் திருப்பி வைத்து...

ஆனால் திரும்பிப் போவதற்கும் உற்சாகமாக இல்லை. இந்தச் சாரியில் மறுபடி சைக்கிளை ராவின் வீட்டை நோக்கித் தள்ளிச் செல்லத் தொடங்கினேன். இதோ, கடைசியில் ராவின் வீடு. கேட்டைத் திறக்காமல் ஒரு கணம் சைக்கிளுடன் வெளியில் நின்றேன். நான் திரும்பிச் செல்வதற்குக் கடைசி கடைசி வாய்ப்பு...

இறுதியில் நான் கேட்டைத் திறப்பதாக முடிவுசெய்து, கேட்டை நோக்கி கையை நீட்டினேன். அப்போது

ஆக்ரோஷமாகக் குலைத்தவாறு ஒரு அல்சேஷியன் என்னை நோக்கி ஓடி வந்தது. நான் அவசரமாகக் கையைப் பின்னுக்கிழுத்துக்கொண்டேன். கேட்டுக்கு மறுபுறமிருந்து அந்த நாய் என்னைப் பார்த்துக் குலைத்தவண்ணமிருந்தது.

நாய் குலைக்கும் சத்தம் கேட்டு ஒரு வேலைக்காரன் ஓடி வந்தான். அதே சமயம் வீட்டின் முன் கதவு திறந்தது. மாலா வெளியே வந்தாள். நான் நிற்பதைப் பார்த்து "ஓ, ஹலோ!" என்று கேட்டை நோக்கி வந்தாள். நாயை அதட்டி அடக்கினாள். "கம் இன்" என்றாள்.

நான் கேட்டைத் திறந்துகொண்டு உள்ளே பிரவேசித்தேன். அவள் கவனம் திடீரென்று என் சைக்கிளின் மேல் சென்றது. "ஹவ் நைஸ்!" என்றாள்.

"வாண்ட் டு டிரை?" என்று நான் சைக்கிளை அவளை நோக்கிச் சரித்தேன்.

"எனக்கு விடத் தெரியாது" என்றாள் அவள்.

"ஓ!" என்றேன் நான்.

"ஸுப்பு வீட்டிலில்லை."

"ஓ!" என்றேன் மறுபடி. உடனேயே, ஒரே வார்த்தையை மீண்டும் மீண்டும் சொல்லிக்கொண்டிருக்கிறோமேயென்ற தன்னுணர்வினால் பீடிக்கப்பட்டு, வேறு ஏதாவது சொல்ல வேண்டுமென்று நினைத்து, "ரொம்ப நேரமாச்சா வெளியே போய்?" என்றேன்.

"மத்தியானம் மூர்த்தி வந்தான், இரண்டு பேருமா எங்கேயோ போனார்கள். உங்காத்துக்குத்தான்னு நினைச்சேன்."

"இல்லையே!"

"எங்கேயாவது சினிமாவுக்குப் போயிருப்பா."

சைக்கிளுக்கு ஸ்டாண்ட் இருக்கவில்லை. அதை அப்படியே வராந்தா சுவரில் சார்த்தி வைத்தேன். அவள் மறுபடியும் சைக்கிளைத் தான் பார்த்துக்கொண்டிருந்தாள். "நான் இந்த மாதிரி சைக்கிளைப் பார்த்ததே கிடையாது" என்றாள்.

நான் உற்சாகத்துடன் அந்த சைக்கிளின் மகாத்மியத்தை அவளுக்கு விரிவாக எடுத்துச் சொன்னேன். "இதை விடுவது ரொம்பச் சுலபம்" என்றேன்.

"ரியலி?"

"கான் ட்ரை – வில் யூ? நான் பிடித்துக் கொள்கிறேன், சைக்கிளை."

"விழுந்துவிட்டால்?"

"இம்ப்பாஸிபிள். உயரமே இல்லையே, இந்த சைக்கிளுக்கு. தடுமாறுகிறபோது சுலபமாகக் காலைத் தரையில் ஊன்றிக்கொண்டுவிடலாம்."

சைக்கிள் விடுவது எனக்குத் தெரிந்த மிகச் சில வித்தைகளில் ஒன்று. அதை வைத்துக்கொண்டு ஹீரோவாக வாய்ப்பு கிடைத்ததென்று மகிழ்ச்சியாயிருந்தது.

இருவரும் பின் தோட்டத்துக்குச் சென்றோம். அங்கே யிருந்த வேப்பமரத்தைச் சுற்றி ஒரு மேடை கட்டப்பட்டிருந்தது. அவள் சைக்கிளில் ஏறி உட்கார அந்த மேடை வசதியா யிருந்தது.

அவள் ஏறி உட்கார்ந்தாள்.

நான் மிதிக்கச் சொன்னதும் அவள் பெடலை மிதித்தாள். நான் ஸீட்டைப் பிடித்துக்கொண்டு கூடவே ஓடினேன். அந்த சைக்கிளில் காரியர் இல்லாததால் ஸீட்டைத்தான் பிடித்துக்கொள்ள வேண்டியிருந்தது, இது சௌகரியமாயில்லாதபோதும்.

எதிரே வாழை மரங்களின் வரிசை தெரிந்ததும் சைக்கிளைத் திருப்புமாறு கூச்சலிட்டேன். ஆனால் அதற்குள் சைக்கிள் வாழை மரத்தில் மோதி, சாய்ந்தது. அவள் என்மீது சாய்ந்தாள்.

அடுத்த இரண்டு தடவைகளில் ரோஜாப் பாத்திக்கு நடுவிலும் கத்திரிப் பாத்தி நடுவிலும் இந்தச் சாய்வு நிகழ்ந்தது. 'சிவாஜி' இத்தகைய ஒரு கட்டத்தில் என்ன செய்திருப்பாரென்று நினைத்து, ஆனால் அதைச்

செய்ய முடியாதவனாக நான் பரபரத்த என் கைகளைக் கட்டுப்படுத்திக்கொண்டேன்.

ஒரு வேளை பிறரால் முதலில் அணைக்கப்பட்டே பழக்கமாகியிருந்ததாலும் இருக்கலாம்.

அடுத்த தடவையிலிருந்து அவளுக்கு பிரேக் போடவும், கால்களைத் தரையில் ஊன்றிக்கொள்ளவும் தெரிந்துவிட்டது. அவள் ஒரு க்விக் ஸ்டூடண்ட்.

நானும்தான்.

"யூ டிரைவ் இட் நௌ. நான் முன்பக்கம் உட்காருகிறேன்" என்றாள் அவள், சற்று நேரங்கழித்து.

அவளுடைய அண்ணா மட்டுமல்ல, அப்பாவும் அம்மாவும் கூட வீட்டிலில்லை.

இருட்டத் தொடங்கி விட்டிருந்தது.

அவள் முன்புறம் ஏறி உட்கார, நான் தோட்டத்தைச் சுற்றி ஓட்டத் தொடங்கினேன். எனக்கு மிக அருகில் அவளுடைய உடம்பு, பெடல் செய்துகொண்டிருந்த என் கால்களிலும், கைகளிலும் உராய்ந்தவாறிருந்த உடம்பு.

நான் எங்கோ தேவலோகத்தில் புஷ்பக விமானத்தில் சஞ்சரிப்பதாக உணர்ந்தேன்.

நாலைந்து தடவை இவ்வாறு தோட்டத்தைச் சுற்றிப்பிறகு, நான் சட்டென்று வேண்டுமென்றே வாழைகளை நோக்கி சைக்கிளைச் செலுத்தி, மோதி "ஊப்ஸ்" (அல்லது இதுபோன்ற ஏதோ ஒரு ஓசை) என்றவாறு ஒரு கையால் அவளை இறுக அணைத்துக் கொண்டேன், அவளுக்கு அடிபடாமல் காப்பாற்றும் பாவனையில்.

அவளும் அதே கணத்தில் என் முதுகைச் சுற்றிக் கைபோட்டு அணைத்துக்கொண்டாள்.

இதற்கு அடுத்த கணத்தில் திடீரென்று வீட்டின் பின்புற விளக்கு விழித்துக்கொண்டு தோட்டத்தில் ஒளியைப் பாய்ச்சியது.

பின் வராந்தாவில் மாலாவின் அப்பாவும் அம்மாவும் நின்றிருந்தார்கள்.

நாங்கள் வாழை மரங்களுக்கிடையிலிருந்து வெளிப்பட்டோம். மாலா முதலில் செல்ல, நான் சைக்கிளைத் தள்ளிக்கொண்டு பின்னால் நடந்தேன்.

"சைக்கிள் கத்துக்க டிரை பண்ணிண்டிருந்தேன் அம்மா" என்றாள் மாலா, தன் அம்மாவிடம். "ராம் வாஸ் டீச்சிங் மீ.'

"வாழை மரத்தடியிலா?" என்று அவளுடைய அம்மா கேட்டாள்.

"இந்த இருட்டிலா?" என்று அவளுடைய அப்பா கேட்டார்.

"அங்கே போய் மோதிவிட்டது சைக்கிள், கண்ட்ரோல் இல்லாமல்... எனக்கு விடத் தெரியாது அல்லவா... வெளிச்சம் இருக்கிறபோதே தொடங்கிவிட்டோம். இருட்டானவுடன் இதோ உள்ளே போகலாம். இன்னும் ஒரே ஒரு சுற்று அப்புறம் போகலாம், அப்படின்னு drag ஆயிண்டே போயிடுத்து. யூ நோ ஹவ் இட் இஸ்"

"ஹு இஸ் திஸ் பாய்?" என்று மாலாவின் அப்பா மாலாவின் அம்மாவைக் கேட்டார். மாலாவின் அம்மா, என்னைப் பற்றிய தன் சந்தேகமெல்லாம் ஊர்ஜிதமான பாவனையில் என்னைக் கோபம் – கம் – உதாசீனப் பார்வையால் துளைத்துக்கொண்டிருந்தாள். எதுவும் சொல்லவில்லை.

"ஸூப்புவின் கிளாஸ்மேட்" என்று மாலாதான் அப்பாவுக்குப் பதில் சொன்னாள்.

"ஓ.கே. மாலா... மேக் எ மூவ்..." என்று நான் கிளம்பினேன். Blast furnaceக்கு நடுவிலிருப்பதுபோல அல்லவா இருந்தது. "ஓ.கே."

"போயிட்டு வரேன்" என்றேன், அவளுடைய அம்மாவையும் அப்பாவையும் பார்த்து.

அவர்கள் 'சொல்லிக்கொண்டு வேறா போகிறாய்? படவா... என்பதுபோல என்னைப் பார்த்தவாறு நின்றார்கள். எதுவும் பேசவில்லை.

நான் சைக்கிளை உருட்டிக்கொண்டு வெளியே வந்தேன்.

இன்னும் பதினைந்து நிமிடங்கள் முன்பாகக்கூட நான் வெளியே வந்திருந்தால் அன்றிரவு இன்பக் கனவுகள் கண்டிருக்கலாம்.

மாலாவின் அப்பாவும் அம்மாவும் பார்வையாலும் வேறு விதங்களிலும் என்னைச் சித்திரவதை செய்யும் கொடிய சொப்பனங்களிலிருந்து தப்பித்திருக்கலாம்.

இந்தச் சொப்பனங்கள் அன்றிரவு மட்டுமல்ல, அதையடுத்த இரண்டு மூன்று இரவுகளுக்கு என்னைத் தூங்கவிடவில்லை.

3

எனக்கு அந்தப் புடவை இன்னும் நன்றாக நினைவிருக்கிறது: ராவின் அம்மா என்னுடைய விசாரணையின்போது கட்டிக் கொண்டிருந்த புடவை. வெளிர் ரோஜா நிறத்தின் மேல் வரிசையாக நாற்று நட்டாற் போல் அமைந்த கறுப்புக் கீற்றுகள்; நீல முக்கோண அலைகளும் கறுப்புப் பூக்களும் அமைந்த பார்டர், தலைப்பு.

அந்தப் புடவையை நான் குறைந்தது முப்பது, நாற்பது நிமிடங்கள் தொடர்ந்து பார்த்துக்கொண்டிருந்திருக்க வேண்டும், எங்கள் சம்பாஷணையின்போது - மாமியின் முகத்தைப் பார்ப்பதைத் தவிர்க்கும் முயற்சியில்.

மாமி - அவள் ஒரு கல்யாண ரிஸப்ஷனுக்குக் கிளம்பிக் கொண்டிருந்தாள் - பெரும்பாலான நேரம் நிலைக் கண்ணாடியைப் பார்த்தவாறு தன் அலங்காரத்துக்கு கடைசி முத்தாய்ப்பு வைப்பதில் ஈடுபட்டிருந்தாள்.

முதலில் நான் அறைக்குள் நுழைந்தபோது அவர்கள் வீட்டு சமையல்கார மாமி - கம் - சேடி மாமியின் ஒப்பனைக்குத் துணையாயிருந்தாள். ஆனால் சிறிது நேரங்கழித்து அவள் வெளியே சென்றுவிட்டாள்.

நானும் மாமியும் அறையில் தனித்துவிடப்பட்டோம்.

அவள் நிலைக்கண்ணாடியில் தன் பிம்பத்தையும், இடையிலேயே என் பிம்பத்தையும் பார்த்தவாறு பேசினாள். நான் அவள் புடவையைப் பார்த்தவாறு, அப்படிப்

பார்த்தபோது அவள் உடம்பை உணர்ந்தவாறு, பதில் சொன்னேன். எனக்கு என் மேலேயே எரிச்சல் எரிச்சலாக வந்தது.

ராவ், தன் அம்மா என்னைப் பார்க்க விரும்பியதாக என்னிடம் அன்று காலையில் தெரிவித்தபோது நான் உடனே வருவதாக ஒத்துக்கொண்டிருக்கக் கூடாது. அவள் எதற்காகக் கூப்பிடுவாளென்பது தெரிந்ததுதானே?

நான் ஏதாவது சாக்குப் போக்குச் சொல்லித் தட்டிக் கழித்திருக்க வேண்டும்.

ஏன் அப்படிச் செய்யவில்லை?

என்னதான் நடக்கிறது, பார்க்கலாமே, என்ற க்யூரியாஸிடி... என்னிடமிருந்து அவள் என்ன எதிர்பார்க்கின்றாளென்று – அப்படி எதிர்பார்ப்பதாயிருந்தால் – கண்டுபிடிக்க ஆசை... அல்லது, அவளிடம் நான் எதையாவது எதிர்பார்த்து..?

நான் எதற்காகக் கூப்பிட்டனுப்பினேனென்று ராவ் சொன்னானா, என்று மாமி கேட்டாள்.

கூப்பிட்டீர்களென்று மட்டும் சொன்னான், என்று நான் ஆங்கிலத்தில் பதில் சொன்னேன்.

"ஆனால் உனக்குத் தெரியும், அல்லவா?"

நான் பேசாமலிருந்தேன்.

பவுடர் மணம். அவள் கொண்டையைச் சரி பார்த்துக் கொள்வதற்காகவும் நெக்லஸின் க்ளாஸ்பைப் பொருத்திக் கொள்வதற்காகவும் கைகளை உயர்த்தியபோது எழுந்த வளையோசை.

எனக்கு அவள் கழுத்தை நெறிக்கவேண்டும் போலிருந்தது.

அம்மா இதே போலத்தான் வெளியே கிளம்பும் தருணங்களில். தான் பாதி டிரஸ் செய்து கொள்ளும்போது என்னை (வேண்டு மென்றே?) கூப்பிட்டனுப்பி என்னிடம் ஏதாவது பேசத் தொடங்குவாள். கொக்கியை மாட்டியவாறு (அல்லது அவிழ்த்தவாறு), பட்டன்களைப் போட்டவாறு, கொசுவத்தைத் திரட்டிச் செருகியவாறு பேசுவாள்.

எனக்கு எரிச்சலாக இருக்கும். அதே சமயத்தில் அந்தக் கணத்தின் திருட்டுச் சுகத்தில் மனம் திளைக்கும், பார்வை அலையும், கால்கள் நகர மறுக்கும்.

இரண்டு, மூன்று வருடங்கள் முன்பு வரை 'க்ஷேம்' என்று நான் நம்பியவற்றை இப்போது அப்படி நம்ப முடியவில்லை.

There's no shame.

There's no sin.

There's no nothing.

மாமி எழுந்து நின்றாள். பீச்சாங்குழல் பொருத்தப்பட்டிருந்த ஒரு ஸெண்ட் பாட்டிலை எடுத்து, மார் மேலும் கைகளுக்கு அடியிலும் பீச்சிக்கொண்டாள். அந்த ஸெண்ட் வாசனையோ என்னவோ, தெரியவில்லை, எனக்கு அடக்க முடியாமல் தும்மல் வந்தது.

நான் அடுக்கடுக்காக நாலைந்து தடவை தும்மினேன்.

அவள் அனுதாபத்துடன் என்னருகில் வந்து நின்றுகொண்டு, "ஜலதோஷமா?" என்றாள்.

பதிலாக, நான் இன்னொரு முறை தும்மினேன்.

"த்சு, த்சு" என்றாள் மாமி. "சாயங்கால வேளையிலே தோட்டத்திலே வெகு நேரம் இருந்தாலே இப்படித்தான்... ஈரப்புல் மீது உட்கார்ந்திருந்தீர்களோ. இரண்டு பேரும்?"

ரொம்ப சாமர்த்தியமாக அன்று நடந்ததைப் பற்றி விசாரிக்கிறாளாம்!

"சைக்கிள் விட்டுக்கொண்டிருந்தோம்" என்றேன்.

"இரண்டு மணி நேரமுமா?"

"ஆமாம்" என்று சட்டென்று வாய் தவறிச் சொல்லிவிட்டேன். அட ராமா! இரண்டு மணி நேரம் இருந்ததாக ஒப்புக்கொண்டு விட்டேன்!

மாமி உடனே என்னைக் குடைந்தெடுக்கத் தொடங்கினாள். இரண்டு மணி நேரம் நாங்கள் தொடர்ந்தாற்போல சைக்கிள் விட்டிருக்க முடியாது. நிச்சயம் வேறு ஏதாவதும்

செய்திருப்போம். இடையிடையே 'ரிலாக்ஸ்' செய்திருப்போம். உட்கார்ந்துகொண்டோ, படுத்துக்கொண்டோ...

"இல்லை" என்றேன்.

"ரொம்ப அவசரமாக மறுக்கிறாயே!"

நான் பேசவில்லை.

"பேசக்கூட இல்லையா?" என்றாள்.

"பேசினோம்."

"எதைப் பற்றி?"

"சைக்கிள் விடுவது பற்றி."

அவள் வாய்விட்டுச் சிரித்தாள்.

"நீ உன்னை ரொம்பப் புத்திசாலி என்று நினைத்துக் கொண்டிருக்கிறாய் அல்லவா?"

நான் மறுபடி மௌனம் சாதித்தேன்.

"அன்று நிஜமாக என்ன நடந்ததென்று நீ சொல்லமாட்டாய் அல்லவா?"

"எதுவும் நடக்கவில்லை."

"பொய்"

ஏதாவது நடந்திருந்தால்தான் அவள் சந்தோஷப் படுவாளோ என்று நினைத்து, பொய் சொல்லலாமா என்றுகூட யோசித்தேன்.

அவளுடையது ஒரு குதூகலமற்ற கல்யாணம். சினிமா பார்க்காத, அவளைச் சிரிக்க வைக்கத் தெரியாத கணவன். அவள் வேண்டுவது கிக்ஸ். அவள் வேண்டுவது ஒரு அமாரல் ஹீரோ, ஒரு காஸனோவா. அதாவது நான்.

'உன்னைப் போல எத்தனையோ பார்த்திருக்கிறேன்' என்னும் பாவனையை முகத்தில் பூசிக்கொண்டு நான் அமர்ந்திருந்தேன்.

அவள் எனக்கெதிரில், வெகு அண்மையில் நின்றிருந்தாள். விடாமல் ஏதோ பேசிக்கொண்டிருந்தாள். அந்தப் பேச்சு ஒரு

கட்டத்துக்குப் பிறகு என் சிந்தனையில் ஏறாமல் வெறும் பௌதீக மட்டத்தில் – உதடுகளின் அசைவாக அல்லது வேறு அசைவுகளாக– என் புலன்களில் இடறிக்கொண்டிருந்தது. அவள் பேசும்போது தன் உடம்பைப் பிறருக்கு உணர்த்தும் வகையில் சேட்டைகள் செய்வதை நான் அன்று மீண்டும் கவனித்தேன். ஒரு கையால் மற்றொரு கையில் உருவி விட்டுக்கொள்ளுதல், வளையல்களை திரட்சியான தன் முழங்கையை நோக்கி நகர்த்தி, மெல்லத் திருகியவாறிருத்தல், ரவிக்கைக் கையை இழுத்து விட்டுக்கொள்ளுதல், திடீரென்று குனிந்து கணுக்காலில் சொறிந்து கொள்ளுதல்.

இப்படி அவள் பேச்சைப் 'பார்த்துக்கொண்டிருந்தபோது திடீரென்று, மறுபடி எனக்குத் தும்மல் வந்துவிட்டது.

அவள் எழுந்து சுவர் அலமாரியில் ஏதோ தேடினாள். பிறகு ஒரு யூகலிப்டஸ் தைலப்புட்டியுடன் என்னருகில் வந்தாள். உட்கார்ந்தாள்.

"பித்தானை அவுத்துக்கோ" என்றாள்.

எந்தப் பித்தானை, என்று கேட்கலாமா என்று நினைத்தேன்; கேட்கவில்லை.

சட்டைப் பித்தானை அவிழ்த்தேன்.

அவள் தைலத்தை என் மார்பில் தடவ, நான் அந்த ஸ்பரிச இன்பத்தில் லயித்துப்போகத் தொடங்கினேன். அவசரமாக ஒரு கணக்குப் போட்டேன். இரண்டும் இரண்டும் நாலு என்ற கணக்கு.

சட்டென்று அவள் மார்பின் மேல் சாய்ந்தேன். அவள் முதுகைச் சுற்றிக் கைகளைக் கோர்த்து அணைத்துக் கொண்டேன். அவள், என்னை ஊக்குவிப்பதுபோல, என் முதுகில் தடவிக் கொடுத்தாள்.

நான் அவள் முதுகின் மேல் தடவியவாறு இருந்தேன். ரவிக்கைப் பித்தான்கள் மீது தடவினேன். சட்டென்று ஒரு பித்தானை அவிழ்த்து, அவள் முகபாவத்தைப் பார்ப்பதற்காக நிமிர்ந்தேன்.

ஆனால் அந்த நிமிரல் பூர்த்தியாவதற்குள் நான்

படுக்கையில் தொப்பென்று, முகம் கீழாயிருக்க விழுந்தேன்.

இரண்டும் இரண்டும் எப்போதும் நாலாகி விடுவதில்லை. "யூ டெர்ட்டி ராஸ்கல்!"

என்னைத் தள்ளிவிட்டு எழுந்து நின்ற மாமி, என்னை வசவுகளில் குளிப்பாட்டத் தொடங்கினாள். நான் தப்பாக ஒரு அடி எடுத்து வைக்க வேண்டுமென்பதுதான் அவள் ஆசையாயிருந்ததென்பது எனக்குப் புரிந்தது. அந்த வலையில் நான் விழுந்துவிட்டேன். நானும் என்னுடைய காஸனோவா கற்பனையும்!

முதல் நாள் என்னைப் பார்த்தவுடனேயே நான் எப்படிப்பட்டவனென்று தனக்குத் தெரிந்துவிட்டதாக மாமி சொன்னாள். என் கண்களைப் பார்த்தவுடனேயே தெரிந்துவிட்டது. ("முழுக்க முழுக்க விஷமத்தனம்") அவள் ஒரு முட்டாளில்லை. என் போன்றவர்களை உள்ளும் புறமுமாக அவள் அறிவாள். சாலையில் போகும்போது வழியில் கிடக்கிற தகர டப்பாவை வெறுமனே ஒரு உதைவிட்டுக் கொண்டு போகிறவர்கள் நாங்கள். வழியில் தென்படுகிற ஒரு கண்ணாடி ஜன்னல்மீது வெறுமனேயாவது கல்லெறிந்து கொண்டு போகிறவர்கள். விளைவுகளைப் பற்றிக் கவலைப்படாத பொறுப்பின்மை, மூர்க்கத்தனம், தத்தாரித்தனம். உண்மையில் இது ஒரு கையாலாகாத்தனம். ஆமாம். ஜன்னலை உடைப்பதற்கென்ன? யார் வேண்டுமானாலும் உடைத்துவிடலாம். ஆனால் கதவைத் தட்டி உள்ளே செல்லுதல்தான் சிரமமானது. இங்கிதமாக நடந்து கொள்வது சிரமமானது. உன் நண்பனுடைய தாயையும் தங்கையையும் உன் தாயையும் தங்கையையும் போல நினைப்பது சிரமமானது. இந்தச் சிரமத்தை உங்கள் தலைமுறையினர் படத் தயாராயில்லை. இவை அனாவசியக் கட்டுப்பாடுகளாக, ஹிப்போக்ரிஸியாக உங்களுக்குத் தோன்றுகின்றன. உங்களைச் சொல்லியும் குற்றமில்லை. நீங்கள் வளரும் சூழ்நிலை அப்படியிருக்கிறது. நாகரிகமானவையென புத்தகங்களும் படங்களும் உங்களை நம்பச் செய்ய வைக்கும் கருத்துகள் அப்படியிருக்கின்றன. தான் சந்திக்கிற ஒவ்வொரு பெண்ணுடனும் படுக்கைக்குப் போகாதவன்

ஒரு பத்தாம்பசலி. கேலிக்குரியவன். மனவிடுதலை என்றால் உடனே செக்ஸ் விஷயத்தில் தானா? பையா, போய் உன் புத்தகங்களை ஒழுங்காகப்படி. உலகத்துக்கு நன்மைகள் செய்துள்ள, மனித குலத்தை மேம்படுத்தியுள்ள, சிறந்த மேதைகளின் சரித்திரத்தைப் படித்து அவர்களைப் போல ஆக வேண்டுமென்று ஆசைப்படு... ஓ! உன் முகம் ஏன் இப்படி இறுகுகிறது? இது ஐந்தாங்கிளாஸ் வாத்தியார் சொல்கிற போதனை போல உனக்குத் தோன்றுகிறது அல்லவா? காலேஜ் வந்த பிறகு காந்தியாகவும் லிங்கனாகவும் அல்ல, காஸனோவாவாக இருப்பதுதான் ஃபாஷனபிளாகத் தோன்றுகிறது. இந்தச் சனியன் ஏதோ பேத்துகிறதென்று நீ என்னைப் பற்றி நினைக்கிறாய். காலம் அப்படி இருக்கிறது. என்ன செய்ய! இதோ பார், எனக்கு உன்னைப் பற்றியெல்லாம் நன்றாகத் தெரியும். உன் மனதில் ஓடுவது ஒவ்வொன்றும் அணுவணுவாகத் தெரியும். கீழ் மத்தியதர வகுப்புக்கே உரிய வஞ்சிக்கப்பட்டு விட்ட களை உன் முகத்தில் எழுதி ஒட்டியிருக்கிறது. அந்த இல்லாமைக்கெல்லாம் அவசர அவசரமாக ஈடு செய்யும் பரபரப்பும் பெரிய மனிதனாகும் ஆசையும் எழுதி ஒட்டியிருக்கிறது. இந்த posh பங்களாவும் high livingம் உன் கற்பனைகளைத் தட்டியெழுப்புகிறது. இதெல்லாம் பெர்மிஸிவ்நெஸ்ஸின் குறியீடாக வேட்கை நிரம்பிய உன் மனதுக்குத் தோன்றுகிறது. நாமும் அதில் கொஞ்சம் புரண்டு விட்டுப் போகலாமேயென்று நினைக்கிறாய்; வீட்டுக்குப் போய் சந்தியாவந்தனம் பண்ணிவிட்டால் எல்லாம் சரியாய்ப் போய்விடுகிறது. நோ ப்ராப்ளம். உன் வீட்டின் புனிதத்தன்மை 'இன்டாக்ட்' ஆக இருக்கும். நீ ஏழை. அறியாமையாலும் தேவையாலும் பிழை செய்கிறவன். அனுதாபத்துக்குரியவன். நாங்கள் பணக்காரர்கள். கெட்டதிலேயே ஊறிக்கிடப்பவர்கள். இன்னும் ஒரு சாணளவோ முழமளவோ கூடுதலாகக் கெடுதல் செய்தால் எந்த வித்தியாசமும் வரப் போவதில்லை. ஸோ, நாமிருவருமாகச் சேர்ந்து தப்புக் காரியம் செய்வதில் உனக்கும் சரி, எனக்கும் சரி, எந்த நஷ்டமுமில்லை – இல்லையா? என்ன சௌகரியமான சூழ்நிலை! பையா, நான் ஒரு பத்தினியல்ல என்றே வைத்துக் கொள்வோம். என் கணவனல்லாத ஆண்களுடனும் குலாவுபவளென்றே

வைத்துக்கொள்வோம். ஆனால் உன்னுடன் – போயும் போயும் உன்னுடன் – எதற்காக நான் அதைச் செய்ய வேண்டும்? நீ ஒரு வாட்டசாட்டமான பதினெட்டு என்பதால் உலகத்திலுள்ள பெண்களெல்லாம் உன் காலடியில் வந்து விழுவார்களென்று நினைக்கிறாயா என்ன? உன்னை விடவும் ஆரோக்கியமான, புத்திசாலிகளான, சுவாரஸ்யமான, திறமையுள்ள இளைஞர்களை நான் தினமும் சந்திக்கிறேன். என் மகளும் சந்திக்கிறாள். நீ எங்களுக்கு ஒரு புழுவுக்குச் சமானம். எங்கள் மட்டத்துக்கு ஏற்ற சமூக நாகரிகத்தை ஒட்டி நாங்கள் காட்டும் நேச பாவத்தையும் இனிமையையும் உன் அசட்டு மனம் எப்படியெல்லாம் தப்பர்த்தம் செய்துகொண்டிருக்கிறதோ, என்னவோ... நீ இனி இந்த வீட்டுப் பக்கம் வராதேயென்று நான் சொல்லப் போவதில்லை... தாராளமாக வா. ஆனால் ஒரு ஜென்டில்மேனாக லட்சணமாக இரு. Dont't try your dirty tricks here...

ஜீஸஸ்! அன்று அவள் என்னிடம் அப்படி ஒரு லெக்சர் அடித்தாள் பாருங்கள், எங்கள் காலேஜில் இருந்த லெக்சரர்கள் பிச்சை வாங்க வேண்டும்.

அன்று நான் அறைக்கு வந்ததும் ஒரு வெற்றுத்தாளை எடுத்து அந்தக் காகிதம் முழுவதிலும் bitch, bitch என்று எழுதி நிரப்பினேன். ஓ நாயினியே, எனக்கு உன்னைத் தெரியும். தளுக்காகப் பேசி நீ என்னை ஏமாற்ற முடியாது.

அவள் என்னை இனி வர வேண்டாம் என்று தீர்மானமாகத் தடுக்காமலிருந்ததிலிருந்தே அவளுடைய நோக்கம் புரியவில்லையா? நான் மறுபடி அவளை அப்ரோச் பண்ண வேண்டுமென்று அவள் விரும்புகிறாள்.

என்னிடம் சாகஸம் புரிகிறாள். என்னை உசுப்பிவிட முயலுகிறாள். எனக்குக் காரம் ஏற்றிப் பிறகு அந்தக் காரத்தைச் சுவைக்க விரும்புகிறாள்...

இப்படி என் மனம் நினைத்து, அவள் வார்த்தைகளை ஒரே நொடியில் தள்ளுபடி செய்தது. மறைந்த என் பாட்டி சொல்லி வந்ததுபோல, நாம் நம்ப விரும்புவதைத்தான் நம்புகிறோமே தவிர, நம்ப வேண்டியதை அல்ல.

நானும் அத்தனை மலிவானவனல்ல என்று நான் முணுமுணுத்துக் கொண்டேன். வாலைக் குழைத்துக்கொண்டு இவள் பின்னால் நான் ஓடப் போகிறேனென்று இவள் நினைத்தால், பாவம், நிச்சயம் ஏமாறத்தான் போகிறாள்.

நான் யாரென்று இவள் சீக்கிரமே தெரிந்துகொள்ளப் போகிறாள். இவ்வாறு, தன் முழு தேஜஸைக் காட்டும் சந்தர்ப்பம் இன்னும் வரவில்லையென்று உணர்ந்து தன்னைக் கட்டுப்படுத்திக் கொண்டுள்ள மகா விஷ்ணுவாக என்னை பாவித்துக்கொண்டு, நான் இதற்கடுத்த நாளுக்கு அடுத்த நாள் காலையில் கால்குலஸ் புத்தகத்துடன் டைனிங் ஹாலில் அமர்ந்து, காப்பியை மெல்ல உறிஞ்சியவாறு டெஃபனைட் இன்டெக்ரல்'லின் நுணுக்கங்களை மனதில் பதிய வைத்துக்கொள்ள முயன்றுகொண்டிருந்தேன்.

திடீரென்று எனக்கெதிரிலிருந்த நாற்காலி இழுபடும் ஓசை. யாரோ உட்கார்ந்து குட்மார்னிங் சொன்னார்கள்.

மூர்த்தி.

"குட்மார்னிங்" என்று அசுவாரசியமாகச் சொல்லிவிட்டு நான் மறுபடி டெஃபனைட் இன்டெக்ரல்லில் ஆழ்ந்து போக முயன்றேன்.

ஆனால் மூர்த்தி விடுவதாயில்லை. "என்ன செய்திகள்?" என்றான். நான் உதட்டைப் பிதுக்கினேன்.

"ராவின் அம்மா உன்னைக் கூப்பிட்டனுப்பினாளாமே!" என்று அவன் விஷயத்துக்கு வந்தான்.

"ஆமாம்."

"எனிதிங் ராங்?"

"நத்திங்....எனக்கு மருந்து கொடுத்தாள்."

"ஓ!" என்று மூர்த்தி ஒரு கணம் யோசித்தான். "ஐ ஸீ!" என்றான் பிறகு.

"ஜலதோஷத்துக்கு மருந்து கொடுத்தாள்" என்று நான் அவன் புரிந்துகொண்டது தவறாயிருக்கலாமென்ற

சந்தேகத்தை உருவாக்கினேன். "உனக்கு ஏதாவது கம்ப்ளெயிண்ட் இருந்தால் நீயும் அவளிடம் போகலாம்."

"ஐ நோ. ஐ நோ" என்று என் பேச்சுக்கு ஒரே ஒரு அர்த்தம்தான் இருக்க முடியும் போலவும், அதைத் தான் புரிந்து கொண்டுவிட்டது போலவும் மூர்த்தி தலையை ஆட்டினான். "ஷீ ஷீஸீ ஏ bitch" என்றான் சிறிது மௌனத்துக்குப் பிறகு.

இது ஒரு தூண்டில், நான் இதில் சிக்கிக்கொள்ளவில்லை.

"அப்படியா!" என்று முகத்தில் ஒரு பாவமுமில்லாமல் அவனைப் பார்த்துவிட்டு, "எக்ஸ்க்யூஸ் மீ" என்று எழுந்து சென்றுவிட்டேன்.

ராவ் வீட்டில் எனக்கு என்ன நடந்ததென்று தெரிந்துகொள்ளா விட்டால் இவனுக்குத் தலை வெடித்துவிடும்... வெடிக்கட்டும்! இவன் தினவுக்கு நான் தீனி போடத் தயாராயில்லை என்று நினைத்தேன்.

ஆனால் கடைசியில் எனக்கே தினவும் தலை வெடிக்கப் போகிற நிலையும் ஏற்பட்டது. மூர்த்தி தந்திரசாலி.

அன்று பகல் சாப்பாட்டின் போது மறுபடி அவன் என் பக்கத்தில் வந்து உட்கார்ந்தான். மறுபடி சாதுரியமாக சம்பாஷணையை ராவின் அம்மாவிடம், அவளுடைய குணாதிசயங்களிடம் அழைத்துச் சென்றான்.

ஒரு வி.ஐ.பியும் அவளும் மிக நெருக்கமாக இருப்பதாக ஜாடை மாடையாகக் குறிப்பிட்டவன், சட்டென்று கைக்கடிகாரத்தைக் கவனித்து, "அடடே, வகுப்புக்கு நேரமாகிவிட்டதே" என்று எழுந்து சென்றான்.

அன்று பிற்பகல், வகுப்புகளில் அமர்ந்திருக்கும்போது, அந்த வி.ஐ.பி. யாராயிருக்கும் (இதை அவன் குறிப்பிடவில்லை), அவர்கள் எங்கே, எப்படியெல்லாம் சந்தித்துக் கொள்வார்கள், என்னவெல்லாம் செய்வார்கள் என்றெல்லாம் என் மனம் அலைந்தவாறு இருந்தது.

எனக்குப் போட்டி(!)யாக உள்ளவனைப் பற்றி அறிந்துகொள்ளும் திமிரான (ஆனால் குழந்தைத்தனமான)

ஆர்வம். எனக்கும் அந்த மாமிக்குமிடையே ஏற்கெனவே ஏதோ பெரிய 'அஃபயர்' நடந்து கொண்டிருப்பதுபோல பாவனை.

ஒரு காதலன், ஒரு மாரல் ஹீரோ: எனக்கென ஓர் புதிய பிம்பம் – முதன் முதலாகக் காற்சட்டை அணிந்த அன்று ஏற்பட்டது போன்ற (சங்கடமும் தடுமாற்றமும் கலந்த) ஒரு கர்வம், ஒரு குதூகலம்...

மூர்த்தி சைகாலஜி தெரிந்தவன். 'கதாநாயகனின் நண்பனாக' இருந்து இருந்து அனுபவப்பட்டவன். ஒரு வில்லனை அறிமுகம் செய்து, என்னுள்ளிருந்த கதாநாயகனை உசுப்பிவிட்டுவிட்டான்.

அந்த வில்லனைப் பற்றி முழுவதும் தெரிந்து கொள்ளாத வரையில் வேறு எந்தக் காரியத்திலும் என்னால் கவனம் செலுத்த முடியாதென்று தோன்றியது.

மாலையில் வகுப்புகள் முடிந்ததும் வேறொரு நண்பனுடன் சம்பாஷணையில் சிக்கிக்கொண்டு மூர்த்தியைத் தவறவிட்டுவிட்டேன். பிறகு காண்டீனில் போய்ப் பார்த்தபோது அவன் அங்கே இல்லை. பொது அறைக்கு வந்தேன். வழக்கம்போல ரேடியோ இரைச்சல். காரம் போர்டு ஸ்டிரைக்கர் ஒலி. டேபிள் டென்னிஸ். சிகரெட் புகை. மூர்த்தி கண்ணில் தட்டுப்படவில்லை. நான் வெளியே போகக் கிளம்பினேன்.

யாரோ என்னைக் கூப்பிட்டார்கள்; பரிச்சயமான குரல். நான் திரும்பினேன்.

அப்பா!

எனக்கு ஆச்சரியமாக இருந்தது. கொஞ்சம் கூச்சமாகவும் இருந்தது. நான் எனக்கென உருவாக்கிக்கொண்டிருந்த புதிய, கவர்ச்சிகரமான பிம்பம் அவர் வரவால் கலைவதாக உணர்ந்தேன்.

இருவரும் புன்னகைகளைப் பரிமாறிக்கொண்டோம். சில கணங்கள் மௌனமாக இருந்தோம். பிறகு, "பீரியட்டெல்லாம்

முடிஞ்சாச்சா?" என்று அவரும், "ஆஃபீசிலிருந்து வரயா?" என்று நானும் ஒரே சமயத்தில் பேசினோம். இதற்காக மறுபடி புன்னகை செய்தோம்.

"இப்பத்தான் வந்தேன்" என்றார் அவர். "வாசல்லே ஒருத்தன் இங்கே வந்து கேட்கச் சொன்னான்... அதோ ஜன்னல் பக்கத்திலே உட்கார்ந்திருக்கானே, அவன்கிட்டே கேட்டுண்டிருந்தேன். அதுக்குள்ளே நீயே வந்துட்டே."

"இப்பத்தான் பீரியட்டெல்லாம் முடிஞ்சு ரூமுக்குப் போயிண்டிருந்தேன்" என்றேன் நான். "போவோமா?"

"உம்" என்ற அப்பா, மறுபடி ஒரு தடவை அந்த அறையைச் சுற்றிப் பார்வையை ஓட்டினார். "ஒரே சத்தமா இருக்கே" என்றார்.

"இங்கே அப்படித்தான்" என்றேன். "ரூமிலெல்லாம் க்வயட்டா இருக்கும்."

ரூம் செல்வதற்காக மாடிப் படிகளில் ஏறத் தொடங்கினோம். "இந்தப் பக்கம் ஏதாவது வேலையாக வந்தயா?" என்று கேட்டேன்.

"சும்மா... உன்னைப் பார்க்கத்தான் வந்தேன்."

வராந்தாவில் நாங்கள் செல்லும்போது எதிரே வந்த சில நண்பர்கள் என்னைப் பார்த்து "ஹாய்" சொல்லிவிட்டு அப்பாவை விநோதமாகப் பார்த்துக்கொண்டு சென்றார்கள். அப்பாவின் முகத்தில், முதன் முறையாக, ஆகாய விமானத்தில் செல்பவர் (அல்லது பிரதம மந்திரியுடன் கைகுலுக்குபவர், அல்லது ஒரு தேவடியாளின் ரிஸப்ஷனில் காத்திருப்பவர்) முகத்திலிருப்பது போன்ற ஆர்வமும் பரபரப்பும் குடிகொண்டிருந்தது.

என் அறையை நெருங்கும்போது எனக்குச் சட்டென்று அங்கே மேஜை மேல் ஒரு சிகரெட் பாக்கெட் கிடந்தது நினைவு வந்தது.

யாரிடமிருந்தோ இரவல் வாங்கிய ப்ளேபாயும் கிடந்தது.

இந்த அப்பா முதலிலேயே சொல்லிவிட்டு வரக்கூடாதா?

என் மூளை துரிதமாக வேலை செய்தது. என் அறைக்கு எதிரில் வந்ததும், "அங்கே வராந்தா கோடியிலிருந்து பார்த்தால் ஏர்- இண்டியா பில்டிங் க்ளியராத் தெரியும்" என்றேன்.

அப்பா "உம்" என்று மட்டுமே சொல்லிவிட்டுப் பேசாமலிருந்தார். (புஸ் ஸ் ஸ்–!)

"இங்கே பின்னாலே பிளேகிரௌண்ட்" என்றேன்.

அப்பா இருந்த இடத்திலிருந்தவாறே திரும்பி, "ஓ!" என்றார். நான், தலைவிதியே என்று பூட்டில் சாவியைத் திருகத் தொடங்கினேன்...

"பாத்ரூம் எங்கே இருக்கு?" என்றார்.

என் மனம் ஒரு துள்ளுத் துள்ளியது. "அதோ, அங்கே நேரே போய் இடது பக்கம்..." என்று காட்டினேன்.

"நான் சித்தே போயிட்டு வந்துடறேன்" என்று அப்பா தன் தோல் பையை என்னிடம் கொடுத்துவிட்டுச் சென்றார்.

நான் அவசரமாக அறைக்குள் சென்று, ப்ளேபாய் சிகரெட் பாக்கெட், இதர ஒழுங்கீனச் சின்னங்கள் எல்லாவற்றையும் கண்படாத இடங்களுக்கு மாற்றினேன்.

4

திறந்திருந்த ஜன்னலருகில் வந்து நின்றுகொண்டு அறையைச் சுற்றிலும் மறுநோட்டம் விட்டேன். பிறகு வெளியே பார்த்தேன். வேலிக்கு மறுபுறம், வாட்ச்மேனின் மனைவி – அப்போதுதான் குளித்துவிட்டு வந்திருந்தாளென்று தோன்றியது – துணி உலர்த்திக் கொண்டிருந்தாள். வாட்ச்மேன்களின் மனைவியர் சாயங்காலம்தான் குளிப்பார்கள் போலும்–தான் பார்க்கப்படுவதை உணர்ந்ததும், அவள் ஒவ்வொரு துணியையும் அளவுக்கு மீறிய கலை நயத்துடன், நகாசுவேலைகளுடன், கொடியில் மாட்டத் தொடங்கினாள். நான் ஒரு இளவரசனாக, மெத்தனமாக உணர்ந்தேன். உயரத்தில் நின்றிருந்தேன் என்பதால்கூட இருக்கலாம். பிறகு திடீரென்று அப்பா நினைவு வந்து நான் அவள் மேலிருந்து பார்வையை நீக்கினேன். காண்டீன் பையன் போய்க்கொண்டிருப்பதைக் கவனித்து, அவனைக் கைதட்டிக் கூப்பிட்டு இரண்டு காப்பி கொண்டு வரச் சொன்னேன். காலடி ஓசை கேட்டது. அப்பாதானே என்று அவசரமாகத் திரும்பினேன். ஆனால் வந்தது ராவ். "என்னை எதிர்பார்க்கவில்லை போலிருக்கிறது!" என்றான். ஜன்னலருகே சென்று நான் முதலில் பார்த்த திசையில் அவனும் பார்த்தான். "இங்கிருந்து நல்ல வியூ இருக்கிறது" என்றான்.

"அறையை எக்ஸ்சேஞ்ச் செய்துகொள்ள வேண்டுமா?" என்றேன்.

அவன் இதற்குப் பதில் சொல்லாமல் தொடர்ந்து அங்கே பார்த்துக்கொண்டிருந்தான். "ஐ திங்க் ஷீ இஸ் எ ப்ராஸ்" என்றான். உலகமே 'ப்ராஸ்'களும் 'பிச்'களும் நிரம்பியதாகத்தான் தோன்றியது அந்த வயதில். பெரும்பாலான நேரங்களில் நாங்கள் பெரியவர்களாக, கெட்டவர்களாக உணருவதற்காக வெறுமனேயாவது இவ்வார்த்தைகளை வீசியெறிந்தோம்.

"எப்படித் தெரியும்?"

"எனக்குப் பார்த்தவுடன் தெரியும், யார் ப்ராஸ் என்று."

இதைக் கேட்டுக்கொண்டே அப்பா அறைக்குள் வந்தார். நான் நாக்கைக் கடித்துக்கொண்டேன். அப்பாவுக்கு நாற்காலியைச் சுட்டிக் காட்டினேன். ராவை அறிமுகப்படுத்தினேன். அப்பா அவனுடன் பலமாகக் கை குலுக்கிவிட்டு, நாற்காலியில் உட்கார்ந்தார். அவன் கடைசியாகச் சொன்னது காதில் விழுந்ததென்றால், அதைக் காட்டிக் கொள்ளவில்லை. அவனும் மெக்கானிகல் இஞ்சினியரிங்தானா என்று விசாரித்தார்.

"ஆமாம்.'

"குட், குட்... இரண்டு இளம் மெக்கானிக்கல் இஞ்சினியர்கள்..."

நாங்கள் புன்னகை செய்தோம். அவர் தான் அணியக்கூடிய ஒரு பிம்பத்துக்காகத் தேடிக்கொண்டிருந்தார். நான் இதில் அவருக்கு உதவியாயிருக்க விரும்பினேன்.

அப்பா அறையைச் சுற்றிப் பார்வையை ஓட்டினார். "ஒரே களேபரமாகக் கிடக்கிறது" என்று நான் மன்னிப்புக்கோரும் பாவனையில் சொன்னேன்.

"அது உன் வழக்கமாச்சே!" என்றார் அப்பா.

ராவ் உரக்கச் சிரித்து, "ஆமாம், சரியான சோம்பேறி இவன் என்றான்.

"இவன் ரூமும் இப்படித்தான் இருக்கும்" என்றேன் நான்.

"உம்..." என்றவாறு அப்பா கட்டிலை, படுக்கையைப் பார்த்தார். நான் திகிலுடன் அவர் பார்வையைத்

தொடர்ந்தேன். தலையணைக் கடியில் நான் பிளேபாயை ஒளித்து வைத்திருந்தேன். அப்பா நாற்காலியின் கைப்பிடியில் தாளம் போட்டவாறு ராகம் இழுத்தார். "குட், குட்" என்றார் மறுபடி. "உட்கார்ந்து கொள்ளேன்" என்றார். ராவ் நின்றிருந்ததைப் பார்த்து. அவன் கட்டில்மீது உட்கார்ந்தான் சிறிது நேரம் யாரும் பேசவில்லை.

"வெளியில் எங்கேயாவது போவதாக பிளான் போட்டிருந்தீர்களோ?" என்று அப்பாதான் மறுபடி பேசினார்.

"இல்லையில்லை" என்றான் ராவ்.

"வாரக் கடைசியிலே சினிமா கினிமா போவோம். மற்றபடி இங்கேயேதான் உக்காந்து ஏதாவது பேசிண்டிருப்போம்" என்றேன் நான்.

"ஓ!"

"கீழே ஒரு சின்னத் தோட்டம் மாதிரி இருக்கு. அங்கே உட்கார்ந்திருப்போம்" என்று ஜன்னலின் திசையில் கை காட்டினேன். ஜன்னலுக்கு மறுபுறம் தெரிந்த கோனிஃபரஸ்ஸை அப்பா பார்த்தார். "பரவாயில்லையே... இந்த ஜன்னல் வரைக்கும் தோட்டம் வந்திருக்கே!" என்று ஜோக் அடித்தார். ஜன்னலருகில் சென்று கீழே பார்த்தார். "ம்... ஜவந்தி... ஒரே ஜவந்திப் பூவாய்த்தானிருக்கு" என்றார். "வேறே பூக்கள் எதுவும் இங்கே வளராதோ?"

"வைச்சால் வளரும்" என்றேன். "தோட்டத்தை இப்போதெல்லாம் அவ்வளவு சிரத்தையாக யாரும் பார்த்துக்கொள்வதில்லை. எப்பவோ வச்ச செடிகள் இதெல்லாம்... சிலது தனியாகவே வளர்ந்திருக்கு."

"ஏன், நீங்கள் பார்த்துக்கொள்வதுதானே தோட்டத்தை?" என்றார் அப்பா. அவர் தேடிக் கொண்டிருந்த பிம்பம் கிடைத்து விட்டது. பொறி இயல் மாணவர்களுக்கு இயற்கையின் அழகையும் எளிமையையும் எடுத்துக் கூறும் இயற்கைத் தோழன்: அந்த உலகம் அவருக்குப் பரிச்சயமான, பிரியமான உலகமும்கூட. வீட்டில் அவர் பெரும்பாலும் பின்புறமிருந்த சிறிய தோட்டத்தில் கொத்திக்கொண்டும்,

கிளறிக் கொண்டும், செடிகளுடன் பேசிக்கொண்டும் பொழுதைக் கழிப்பார். (என்ன இலையெல்லாம் பூச்சி அரிக்க விட்டிருக்கியே இப்படி!" "ஏண்டா உற்சாகமில்லாமலிருக்கே... வெய்யில் தாங்கலை உனக்கு, பாவம்...") வீட்டினுள் மனித உறவுகளில் அவர் அடைந்த தோல்வி அவரைச் செடிகளிடம் விரட்டியிருக்கலாம்.

தோட்ட வேலை செய்தல் எப்படி இளைப்பாற உதவுவதுடன் நல்ல ஒரு தேகப்பயிற்சியாகவும் விளங்கக்கூடுமென்று அவர் விளக்கினார். யந்திரங்களைப் பூட்டவும் ஓட்டவும் கற்கப் போகும் நாங்கள், இயற்கையின் பல நுணுக்கமான, நிச்சயமான பூட்டல்களிலிருந்தும் இயக்கங்களிலிருந்தும் பணிவையும் உற்சாகத்தையும் ஒருங்கே பெறக்கூடும்

அப்பா, முத்துக்களைக் கோர்ப்பது போன்ற கவனத்துடன், ஒரு நடுக்கத்துடன் ஒவ்வொரு வார்த்தையாக எடுத்துக் கோர்த்து, வாக்கிய மாலைகளை உருவாக்கினார். எந்த நிமிடமும் தான் பேசுவதை யாராவது தவறென்று தட்டிக் கேட்கக் கூடுமென்று பயப்படுகிறவர் போல இருந்தது. வெகுகாலம் அழுத்தி வைக்கப்பட்ட 'ஸ்பிரிங்'கை நினைவூட்டின அவருடைய பேச்சும் பாவனைகளும். துள்ளல் இல்லை, முடுக்கு இல்லை.

ஆனால் ராவின் பரிவு நிரம்பிய புன்னகையும் ஆமோதிப்புத் தலையாட்டல்களும் அவருடைய தன்னம்பிக்கையை அதிகரிக்கச் செய்தன. அவர் அந்தக் காலத்து குருகுலவாசத்தைப் பற்றி – இயற்கையோடிழைந்த அக்கல்வி முறையின் சிறப்புகளைப் பற்றி – ராவுக்கு விளக்கமாகக் கூறத் தொடங்கினார். அப்பா ராவைத் தன் உலகத்தினுள் அனுமதித்துவிட்டாரென்று நான் புரிந்துகொண்டேன். அவ்வாறு அனுமதிக்கப்பட்டவர்களிடம்தான் அவர் குருகுல வாசம் போன்றவற்றைப் பற்றிப் பேசுவார். அவை அவருடைய சொந்தக் கருத்துக்களல்ல, இரவல் வாங்கியவைதான், என்றாலும் அவருக்கு அதில் பூரண நம்பிக்கை இருந்தது என்பதில் மட்டும் சந்தேகமில்லை.

இதற்கிடையில் காண்டீன் பையன் காப்பி கொண்டு வந்தான். அப்பாவின் தன்னம்பிக்கை அவனைப் பார்த்ததும் மேலும் அதிகமாயிற்று. அவர் ஒரு இன்டலெக்சுவல் அல்ல, உத்தியோக வாழ்வில் ஒரு உயர்ந்த மட்டத்தை எட்டியும் இருக்கவில்லை. எனவே சமூகத்தின் கீழ்த்தட்டைச் சேர்ந்தவர்களுடன் – இவர்களுடன் மட்டுமே – அவர் மிகவும் சகஜமாக உணர்ந்தார். தன் அண்ணா வீட்டுக்குப் போனால்கூட, அங்கு அண்ணாவுடனோ மன்னியுடனோ அதிகம் பேசாமல், அவர்கள் வீட்டு கார் டிரைவர், தோட்டக்காரன் ஆகியோருடன் பேசிவிட்டு வருவார்.

காண்டீன் பையனுக்குக் கிட்டத்தட்ட எங்கள் வயதுதான் இருந்திருக்கும், ஆனால் போதிய ஊட்டமில்லாததாலோ என்னவோ, பார்க்க ரொம்பச் சின்னவனாகத் தோற்றமளிப்பான். கொல்லத்தின் அருகிலிருந்த ஒரு ஊரைச் சேர்ந்தவன் அவன். மலையாளப் படங்கள் நிறையப் பார்ப்பான். அவனுடைய பிரிய நடிகை சாரதா. பிரிய நடிகன் அடூர் பாஸி. முதலிலெல்லாம் சாரதாவுக்குக் கல்யாணம் ஆகிவிட்ட செய்தி அவனுக்குத் தெரியாது; பிறகு இங்கே யாரோ சொல்லிவிட்டார்கள். அன்றிலிருந்து அவன் கொஞ்சம் உற்சாகம் குறைந்தவனாகக் காணப்பட்டான். ஜெயபாரதி, லக்ஷ்மி போன்றவர்களை அவன் வழிபடத் தயாராயில்லை. இவர்களுக்கு 'ஆக்டிங் போதாது என்பதுடன், பல படங்களில் மேற்கத்திய பாணி உடைகளை வேறு அணிந்துகொண்டு 'கூத்தடித்தார்கள்.' இதில் அவனுக்கு உடன்பாடு இல்லை. சாரதா பாண்ட் போடுவதில்லை. சாரதா சாரதாதான்.

"எந்தா நாயரே, எந்தா விசேஷமாணு?" என்று ராவ் அந்தப் பையனிடம் மலையாளத்தில் பேசத் தொடங்கி, "புதுப்படம் ஒண்ணும் பார்க்கலையா?" என்று தமிழில் முடித்தான்.

"ஞான் சினிமா காணல் நிறுத்தி" என்றான் நாயர்.

"ஏன்? என்னவாயிற்று?"

நல்ல படங்களெதுவும் வருவதில்லையென்று சுருக்கமாகத் தெரிவித்துவிட்டு அவன் மௌனமானான்.

அப்பாவுக்கெதிரில் இதைப்பற்றி அவன் விளக்கமாகப் பேச விரும்பவில்லையென்று தோன்றியது.

இதற்குள் அப்பா, அவன் மலையாளத்தைச் சேர்ந்தவன் என்று தெரிந்ததும் உற்சாகத்துடன் அவனுடைய பெயர், ஊர் ஆகியவற்றை விசாரித்தார். கொல்லம் ஸைடுதான் அவனுக்கு என்று தெரிந்ததும் அவருக்கு மகிழ்ச்சியில் மூர்ச்சையே போட்டுவிடும் போலாகி விட்டது. அவர் இரண்டு வருஷங்கள் கொல்லத்தின் அருகே இருந்திருக்கிறார். அத்திம்பேர் (என் அத்தையின் கணவர்) அங்கே ஒரு கம்பெனியில் வேலையாயிருந்தார். திடீரென்று ஒரு விபத்தில் அவர் இறந்துவிட, அதன்பிறகு அத்தை எங்களுடன் இருந்து வரத் தொடங்கினாள்.

அப்பா மிக்க ஆர்வத்துடன் கொல்லம் கடைத்தெருவைப் பற்றி மரங்களைப் பற்றி, ஓட்டல்களையும் தியேட்டர்களையும் பற்றி, ருசியான சாப்பாடு பற்றி, காயல் கரையோரம் பற்றி, கொல்லத்திலிருந்து எர்ணாகுளத்துக்கு போட்டில் செல்லும் பரவசமூட்டும் அனுபவம் பற்றி, கடலைப் பிரதமன் பற்றி – அவனுடன் உற்சாகத்துடன் பேசத் தொடங்கினார். சில பழைய கடைகள், ஓட்டல்கள் பற்றிக் கேட்டார். அங்கு வேலையாயிருந்தவர்கள் பற்றிக் கேட்டார். இக்கடைகளில் சில இப்போது கைமாறியிருந்தன. சில மறைந்தே போயிருந்தன. சில மனிதர்கள் இறந்துவிட்டிருந்தார்கள்... பேசிக்கொண்டேயிருந்த போது அப்பாவின் முகத்தில் ஒளி அதிகரித்துக்கொண்டே போயிற்று. அவர் மீண்டும் கவலையற்ற சின்னப் பையனாக, அக்காவின் வீட்டில் வேளா வேளைக்குச் சாப்பிட்டுவிட்டு ஊர் சுற்றப் போகிறவராக அந்த நிமிடங்களில் மாறிப் போனார். அந்த நாளைய தன் உருவத்தையே அவர் மீண்டும் நாயரிடம் பார்த்திருக்கலாம். இப்போது நாயருக்கு ஆகிற வயதுதான் அவருக்கு அந்தக் காலத்தில் தன் அக்கா வீட்டில் இருந்தபோது ஆகியிருக்கும். நடுவில் ஒரு முறை அவர் சிரிக்கக்கூடச் செய்தார். அப்படி அவர் சிரித்து நான் பார்த்து வெகுநாளாயிற்று. ஆனால் நாயர் போன பிறகு மறுபடி அறையில் மௌனம் நிலவியது. இந்த மௌனம் ராவைச் சங்கடப் படுத்தியிருக்க வேண்டும். அப்பாவும் பிள்ளையும் பேச வேண்டிய எதையெதையோ

தான் தடுத்துக்கொண்டிருக்கிறோமோ என்று அவன் நினைத்திருக்க வேண்டும். "சரி.... நான் வரேன்" என்று அவன் எழுந்தான். உண்மையில் அவன் பேச்சுக்குத் தடையாக அல்ல, பேச்சுக்கு உதவியாகத்தான் இருந்ததால், நாங்கள் இருவரும் "என்ன அவசரம்..." என்று அவனை நிறுத்தினோம். அவன் போய் விட்டால் எங்களிடையே இறுக்கமான ஒரு மௌனம் நிலவப் போவதாக நான் பயந்தது போலவே அப்பாவும் பயந்தாரென்பது தெரிந்தது.

என் அப்பாவுக்கும் எனக்குமிடையே நேச உறவுகள் நிலவவில்லையென்று இதற்குப் பொருளில்லை. ஆனால் இந்த நேசம் வார்த்தைகளின் மூலமாக அன்றி வேறு வகைகளில் பிரகடனமாவதுதான் வழக்கமாயிருந்தது. வீட்டில் என் பனியன்கள், வேஷ்டிகள் கிழிந்துகொண்டிருப்பதை அப்பா அவ்வப்போது கவனித்துப் புதிசு வாங்கி வருவார். என் படுக்கை விரிப்பு மற்றும் தலையணை உறைகளை மாற்றுவதும், வண்ணானுக்குப் போடுவதும் அவர்தான். என் டூத் பிரஷ் தேய்ந்திருந்தால் அவராகவே கவனித்துப் புதிய பிரஷ் வாங்கி வருவார். காலை வேளைகளில் சீக்கிரம் எழ வேண்டுமானால் அவரிடம் சொன்னால் போதும், கரெக்டாக அந்த நேரத்துக்கு எழுப்பிவிட்டு விடுவார். ஆப்பிள் போன்ற பழங்களை நறுக்கினால் அவராகவே துண்டங்களை நான் இருக்குமிடத்துக்கு வந்து கொடுத்து என்னைத் தின்னச் செய்வார். என்னைப் பொறுத்தவரை, நான் படிக்கும் புத்தகம் அல்லது பத்திரிகை எதிலாவது அப்பா ரசிக்கக்கூடிய அம்சம் ஏதாவது இருந்தால் அதை அவருடன் பகிர்ந்துகொண்டது தான் நான் அவர்பால் பிரியம் காட்டிய ஒரே உதாரணமாக எனக்கு நினைவு வருகிறது. ஆனால் இதுவே அவருக்கு பெருமகிழ்ச்சியளித்தது; நான் அவரை ஒரு இன்டலெக்சுவலாக மதித்தேனென்று அவர் கர்வப்படுவார்.

வற்புறுத்தல்களை மீறுவது ராவின் வழக்கமில்லை. அவன் உட்கார்ந்தான். எனக்கு இப்போது இன்னொரு பயம் பிடித்துக் கொண்டது. அப்பா விடைபெற்றுச் செல்வதுவரையில் அவன் இருக்கப் போகிறானென்றால், அதன் பிறகு நானும் அவனும் தனித்துவிடப் போகிறோம்.

அதுவும் சங்கடமான ஒரு சங்கதியாகவே இருக்கப் போகிறது, சமீபகாலமாக – அவன் அம்மா என்னைக் கூப்பிட்டனுப்பிய பிறகு – நானும் அவனும் முன்போல சகஜமாக உணரவில்லை, அப்படி சகஜமாக இருக்க நாங்கள் மிகவும் முயன்று வந்தபோதிலும்.

ராவின் வீட்டுத் தோட்டத்தைப் பற்றி அப்பாவுக்குச் சொல்ல வாயெடுத்தவன், அத்தோட்டத்தைப் பற்றிய பிரஸ்தாபம் வேறு நினைவுகளை எழுப்புமென்றும் பயந்து, மௌனமாயிருந்தேன். ராவும் இதேபோல எதையெதைப் பற்றிச் சொல்ல நினைத்து, சொல்ல வேண்டாமென்று இருக்கிறானோ என்று நினைத்தேன். இப்படி மனதில் தோன்றுவதை பட்டென்று பேச முடியாத ஒரு சூழ்நிலைகூட எனக்கும் ராவுக்குமிடையே உருவாகிவிட்டதேயென்று எனக்கு ஆச்சரியமாக இருந்தது. எங்களுடைய மௌனத்தினால் மறுபடி அப்பாதான் பேசினார். அந்த நாள் முழுக்க முழுக்க அப்பாவுடையதாகவே ஆகிவிட்டது.

கொல்லத்தில் அந்த நாட்களில் எப்படியிருந்ததென்று அவர் சொன்னார். அப்போது அவருக்குக் கிட்டத்தட்ட எங்கள் வயதுதான். எஸ்.எஸ்.எல்.ஸி. பரீட்சை எழுதியிருந்தார். அக்கா வீட்டில் உட்கார்ந்து கொண்டு எதிர்காலத்தைப் பற்றிக் கனவுக் கண்டு கொண்டிருந்தார். பெரியப்பா –அப்பாவின் அண்ணா – அப்போது எம்.எஸ்.ஸி. கடைசி வருஷம். அப்பாவுக்கு அவனைப் போல பெரிய படிப்பெல்லாம் படிக்கும் ஆசையில்லை. எஸ்.எஸ்.எல்.ஸியையே அவர் மிகவும் கஷ்டப்பட்டுப் படித்து முடித்திருந்தார், அண்ணா அல்ல, அத்திம்பேர் தான் அப்பாவின் அன்றைய ஆதரிசமாக விளங்கினார். அத்திம்பேர் மணலிலிருந்து கனிமங்களைப் பிரித்தெடுக்கும் தொழிற்சாலை ஒன்றில் ஃபோர்மனாக இருந்தார். அவருடைய மீசை, சிகரெட் பிடித்தல், முழுக்கைச் சட்டையை முழங்கைக்கு மேல் மடித்து விட்டுக்கொள்ளல், முதலிய ஒவ்வொன்றும் அப்பாவுக்கு, அந்த வயதில், கவர்ச்சியாக இருந்தன. அத்திம்பேர் தெருவில் நடந்து செல்கையில் தொழிலாளிகள் ஒருவர் பின் ஒருவராக அவருக்குச் சலாம் செய்தது அப்பாவின் பக்தியை அதிகரித்தது. பெரியவனான பிறகு ஃபோர்மனாகப் போவதாக அவர்

முடிவு செய்தார். அதற்கு முதற்படியாக, அத்திம்பேரின் ஆபீஸில் ஸ்டோர்ஸ் பிரிவில் ஒரு குமாஸ்தாவாகச் சேர்ந்தார். கூடவே எல்.எம்.ஈ. படித்தார்... ஆமாம், அவரும் அந்தக் காலத்தில் கிட்டத்தட்டப் பாதி மெக்கானிக்கல் இஞ்சினியராக இருந்தார். (நானும் ராவும் புன்னகை செய்கிறோம்.) ஆனால் இந்தப் படிப்பை, என்னுடைய வழக்கமான வேகத்தில் (மறுபடி எங்கள் புன்னகை) நான் முடிப்பதற்குள் அத்திம்பேர் – ஓ, ஹீ வாஸ் ஸச் எ நைஸ் மேன் – செத்துப் போனார். ஃபாக்டரியில் ஒரு விபத்து. உனக்குத் தெரியும், அதெல்லாம் (இது என்னைப் பார்த்து: நான் தலையசைக்கிறேன்). என் அம்மா உடனே நானும் அந்த லைனில் போக வேண்டாமென்று சொல்லி விட்டாள்.. இந்தப் பெண்களும், அவர்களுடைய ஸ்டுபிட் மூட நம்பிக்கைகளும்! என்ன செய்வது, இதுதான் நம் வாழ்க்கை... நான் இந்த ஸ்டுபிட் பரீட்சையை எழுதி இங்கே வந்ததேன்...

"பாட்டி இருந்திருந்தால், ஒரு வேளை நான் மெக்கானிக்கல் இஞ்சினியரிங் படிப்பதற்கு ஒத்துக்கொண்டிருக்க மாட்டாளோ என்னவோ..." என்றேன்.

"ஒத்துக்கொண்டிருப்பாள், ஒரே ஒரு ஷரத்தின்மீது – உன் அம்மா அதை எதிர்த்திருக்க வேண்டும்" என்றார் அப்பா. நான், ராவ் இருவரும் சிரிக்க, அதில் அப்பாவும் கலந்துகொண்டார்.

மணி எட்டாகி விட்டது. "சரி..." என்று அப்பா கிளம்பினார். நானும் ராவும் அவரை பஸ் ஸ்டாண்டில் கொண்டுவிடக் கிளம்பினோம். நான் அறையைப் பூட்டினேன். நடக்கத் தொடங்கினோம். படிகளில் இறங்கும்போது, "அதிர்ஷ்டசாலிகள் நீங்களெல்லாம்" என்றார் அப்பா. "சுதந்திரமான ஒரு அறை இருக்கிறது... எனக்கு இவ்வளவு வயதுக்குப் பிறகும் அது கிடைக்கவில்லை. என்னுடையது, என்னுடையது மட்டும் என்று நான் பூரண உரிமை கொண்டாடக் கூடியதாக எனக்கு ஒரு இடமுமில்லை..." என்று தொடங்கியவர், ராவ் இருப்பதை உணர்ந்ததாலோ என்னவோ சற்று நிறுத்தி, இதற்குக் கொஞ்சம் மெருகேற்றினார். "அதாவது எப்போதும் என்னை

எல்லாரும் கட்டிப்போட்டு வைத்திருந்தார்கள், ஆதிக்கம் செலுத்தி வந்தார்களென்று நான் சொல்ல வரவில்லை... it's just how you feel... அவரவர் இயல்பைப் பொறுத்த விஷயமாகவும் இது இருக்கலாம், ஐ டோன்ட் நோ – சில தாவரங்கள் கூட்டங் கூட்டமாக வளர்கின்றன. ஆனால் வேறு சில தனியே வைத்தால்தான் நன்றாக வளர்கின்றன, இல்லையா..? என்னைப் பொறுத்த வரையில், நான் மிக சுதந்திரமாகவும் உற்சாகமாகவும் உணர்வது காலையில் லெட்ரினுக்குள் உட்கார்ந்திருக்கும்போதுதான்!" என்று சொல்லிவிட்டு அப்பா கடகடவென்று சிரித்தார். பிறகு சட்டென்று இந்தச் சிரிப்பைப் பாதியில் நிறுத்தி, "ஸாரி..!" என்று ராவின் கையைப் பிடித்து அழுத்தினார். "தட்ஸ் ஆல்ரைட்" என்றான் ராவ். "எனக்குப் புரிகிறது."

பஸ் சீக்கிரமாகவே கிடைத்து விட்டது. பஸ்ஸுக்குள் ஏறிக்கொண்டு எங்களை நோக்கிக் கையை உயர்த்தி ஆட்டிய அப்பாவின் உருவத்தை – எனக்கு அதிகம் பரிச்சயமில்லாத உருவத்தை – சுமந்தவாறு நான் ராவுடன் ஹாஸ்டலை நோக்கித் திரும்பி நடந்தேன். நம் வாழ்வின சில நேரங்கள், குறிப்பாக மாலை நேரங்கள், தெளிவாக மனதில பதிந்துவிடுகின்றன. ராவுடன் நான் அன்று திரும்பி நடந்தது இன்றும் பசுமையாக நினைவிருக்கிறது. அப்போது அடித்த காற்றின் இலேசான குளிரும், பஸ் ஸ்டாண்டில் ஐஸ் கிரீம் தின்றுகொண்டிருந்த சிறுமியும் மணி என்னவாயிற்றென்று கேட்ட வேர்க்கடலை விற்பவனும்கூட நினைவிருக்கிறது. என் மனதில் ஏனோ ஒருவித சோகம். புரியாத சோகம். 'காஸனோவா' பிம்பம் குறித்து வெட்கம், சலிப்பு. அப்பா எவ்வளவு நல்லவர் என்று நான் நினைத்தேன். அவருடைய பெயர் தினசரியில் வந்ததில்லை. ஆனால் அவர் மிகவும் நல்லவர். அவரைப் போல இருப்பதை ஒரு அவமானமாக எண்ணி அவரிடமிருந்து வேறுபட்டிருக்க வேண்டுமென்று நான் ஏனோ பல சமயங்களில் பரபரத்திருக்கிறேன். அவர் மேல் ஆத்திரப்பட்டிருக்கிறேன், அவர் இல்லாமலிருந்தால் நன்றாயிருக்குமென்றுகூட நினைத்திருக்கிறேன்.

இல்லையில்லை, அதெல்லாம் தப்பு. அவர் இருக்க வேண்டும் அவரைப் போல இன்னும் சிலர்கூட இருக்க வேண்டும்.

'அழகான மாலை" என்றான் ராவ்.

"ஆமாம்" என்றேன். அந்தக் கணத்தில் நாங்கள் மறுபடி நெருக்கமாக உணர்ந்தோம். இயற்கையின் சக்தியைப் பற்றி அப்பா கூறியது உண்மைதானோ?

நாங்கள் டைனிங் ஹாலுக்குள் நுழைந்தபோது அங்கே மூர்த்தி ஏற்கெனவே இருந்தான். என்னையும் ராவையும் சேர்ந்தாற்போலப் பார்த்ததும் ஒரு கணம் அவன் முகத்தில் ஆச்சரியம் மின்னி மறைந்தது. "ஹலோ" என்றான் இருவரையும் பார்த்து. நாங்கள் மறு ஹலோ சொல்லிவிட்டு, வேறிடத்தில் போய் உட்கார்ந்தோம்.

"காலையில் மூர்த்தியை உன்னுடன் பார்த்தேன்" என்றான் ராவ்.

"ஆமாம்...சும்மா போர் டிக்கிறான்" என்றேன்.

"அவனிடம் கொஞ்சம் எச்சரிக்கையாக இருக்க வேண்டும். ஹீ இஸ் வெரி மிஸ்சீவியஸ். ஒருவரைப் பற்றி இன்னொருவரிடம் இல்லாததையும் பொல்லாததையும் சொல்லிக் கொண்டிருப்பான்......... எங்கள் வீட்டைப் பற்றிக்கூட உன்னிடம் ஏதாவது சொல்லியிருப்பானோ, என்னவோ?"

"நத்திங்... என்னிடம் அந்த மாதிரிப் பேச நான் என்கரேஜ் பண்ணுவதில்லை."

"எப்பவாவது ஏதாவது சொன்னாலும் நீ நம்ப வேண்டாம்" என்றான் அவன்.

5

அதற்கடுத்த நாளும், அதற்கடுத்த நாளும், ராவ் வகுப்புகளுக்குப் பிறகு என் அறையில் வந்து உட்கார்ந்து மணிக்கணக்காகப் பேசிக் கொண்டிருந்தான். நகர சுகாதாரம், நெரிசல், போக்குவரத்து ஆகியவை சமபந்தமான பிரச்னைகள் பற்றி. இந்தியர்கள் எல்லோருக்கும் பொதுவான சாபக் கேடுகள் பற்றி. ("இண்டியன்ஸ் ஆர் ப்ளடி கன்ஸர்வேடிவ்", "இண்டியன்ஸ் ஆர் டெர்ட்டி", "இண்டியன்ஸ் ஆர் லேஸி", "இண்டியன்ஸ் ஆர் ஸ்டுபிட்") எண்ணெய் விலை உயர்வு பற்றி. வல்லரசுகளின் ஆயுதப் போட்டி பற்றி. காற்றும் நீரும் களங்கமடைந்து வருவது பற்றி. இத்தகைய சர்வதேசக் கண்ணோட்டத்துடன் எங்கள் விவாதம் நடைபெற்றதற்கு இரண்டு காரணங்கள். முதலாவது, சொந்தப் பிரச்னைகளை விவாதித்துக் கொள்ளுமளவுக்கு நாங்கள் இன்னமும் முன்போல நெருக்கமாக உணரத் தொடங்காதது. இரண்டாவது, மென்மேலும் கவர்ச்சிகரமான வேஷங்களை அணியத் துடித்த, எங்கள் வளர்ந்துகொண்டிருந்த ஈகோ. நாங்கள் சிந்தனைத் திறனின்றி உள்ளதை உள்ளபடியே ஒப்புக்கொண்டு உழலுகிற சராசரிகள் இல்லை. எங்களால் உலகம் முழுவதையும் பரிசீலிக்க முடியும்; விமர்சிக்க முடியும்; தீர்ப்புகள் வழக்க முடியும்.

சக இந்தியர்களே, ஜாக்கிரதை! வல்லரசுகளே, உஷார்!

இந்த விவாதங்களில் ஓரிடத்தில் அப்பாக்களும் இடம்பெற்றார்கள். கடுமையான அப்பாக்கள், கருணையுள்ள அப்பாக்கள், சுறுசுறுப்பான அப்பாக்கள்,

சோம்பேறி அப்பாக்கள், குறுக்கிடுகிற அப்பாக்கள், குறுக்கிடாத அப்பாக்கள். மத்தியதரக் குடும்பத்தின் தலைவர், பொருளாதாரத் தோல்வியையும் சமூக ஹோதாவின்மையையும் மறப்பதற்காக, மூட மரபுகளில் பாதுகாப்பையும் ஹோதாவையும் நாடுகிறாரென்று நான் சொன்னேன். இந்தப் பயத்தையும் எளிய சரணாகதியையும் தன் குழந்தைகள் உள்ளத்திலும் அவர் விதைக்கிறார். துறவு, தனிமை, இயற்கையோடிணைக்கும் அமைதி என்று பேசிக் கொண்டு, தம் இயலாமைக்கு உன்னத அந்தஸ்தை அளித்துக் கொள்ளுதல். இத்தகைய ஒரு சூழ்நிலையில், குழந்தைகளின் வெல்கிற, உயர்வெய்துகிற துடிப்புகள் மழுங்கிப் போகின்றன. உயர்வெய்த வேண்டுமென்ற நினைப்பே அப்பாவையும் அவர் சார்ந்து நிற்பவற்றையும் உதைப்பதாக ஆகி, குற்ற உணர்ச்சியை எழுப்புகிறது.

இவ்வாறு, என் அப்பாவின்பால் என் மனதில் நான் கண்டுபிடித்த புதிய அனுதாபத்தை ஒரு வர்க்கக் குறியீடாக மாற்றிப் பந்தாடினேன், ராவின் மனோரஞ்சகத்துக்காக நான் சொன்ன கருத்துகள் உண்மையில் என் எம்.எஸ்ஸி. பெரியப்பாவிடமிருந்து இரவல் வாங்கியவை.

ராவும் சளைக்காமல், மேல் வர்க்கத்து அப்பாக்களைத் துண்டு துண்டாக்கி, கசக்கி, என் காலடியில் விட்டெறிந்தான். மேல் வர்க்கத்துக் குடும்பத் தலைவர் தன் சமூக ஹோதாவுக்குப் பலியாகி விடுவதாகக் கூறினான். இந்த ஹோதா ஒன்றே முக்கியமானது, வாழ்க்கையில் வேறெதுவும் புனிதமானதில்லை, அர்த்தமுள்ளதில்லை, திரஸ்கரிக்கப் படக்கூடாததில்லை. நட்பு, காதல், நேர்மை, உண்மை, அழகு, அமைதி... ஹூம்! இவை அவர்களைப் பொறுத்தவரை பத்தாம் பசலித்தனமான உருவகங்கள், பாமரர்களின் ஸெண்டி மெண்டல் மயக்கங்கள். இத்தகைய ஒரு சூழ்நிலையில் எமோஷனல் ஸெக்யூரிட்டி இல்லாமல், ஆன்மீகச் சாய்மானம் இல்லாமல், வளர்கிற குழந்தைகள், ஆரோக்கியமான, நாட்டுக்குப் பயன்படக்கூடிய பிரஜைகளாக எப்படி உருவெடுக்க முடியும்?

ராவ் விளாசித் தள்ளிவிட்டான். நான் என்னுடைய எம்.எஸ்ஸி. பெரியப்பாவிடம் இரவல் வாங்கியதைப்

போல, அவனும் தன் கருத்துகளை யாரிடமாவது இரவல் வாங்கியிருக்கலாமென்று நினைத்தேன். அல்லது பணக்காரத் தந்தைக்கெதிராகப் பாட்டாளி மக்கள் சார்பில் (இந்தப் பாட்டாளிகளைச் சேர்ந்த ஒரு பெண்ணின்பாலுள்ள காதலின் சார்பில்) கனல் தெறிக்கும் வசனங்களைக் கதாநாயகன் கக்குகிற ஒரு இந்திய மொழிப் படத்தை அவன் சில நாட்கள் முன்பு பார்த்திருக்கலாம்.

நான் என் அப்பாவைப் பற்றிப் பேசுகிறேனென்றும், அவன் தன் அப்பாவைப் பற்றிப் பேசுகிறானென்றும் தெளிவாக வெளிப்படுத்தாமலிருக்க நாங்கள் மிகவும் பிரயாசை எடுத்துக்கொண்டோம். அதே சமயத்தில் என் மனதில் இருந்த 'மாதிரி அப்பா' யார், அவன் மனத்திலிருந்தவர் யார் என்பதை நன்கு அறிந்திருக்கவும் செய்தோம். அப்பாக்களுக்குப் பிறகு, அம்மாக்களையும் தங்கைகளையும் பற்றி இதே விதமாகக் கண்ணாமூச்சி ஆடினோம். மேல் வர்க்கத்து அம்மாக்களையும், மேல் வர்க்கத்து டீன் ஏஜ் பெண்களையும் விவாதிக்கையில் ராவ் என் பார்வையை நேருக்கு நேர் சந்திப்பதைக் கூடியவரை தவிர்க்க முயன்றான் என்பது குறிப்பிடத்தக்கது.

எப்படியோ இந்தக் கண்ணாமூச்சிகூட எனக்குத் திருப்தியாகவும் மகிழ்ச்சியாகவும்தான் இருந்தது. எங்களிடையே ஏற்பட்டிருந்த பள்ளம் சமதரையாகி விடவில்லைதான்; ஆனால் அது தூர்க்கப்படத் தொடங்கியிருந்தது. இருவருமே அதில் மண் நிரப்பத் தொடங்கியிருந்தோம். இன்னும் ஒரு பிடிச்சு, இரண்டு பிடிச்சுகள், அல்லது மூன்று பிடிச்சுகள்.

ஆனால் வாரக்கடைசியில் ராவ் என்னை சினிமாவுக்கு அழைக்காதபோது, இன்னும் நிறையப் பிடிச்சுகள் தேவை போலிருக்கிறதே என்று தோன்றியது. அவன் என்னை சினிமாவுக்கு அழைக்காதது மட்டுமல்ல, அதற்கான காரணத்தை வேறு மெனக்கெட்டு எனக்கு விளக்கினான். அவன் எனக்கும் சேர்த்துத்தான் டிக்கெட் வாங்கியிருந்தானாம். ஆனால் எதிர்பாராதவிதமாக அவனுடைய சித்தப்பா பிள்ளை ஊரிலிருந்து

வந்துவிட்டானாம். அவனை விட்டுச் செல்வது அசிங்கமாக இருக்கும். அவனுடைய அம்மாவிடமோ தங்கையிடமோ என் பொருட்டு வராமலிருக்கும்படி கோருவதும் 'டெலிகேட்' ஆக இருக்கும், குறிப்பாக சமீபத்திய சூழ்நிலையில். அவன் வேண்டுமானால் போகாமல் இருக்கலாம், நான் அவன் டிக்கெட்டில் போய்க் கொள்ளலாம்.

"சே, சே! டோன்ட் பீ ஸில்லி" என்று நான் அவசரமாக மறுத்து, அவனுக்கு அபயமளித்தேன். "நீ எப்படிப் போகாமலிருக்க முடியும்? மேலும், அன்று எனக்கு வேறு வேலையிருக்கிறது; வர முடியாதென்று நானே உன்னிடம் சொல்ல இருந்தேன்..."

"நிஜமாகவா?"

"ஆமாம்."

ராவ் இந்தத் துரும்பையே பற்றிக்கொண்டு குற்ற உணர்ச்சிக் கடலிலிருந்து கரையேறி, வேறு பேச்சுக்களைப் பேசினான், போனான். சனிக்கிழமை மாலை வந்தது. நான் என் தனிமையைப் பூதாகாரமாக உணர்ந்தவாறு, என் அறையில், வகுப்புகளுக்கு அணிந்து சென்ற உடுப்புகளைக்கூடக் கழட்டாமல், அப்படியே படுக்கையில் விழுந்து கிடந்தேன். நானும் என் அப்பாவாக ஆவதைத் தவிர்க்க முடியவில்லையென்று நினைத்தேன். நானும் என்னைச் சுற்றியுள்ளவர்களால் சுவைக்கப்பட்டு, சாறு உறிஞ்சப்பட்டு, துப்பப்பட்டுவிட்டேன். என் மத்தியதரச் சூழ்நிலையில் நசுங்காமல் தப்பிய ஒரு சில உந்துதல்களுடன் நான் ஹாஸ்டலில் வந்து விழுந்தேன். இந்த மிச்சத்தை ராவ் சில நாள் குதப்பிக்கொண்டிருந்துவிட்டு அவனும் துப்பி விட்டான். ஒரு பணக்கார வாலிபனின் நாள் விளையாட்டுக் கருவி. நான் இப்போது வெறும் சக்கை. களையப்பட்டவன். ஒரு தோல்வி. எல்லாரும் என்னை விட்டுச் சென்றுவிட்டார்கள். எனக்கு யாருமில்லை. நான் இப்படியே இந்தப் படுக்கையில் கிடக்க வேண்டும், தனிமையுடன் போராட வேண்டும். ஜன்னலுக்கு வெளியே சற்று நேரத்தில் இருள் சூழும். அந்த இருள் அறைக்குள் படரும். என் மீது படரும். எனக்குள் படரும். படரட்டும். நான் இருளில் கரைந்து விடுகிறேன்.

யாருக்காக நான் இன்னமும் இருக்க வேண்டும்? என் தேவை யாருக்கும் இல்லை. நான் இல்லாமற் போனால் யாரும் எத்தகைய வெறுமையையும் உணரப் போவதில்லை. மாறாக ஆசுவாசமும், ஏன் மகிழ்ச்சியும்கூட அடையக்கூடும். ராவ், தோள்களைக் குலுக்கிக்கொண்டு, இனி தன் தாய், தங்கையின் கற்பைப் போற்றுகிறவர்களைச் சினிமாவுக்கு அழைத்துச் செல்வான். ராவின் அம்மா, 'முட்டாள்' என நினைத்தவாறு இலேசாகச் சிரித்துக் கொள்வாள். மூர்த்தி உற்சாகமாக மறுபடி ராவை வசப்படுத்திக் கொள்ள முயலுவான். என் பொருட்டுக் குற்ற உணர்ச்சி கொள்ளுதல் எனக்கு அருகதையில்லாத ஒரு கௌரவத்தை வழங்குவதாகும் என்று ஆவேசத்துடன் சுட்டிக் காட்டுவான். என் அப்பா மௌனமாகக் குலுங்கிக் குலுங்கி அழுவார். (பாவம், அவரை நினைத்தால் பாவமாயிருக்கிறது; ஆனால் நான் இறப்பதற்கு அவரை மட்டுமே காரணமாகக் கொள்ள முடியவில்லை.) அம்மா, நடிப்பதற்கு ஒரு புதிய வேஷம் கிடைத்த (சேயைப் பிரிந்த தாய்) புத்துணர்வுடன், உத்வேகத்துடன், ஜோராக அழுவாள், புலம்புவாள். என் தங்கை 'பின் அழுகை' அழுவாள், அம்மாவின் அழுகை சற்று நிற்கும் சமயங்களில் எடுத்துக் கொடுப்பாள்.

பிறகு மாலா.

பங்கஜம் மாமி.

மாலா எனக்காக அழுவாளென்று தோன்றாவிட்டாலும் என் பொருட்டுச் சில கணங்களேனும் சற்றே சோகமாக உணருவாளென்று தோன்றியது. அந்தச் சமயத்தில் அவளிடம் யாராவது டூட்டி ஃப்ரூட்டி ஐஸ்கிரீமை நீட்டினால்கூட, அவள் வேண்டாமென்பதற்கு அடையாளமாக சோகமாகத் தலையசைக்கக்கூடும். பங்கஜம் மாமியைப் பொறுத்தவரையில், அவள் அழுவாளென்பதைப் பற்றி எனக்குச் சிறிதும் சந்தேகம் உண்டாகவில்லை. அவள் நிறைய அழுவாள். இரண்டு நாட்களுக்குச் சாப்பிடமாட்டாள்.

மாமியைப் பார்த்துவிட்டு வரலாமா என்று நினைத்தேன். ஒரு கடைசி அணைப்பு, முத்தம். அந்த நினைவே இறுக்கத்தைத் தளர்த்தி, ஒரு கிளுகிளுப்பை அளித்தது. ஆனால் கூடவே,

வெறும் உடல்ரீதியான அந்தக் கிளுகிளுப்பை நாடி அவளிடம் செல்வது மலிவான செயலாகவும் தோன்றியது, பொறுக்கியைப் போல உணரச் செய்தது. நான் எழுந்திருக்காமல் படுத்துக்கொண்டேயிருந்தேன். வெளியே இருள் வெளிச்சத்தை விழுங்கத் தொடங்கிவிட்டது. இதோ, என் முறையும் வந்துவிடும். கீழே நாயர் ஏதோ ஒரு சோகமான மலையாளப் பாட்டைப் பாடிக்கொண்டிருந்தான். அது என் கடைசி நிமிடங்களின் ஒரு பொருத்தமான பின்னணியாகத் தோன்றியது. என்னை உண்மையிலேயே ஒரு கதாநாயகனாக உணரச் செய்தது. அந்தப் பாட்டு முடிவதற்குள் சில நிமிடங்கள் முன்பாக என் நினைவுகள், என் உணர்வுகள், அவிந்துவிட வேண்டும். பிறகு கொஞ்ச நேரம் பாட்டு மட்டும் கேட்டுக்கொண்டிருக்கும். மெல்ல மெல்ல ஒடுங்கித் தேய்ந்து மறையும். ஒரு சோகக் கவிதையை ஒத்த அந்தக் கணங்களை ரசிக்கப் படுக்கையருகில் யாரும் இல்லாதது மட்டும் ஒரு குறையாகத் தான் இருந்தது. யாராவது இருந்திருக்கலாம். நாயரை வேண்டுமானால் மேலே வந்து பாடச் சொல்லலாமா?

திடீரென்று படபடவென்று கதவைத் தட்டியவாறு என் பெயரை யாரோ உரக்கக் கூப்பிடுகிற சத்தம் கேட்டது. மூர்த்தியின் குரல். நான் எழுந்து சென்று கதவைத் திறந்தேன்.

"தூக்கமா?" என்றவாறு மூர்த்தி உள்ளே வந்தான்.

"சும்மா படுத்துக்கொண்டிருந்தேன்" என்று நான் விளக்கைப் போட்டேன்.

மூர்த்தி கட்டிலில் உட்கார்ந்தான். நான் அவனருகில் உட்கார்ந்தேன். இப்போது நான் சக்கையாக உணரவில்லை. இந்த உலகத்திலிருந்து மறைந்து போய்விடவேண்டுமென்று விரும்பவில்லை. மூர்த்தியே இன்னும் இருக்கிறானே என்று நினைத்தேன். இது கண்ணியமற்ற நினைப்புத்தான். என்ன செய்வது, நாம் பூரணத்துவத்துக்காக முயன்று தோற்றவாறு இருக்கிறோம்.

"நீ சினிமாவுக்குப் போயிருப்பாய் என்று நினைத்தேன்" என்றேன் நான்.

"ராவுடனா?"

நான் தோள்களைக் குலுக்கினேன்.

"எனக்கு இன்றைக்கு இன்னொரு என்கேஜ்மெண்ட் இருந்ததால் முன்னதாக ராவிடம் நான் வருவதைப் பற்றித் தீர்மானமாகச் சொல்ல முடியாமலிருந்தது. ஸோ, வரவில்லையென்று சொல்லி விட்டேன். கடைசியில் அந்த இன்னொரு என்கேஜ்மெண்ட்டும் போஸ்ட்போன் ஆகிவிட்டது."

"ஓ!" என்றேன் நான். அந்த இன்னொரு என்கேஜ்மெண்ட் என்னவென்று அவன் சொல்லவில்லை, நானும் கேட்கவில்லை.

"நீ போயிருப்பாயென்று நினைத்தேன், ராவுடன்" என்றான் மூர்த்தி.

"எனக்கும் வேறு வேலையிருந்தது."

"ஓ"

சற்று நேரம் மௌனம். பிறகு, "வெளியில் போகலாம். வருகிறாயா?" என்றான் மூர்த்தி.

"எங்கே?"

"நான் உனக்கு ஒன்று காட்ட வேண்டும்."

"என்ன?"

"அது வந்தால்தான் தெரியும்."

அந்தச் சமயத்தில் எங்கேயாவது வெளியே போய்விட்டு வருகிற மனநிலையில்தான் நானும் இருந்தேனாகையால், இதற்கு மேற்பட்ட வற்புறுத்தல் எனக்குத் தேவையாயிருக்கவில்லை.

இருவரும் வெளியே வந்தோம்.

மூர்த்தி நேராக என்னை நகரத்தின் பிரசித்தி பெற்ற ஒரு ஐந்து நட்சத்திர ஹோட்டலுக்கும் அழைத்துச் சென்றான். இந்த ஹோட்டலுக்கு நான் சென்றது அதுதான் முதல் தடவை. இந்த ஹோட்டலின் தட்டலான முகப்பு,

பிரும்மாண்டமான லௌஞ்ச், வரிசையான கடைகள், குறுக்கும் நெடுக்குமாய்ச் சென்ற பாதைகள். கெட்டியான விரிப்புகள் எல்லாமே என்னைப் பிரமிப்பில் ஆழ்த்தின இதற்கான பெருமையெல்லாம் என்னைத்தான் சேரும் என்பது போன்ற ஒரு பாவம் மூர்த்தியின் முகத்தில் குடிகொண்டிருந்தது. சினிமாத் தியேட்டருக்குள், கையில் டிக்கெட்டுகளுடன் எல்லாருக்கும் முன்பாக நுழைந்து செல்லும்போது அவன் முகத்தில் இதே பாவம்தான் காணப்படும். இந்த இடங்கள் கிட்டத்தட்ட அவனுக்குச் சொந்தம் போலவும், எங்கள் பிரமிப்பு அவனுக்கு அளிக்கப்படுகிற பாராட்டுப் போலவும், ஆனால் இந்தப் பாராட்டை ஒரு கனவானுக்குரிய அசட்டையுடன் அவன் லேசாக ஒதுக்கிவிடுவது போலவும்.

ரிஸப்ஷனில் இருந்தவனிடம் சென்று மூர்த்தி ஏதோ விசாரித்தான். அவன் மூர்த்திக்கு ஏற்கனவே நன்கு பரிச்சயமானவன் போலத் தோன்றினான். மூர்த்தியின் முதுகில் ஓங்கி அறைந்து, பெரிதாகச் சிரித்தான். இருவரும் மெல்லிய குரலில் ஏதோ பேசிக்கொண்டார்கள். இந்தப் பேச்சு முடிவில்லாமல் நீண்டுகொண்டே சென்றது. நான் கொஞ்ச நேரம் இருவர் முகத்தையும் மாறி மாறிப் பார்த்தவாறு, அவர்கள் சிரிக்கும்போது சிரித்துக்கொண்டு, தலையாட்டும்போது நானும் ஆட்டிக்கொண்டு, ஒரு ஆர்வமுள்ள ரசிகன் என்ற முறையிலேனும் அந்தச் சம்பாஷணையில் கலந்துகொள்ள முயன்றேன். ஆனால், அவர்கள் – குறிப்பாக ரிஸப்ஷனில் இருந்தவன் – என்னைச் சட்டை செய்ததாகவே தெரியவில்லை. நான் எரிச்சலுடன் அவர்களுக்கு முதுகைக் காட்டிக்கொண்டு லௌஞ்சில் நடப்பவற்றை வேடிக்கை பார்க்கத் தொடங்கினேன். இவனுடன் கிளம்பி வந்ததற்கு எனக்கு நல்ல தண்டனை கிடைத்துவிட்டதாக நினைத்தேன். ராவ் போன்ற ஒருவனின் அலட்சியத்திலும்கூட ஒரு நாசூக்கும் நளினமும் இருந்தது. மூர்த்தியைப் போன்ற ஒருவனின் நேச பாவமும் இதன் பிரகடனமும்கூட அபஸ்வரங்கள் நிறைந்ததாய் சுருக் சுருக்கென்று குத்தியது. இந்த ஹோட்டல் ரிஸப்ஷனில் இருப்பவனுடன் தன்னுடைய நெருக்கத்தை எனக்குக் காட்டி,

இத்தகைய செல்வாக்குள்ள நண்பனைப் பெற்றிருப்பதை உணர்ந்து நான் பெருமைப்பட வேண்டுமென்பதுதான் மூர்த்தியின் லட்சியம் போலும். ஸ்டுபிட் ஆஸ். நான் சோர்வுடனும் ஏக்கத்துடனும் ராவை நினைத்துக்கொண்டேன். ராவ் ராவ்தான். உள்ளடக்கத்தைப் போலவே உருவமும் முக்கியமானது. ஏன், உள்ளடக்கத்தைவிடவும் கூட முக்கியமானது. நயமற்ற புன்னகையைவிட நயமான முகச்சுளிப்பு மேலானது....

மூர்த்தி தன் நண்பனிடம் விடைபெறும் சமயத்தில் அவனை எனக்கு அறிமுகப்படுத்தினான். அவன் ஊக்கமில்லாமல் என்னுடன் கைகுலுக்கி என் எரிச்சலை அதிகமாக்கினான். 'எனக்கு நீ தேவையில்லை' என்று சொல்லும் பாவம். அவன் ரொம்ப முக்கியமானவனாம். அவனுடன் பரிச்சயம் வளர்த்துக்கொண்டு அதன் மூலம் பயனடைய விரும்புகிறவர்களின் பட்டியலை அவன் மேலும் நீட்ட விரும்பவில்லையாம். பாஸ்டர்ட்! அப்படி அவன் மூலம் பிறர் அடையக்கூடிய பயன் என்னவென்றுதான் எனக்குப் புரியவில்லை. ஹோட்டலில் மிஞ்சிய ஃப்ரூட் ஸாலட், விருந்தினர்கள் விட்டு செல்லும் கைக்குட்டைகள், க்ரீம் லோஷன்கள், சோப்பு, சிகரெட் லைட்டர் ஆகியவற்றை இனாமாகத் தள்ளிவிடுவான் போலிருக்கிறது. மூர்த்தியைப் போன்ற ஒருவன் இதை ஒரு பெரும் பேறாக எண்ணுவதில் வியப்பில்லை.

நாங்கள் லௌஞ்சில் போய் உட்கார்ந்தோம். அங்கு வந்து போனவாறு இருந்த அழகிய முகங்களை, வடிவங்களை, நோட்டமிட்டவாறு இருந்தோம். இத்தகைய செயல் எனக்கு இயல்பாக அளித்திருக்கக் கூடிய உற்சாகம் மூர்த்தியின் அண்மையினால் மிகவும் மட்டுப்பட்டதாகவே இருந்தது. அவன் பார்வையும் என் பார்வையும் ஒன்றாக, அவன் ரசனையும் என் ரசனையும் ஒன்றாக இருப்பது எப்படிச் சாத்தியமாகும்? இல்லை; நான் ஒரு பெண்ணைப் பார்ப்பதிலும் அவன் ஒரு பெண்ணைப் பார்ப்பதிலும் வித்தியாசம் இருக்கிறது. இருக்க வேண்டும். இந்த வித்தியாசத்தைப் பறைசாற்றும் நோக்கத்துடன் நான்

தரைவிரிப்பின் டிஸைன், கூரை அலங்காரங்கள், தூண் அலங்காரங்கள் போன்ற அசேதன அழகுகளை மட்டும் ரசிக்கத் தொடங்கினேன்.

நேரம் சென்று கொண்டேயிருந்தது. "லுக் மூர்த்தி!" என்றேன் நான். "இந்த ஸஸ்பென்ஸ் குழந்தைத்தனமாகயிருக்கிறது. எதற்காக, யாருக்காகக் காத்திருக்கிறோமென்பதை நீ உடனே சொல்லாவிட்டால் நான் இப்போதே போகிறேன்" என்றேன் நான்.

"ப்ளீஸ் – இன்னொரு பதினைந்து நிமிடம்" என்றான் மூர்த்தி. "பதினைந்து வினாடிகூடக் காத்திருக்க முடியாது. Am sick and tired."

'பாரி'ல் உட்கார்ந்திருந்தால் இவ்வளவு டயர்டாக இருக்காது. ஆனால், டிரபிள் இஸ், இவர்கள் வரும்போது மிஸ் பண்ணி விடுவோம்.

எனக்கு மறுபடி எரிச்சலாயிருந்தது. மர்மத்தை அவன் தொடருவது பற்றி, பெரிய மனிதத் தோரணை பற்றி. 'பாரி'ல் போய் உட்கார்ந்திருக்கலாமாம்! பெரிய..!

"பார்கீப்பரையும் உனக்குத் தெரியுமா?" என்று கேட்டேன்.

மூர்த்தி இதற்குப் பதில் சொல்வதற்குள் திடீரென்று ஓட்டலுக்குள் ஆறேழு பேர் நுழைந்தார்கள். இருவர் பெண்மணிகள்; ஒருத்தி எனக்குத் தெரிந்தவள்.

ராவின் அம்மா.

ஆண் முகங்களில் ஒன்று பரிச்சயமானதாகத் தோன்றியது. ஆனால் நிச்சயமாக நினைவுக்குக் கொண்டு வரவும் முடியவில்லை.

"தெரிகிறதா?" என்றான் மூர்த்தி.

"தெரியவில்லை" என்றேன்.

அவன் சில வருடங்களுக்கு முன் நல்ல படங்கள் சிலவற்றை எடுத்திருந்த ஒரு டைரக்டரைக் குறிப்பிட்டான்.

"வி.எஸ்.வியா?" என்றேன் ஆச்சரியத்துடன்.

“ஆமாம்” என்றான் மூர்த்தி. “இப்போது தாடி வைத்துக்கொண்டிருக்கிறார்.”

நாங்கள் பார்த்துக்கொண்டிருந்தபோதே, வி.எஸ்.வி. ராவின் அம்மாவை அணைத்தாற் போலப் பிடித்தவாறு லிஃப்டை நோக்கிச் சென்றார். மற்றவர்களும் அவர்களைப் பின்தொடர்ந்தார்கள். அவர்கள் லிஃப்டுக்குள் நுழைந்து, லிஃப்ட் மேலே செல்லத் தொடங்குவது வரை நாங்கள் கண்கொட்டாமல் பார்த்துக்கொண்டேயிருந்தோம்.

“இன்றிரவு வி.எஸ்.வியின் புதிய படத்தின் பிரீமியர் ஷோ” என்றான் மூர்த்தி. “அதற்காகத்தான் வந்திருக்கிறார்; எப்போதும் இந்த ஹோட்டலில்தான் தங்குவார் அவர்.”

“ராவின் அம்மா...”

“அவள் அவருக்கு மிகவும் நெருக்கமானவள்.”

‘இவரைப் பற்றிதான் அன்றைக்குச் சொன்னாயா?”

“ஆமாம்.”

நான், அவர் அவளை அணைத்தவாறு லிஃப்ட்டை நோக்கிச் சென்ற காட்சியை மறுபடி நினைத்துப் பார்த்தேன்.

இரண்டு வருடங்களுக்கு முன் வி.எஸ்.வி. கிட்டத்தட்ட பைத்தியம் பிடிக்கும் நிலையிலிருந்தார் என்பதை மூர்த்தி எனக்கு நினைவு படுத்தினான். அவருடைய இரண்டாவது படமும் மூன்றாவது படமும் படுதோல்வியடைந்துவிட்டிருந்தன. தலைக்கு மேல் கடன். அவருடைய மனைவி வேறு அவரைவிட்டு ஓடிவிட்டாள். அவர் தற்கொலை செய்து கொள்ளுமளவுக்குப் போய்விட்டார். ராவின் அம்மாதான் அவரை அந்தக் கஷ்டமான காலத்தில் பேணினாள். அவர் சிதைந்து போகாமல் காப்பாற்றினாள். இப்போது இந்தப் புதிய படத்துக்கு வேண்டிய பணம் புரட்டவும் அவள்தான் உதவினாள். ஸ்வப்ன சுந்தரியையும் ராகவேந்திராவையும் இந்தப் படத்தில் நடிக்குமாறு ஒப்புக்கொள்ளச் செய்ததும் அவள்தான்; இவர்கள் அவளுடைய குடும்ப நண்பர்கள். இந்தப் படம் ஒரு ஹிட் ஆகப் போகிறது. இனி வி.எஸ்.விக்கு நல்ல காலம்தான்.

“இது ஹிட் ஆகுமென்று எப்படித் தெரியும்?” என்று கேட்டேன்.

“நடிக நடிகையரிலிருந்து மியூஸிக் டைரக்டர், டான்ஸ் டைரக்டர் வரை எல்லாரும் பாக்ஸ் ஆஃபீஸ் பெயர்கள். தோல்வியடைய முடியாத ஒரு காம்பினேஷன் இது.”

“இதற்கு முந்தைய படங்கள் ஏன் பின்னே ஹிட் ஆகவில்லை?”

“நட்சத்திரப் பெயர்களை அப்போது அவர் பயன்படுத்தவில்லை. அந்தப் படங்களை அவர் தனக்காக எடுத்தாராம். இதைப் பணத்துக்காக எடுத்திருக்கிறார். இந்தப் பணத்தைக் கொண்டு மறுபடி ஒரு கலைப்படம் எடுப்பார். இந்த இதழ் ‘சினிமா தூதனி’ல் வி.எஸ்.வியுடன் வந்திருக்கும் பேட்டியை நீ படிக்கவில்லையா?”

“அந்தப் படத்தில் ஒரு புதுமுகம் கதாநாயகியாக நடிப்பாளென்று அவர் சொல்லியிருக்கிறார். அது ராவின் அம்மாவாகத்தான் இருக்குமென்பது என் ஊகம்.”

வி.எஸ்.வியையும் ராவின் அம்மாவையும் பற்றிய என் அறிவின் இருண்ட பகுதிகளின் மீதெல்லாம் மூர்த்தி உற்சாகத்துடன் ஒளியைப் பாய்ச்சலானான். நான் அவனுடைய உற்சாகத்தில் திளைத்தவாறு அமர்ந்திருந்தேன்.

6

கிறிஸ்துமஸ் சமயத்தில், அச்சந்தர்ப்பத்தில் விடப்படும் சிறிய விடுமுறைக்குச் சற்று முன்னதாக என்று நினைக்கிறேன், இரண்டு துரதிர்ஷ்டமான விஷயங்கள் நடந்தன.

அவை துரதிர்ஷ்டங்களென்று அப்போது நான் உணரவில்லை.

முதலாவதாக, மாலாவுக்கும் எனக்குமிடையே மறு சந்திப்பு நிகழ்ந்தது. இது நடந்தது அமெரிக்கன் லைப்ரரியில். அன்று எங்கள் லாபரெட்டரியில் பெரிய வகுப்புக்குப் பரீட்சைகள் நடந்துகொண்டிருந்ததால், பிற்பகலில் எங்களுக்கு நடக்கவிருந்த ப்ராக்டிகல் வகுப்புகள் ரத்தாகி இருந்தன. மூர்த்தியும் ராவும் உடனே ஏதோ சொந்த வேலை அல்லது வீட்டு வேலை இருப்பதாகப் புளுகிக்கொண்டு (அப்படித்தான் எனக்குப் பட்டது) ஆளுக்கொரு திசையில் பிய்த்துக் கொண்டு போனார்கள். நான் தனியாக பஸ் ஸ்டாண்டுக்கு வந்து நின்றேன். எங்கே போவது என்ற நிச்சயமில்லாமலே ஏதோ ஒரு பஸ்ஸில் ஏறினேன். அந்த பஸ் லைப்ரரி வாசலில் பழுதாகிப் போய்விட, நான் இறங்கி லைப்ரரிக்குள் நுழைந்தேன்.

நான் அப்படியொன்றும் ஸ்டூடியஸ் டைப் அல்லவென்று உங்களுக்கு இதற்குள் தெரிந்திருக்கும். அந்தப் பஸ் அங்கே பிரேக் டௌன் ஆகியிராவிட்டால் நான் லைப்ரரிக்கு நிச்சயம் வந்திருக்க மாட்டேன். காலேஜில் சேர்ந்த புதிதில், அறிவை

விருத்தி செய்து கொள்ளும் ஒரு லட்சியவேகத்துடன் காலேஜ் லைப்ரரியிலிருந்த புத்தகங்களையும் பத்திரிகைகளையும் நான் கரைத்துக் குடிக்க முயன்றது உண்மை; ஆனால் இந்த வேகம் அதிக நாள் நீடிக்கவில்லை. லைப்ரரிக்கு வழக்கமாக வந்த சில பெண்களின் மூஞ்சிகள் எனக்கு வெறுப்பேற்படுத்தியது ஒரு காரணம். லைப்ரரியன் ஒரு மகா சிடுமூஞ்சியாக இருந்தது இன்னொரு காரணம். லைப்ரரிக்கு வருகிறவர்கள் எல்லாரும் படிப்பதற்காக அல்ல, அவன் சிரமப்பட்டு அடுக்கி வைத்த புத்தகங்களை வேண்டுமென்றே கலைத்துப் போடத்தான் வருகிறார்களென்று அவனுக்கு ஒரு எண்ணம். புத்தகங்களை அழுக்காக்கவும் கசக்கவும் கிழிக்கவும் அவற்றினுள் கிறுக்கவும் காதற்கடிதங்களை வைக்கவும் அலைகிற விடலைக்கும்பலின் ஒரு சிம்ம சொப்பனமாக அவன் தன்னை பாவித்துக்கொண்டான். குறைந்த பட்சம் ஹெட் ஆஃப் தி டிபார்ட்மென்ட்டாகவாவது இல்லாதவர்கள் அவனுடைய(!) லைப்ரரிக்குள் நுழையவே அருகதையில்லாதவர்கள் என்பதுபோல அவன் நடந்துகொள்வான். புத்தகங்களை நாம் இஷ்யூ செய்துகொள்வதற்காக அவனிடம் எடுத்துச் செல்லும்போது தான் உலகத்தில் இல்லாத வேலையெல்லாம் அவனுக்கு வந்து சேரும். டெலிபோனில் பேசுவதும், தன் வசமிருந்த லைப்ரரி கார்டு, களிடையே மேலிருந்து கீழும் கீழிருந்து மேலுமாகத் தேடுவதும், ரிஜிஸ்தர்களைத் திறந்து மூடுவதுமாக நம் பொறுமையைச் சோதிப்பான். பிறகு, 'இது ஒரு தொந்தரவு, சனியன் – இவர்களெல்லாம் புத்தகம் படிக்கவில்லையென்று யார் அழுதார்கள்?' என்பது போன்ற ஒரு பாவனையுடன் புத்தகத்தை 'இஷ்யூ' செய்வான். ஒரு முறை புத்தகம் எடுத்துச் செல்பவர்களுக்கு மறுமுறை அப்படிச் செய்யத் தோன்றாது. காலையிலிருந்து லைப்ரரிக்குள் நுழைகிற ஒவ்வொரு நபருக்கும், அவனுடைய முகத்தில் ஒரு கடுகடுப்புச் சேர்ந்துகொண்டே போய், மாலைக்குள் அது படு கண்றாவியாகத் தோற்றமளிக்கும். ஒரு முறை எனக்கும் அவனுக்கும் ஏதோ ஒரு காரணத்துக்காக (அல்லது காரணமேயில்லாமல்) வாக்கு வாதம் ஏற்பட்டு, பெரிய சண்டையாகி, அதன் பிறகு அந்தப்... அங்கே இருக்கிறவரையில் லைப்ரரிப் பக்கமே போவதில்லையென முடிவு செய்தேன். நிற்க.

இத்தகைய முன்னனுபவம் காரணமாக, அமெரிக்கன் லைப்ரரி எனக்குச் சொர்க்கலோகம் போலக் காட்சியளித்தது. அங்கே கௌண்ட்டரில் இருந்த பெண்கள் அப்ஸரஸ்கள் போலக் காட்சியளித்தார்கள். அவர்களுடைய முகத்தில் இலேசான ஒரு புன்னகை நெளிந்தவாறே இருந்தது. லைப்ரரியிலுள்ள எல்லாப் புத்தகங்களையும் எல்லாரும் எடுத்துச் சென்றால்கூட அவர்கள் கவலைப்படமாட்டார்கள் போலத் தோன்றியது. இந்த மாதிரியானவர்கள் என் காலேஜ் லைப்ரரியில் இல்லாமல் போய்விட்டார்களேயென்று ஏக்கத்துடன் நினைத்தவாறு, நான் அங்கே மேஜைகள் மேல் கிடந்த வழவழப்பான, பளபளப்பான, பத்திரிகைகளை ஒவ்வொன்றாக எடுத்துப் புரட்டியவாறு, இடையிடையே கௌண்டரில் இருந்த பெண்கள் பக்கம் பார்வையை வீசியவாறு, அமர்ந்திருந்தேன். அவ்வப்போது கௌண்டரிலிருந்தும் ஒரு பார்வை அல்லது அரைப் பார்வை என் பக்கம் மிதந்து வந்து, பஸ்ஸில் அங்கு வரும்போது சில பெண்களால் சில தடவைகள் பார்க்கப்பட்டதால் என்னைப் பற்றி எனக்கு ஏற்பட்டிருந்த மிகையான அபிப்பிராயத்தை மேலும் அதிகமாக்கியது. நான் கவர்ச்சியான தோற்றமுடையவன், பெண்களால் என் பக்கம் பார்க்கமலிருக்க முடிவதில்லை. ராவையும் மூர்த்தியையும் யாரும் பார்ப்பதில்லை. எனவே அவர்களுக்கு என்மேல் பொறாமை. அதனால்தான் என்னைத் தனியாக விட்டுவிட்டு இருவருமாய் எங்கேயோ போயிருக்கிறார்கள். (ஆமாம். அவர்கள் சேர்ந்துதான் எங்கோ போயிருக்க வேண்டுமென எனக்கு நிச்சயமாகத் தோன்றியது.) தொலையட்டும், எக்கேடு கெட்டுப் போகட்டும்! ராவுக்கு மறுபடி ஒரு சேவகனும், மூர்த்திக்கு மறுபடி ஒரு எஜமானனும் தேவைப்படத் தொடங்கியிருப்பார்கள்...

பத்திரிகைகளைப் பார்த்து முடித்த பிறகு, அங்கே திரைப்படங்களைப் பற்றிய ஒரு புத்தகம் கிடப்பதைக் கவனித்து அதை எடுத்துப் புரட்டத் தொடங்கினேன். சென்ற ஐம்பது வருடங்களில் வெளியான சிறந்த திரைப்படங்கள் பற்றிய குறிப்புகளும் புகைப்படங்களும் கொண்ட புத்தகம் அது. அதன் பக்கங்களைப் புரட்டப் புரட்ட, என் உள் மனம் அதுவரை தேடித் தவித்த ஏதோ ஒரு ஹோதா

திடீரென்று என்னை வந்தடைந்தது போலிருந்தது. அந்தச் சிறந்த படங்களின் நாயக நாயகியர், டைரக்டர்கள் ஆகியோர் புழங்கிய ஒரு விசேஷ உலகத்தின் பிரஜையாக நானும் ஆகிவிட்டது போலிருந்தது. எனவே இந்தியப் படங்கள் அவற்றுடன் சம்பந்தமுள்ளவர்கள் ஆகியோரைப் பற்றி இகழ்ச்சியாகச் சிரித்துக் கொள்கிற ஒரு அந்தஸ்தை நான் பெற்றுவிட்டது போலிருந்தது. குறிப்பாக, இப்படங்களின் டைரக்டர்கள் பற்றி.

அப்புத்தகத்தில் தரப்பட்டிருந்த புகைப்படங்களே எவ்வளவு அழகாயிருந்தன! அந்தப் படங்கள் நிச்சயம் சிறப்பானவையாயிருக்க வேண்டும். அவற்றை டைரக்ட் செய்தவர்கள் பெரும் மேதைகளாயிருக்க வேண்டும். இவர்களுக்கு முன்பு வி. எஸ். வி. எம்மாத்திரம்! என்னத்தைப் பிரமாதமாகக் கிழித்துவிட்டார் அவர்?

அவருடைய சிறந்த படம் என்று பலராலும் போற்றப்பட்ட ஒரு படத்தை நான் இரண்டு வாரங்கள் முன்பு மார்னிங் ஷோவில் பார்த்திருந்தேன். எனக்கென்னவோ அதில் ஓகோவென்று புகழும் படியாக எதுவும் தென்பட்டிருக்கவில்லை. மிகவும் சிரமதசையிலிருக்கும் ஒரு மத்தியதரக் குடும்பத்தைப் பற்றிய கதை. அத்தனை சிரமங்களுக்கிடையிலும் அவர்கள் நேர்மையுடனும் கண்ணியத்துடனும் இருக்கிறார்கள். தம் மதிப்பீடுகளில் ஸ்திரமாக இருக்கிறார்கள். பிறகு திடீரென்று ஒரு நாள் குடும்பத் தலைவர் இறந்துவிடுகிறார். உடனே அக்குடும்பத்தில் செழிப்பு ஏற்படுகிறது. அம்மா சோரம் போகிறாள். பெண் சினிமாவில் சேருகிறாள். பிள்ளை படிப்பைப் பாதியில் விட்டு விட்டு ஏதோ தில்லு முல்லுகள் செய்து லட்சாதிபதியாகிறான். அரண்மனை போன்ற ஒரு வீட்டுக்கு அவர்கள் குடி போகிறார்கள். அந்த வீட்டின் முன் அறையில் மறைந்து போன குடும்பத்தலைவரின் சிலை ஒன்று வைக்கப்படுகிறது. "இந்தச் சிலையைப் பார்த்தால் உங்கப்பா இன்னும் இருக்கிற மாதிரியே இருக்கு" என்கிறாள் அம்மா. "ஆமாம். அப்பா இருந்தப்போகூட இப்படித்தான் பேசாமல் ஹாலில் உக்கார்ந்திருப்பார்" என்கிறான் பிள்ளை. "ஆனாக்கூட நீ அவரைப் பார்த்துப் பயப்படுவியே!" என்கிறாள் பெண். அவன் சிரித்தவாறே, "நீ மட்டும்?"

என்கிறான். "அம்மாவுக்குத்தான் ரொம்ப பயம்" என்கிறாள் பெண். அம்மாவும் சிரிக்கிறாள். பிறகு அந்தச் சிலைக்கு மாலையணிவிக்கிறாள். மாலையணிந்த அந்தச் சிலையின் 'க்ளோஸ்' அப்புடன் படம் முடிகிறது

இவ்வளவுதான் படம். இதில் விசேஷமாக என்ன இருக்கிறதென்று எனக்குப் புரியவேயில்லை. சில காட்சிகளும் சம்பாஷணைகளும் ஒன்றுக்கொன்று தொடர்பேயில்லாதவையாகத் தோன்றின. திடீர் திடீரென்று ஒரு குத்துவிளக்கு, அடுப்பு, ஷேவிங் சோப் அப்பியிருக்கும் ஆணின் முகம், ரோமம் அடர்ந்த ஆணின் மார்பு, போன்றவை க்ளோஸ் – அப்பில் காட்டப்பட்டன. ஏதோ பைத்தியக்காரன் கண்ட சொப்பனம் போல இருந்தது. இந்தப் படத்தை எனக்கு சிபாரிசு செய்த மூர்த்திக்கும் அதில் ஒன்றும் அதிகமாகப் புரிந்திருக்க முடியாதென்றே தோன்றியது. அப்படத்தில் ஆழ்ந்த தாத்பரியங்களைக் கண்டுபிடித்து யாராவது ஸுடோ–இன்டெலக்சுவல்கள் பாராட்டியிருப்பார்கள். அவர்களுடைய கருத்தை ஆமோதிப்பதின் மூலம் மூர்த்தி தானும் ஒரு இன்டலெக்சுவல் பிம்பம் அணிய முயலுகிறானாயிருக்கும்.

மூர்த்தி ஒரு முட்டாள். வி.எஸ்.வி. இன்னொரு முட்டாள். ராவின் அம்மா, போயும் போயும் இவரை...

சே! சரியான அபத்தப் படம். நான் ஒரு படம் எடுத்தால்கூட இதைவிட நன்றாக இருக்கும்.

இவ்வாறு, வி.எஸ்.வியை உதவாக்கரையாகவும் என்னை ஒரு ஜீனியஸ்ஸாகவும் காட்டுகிற விவாதங்களை என்னுடன் நானே நிகழ்த்தியவாறு சென்றதில் நேரம் போனதே தெரியவில்லை.

லைப்ரரி மூடுகிற நேரமாகிவிட்டது. அடுத்த நாள் மறுபடி அங்கே வந்து அந்தப் புத்தகத்தைத் தொடர்ந்து படிக்க வேண்டுமென்று முடிவு செய்தேன். புத்தகத்தை அதிகமாக யாரும் செல்லாத ஒரு இடத்தில் ஒளித்து வைக்கலாமென்று 'அந்தராபாலஜி' பிரிவுக்குச் சென்றேன். அங்கே கிட்டத்தட்ட மாலாவுடன் மோதிக்கொள்ள இருந்து,

மயிரிழையில் தப்பினேன். அவள் கையிலும் ஒரு புத்தகம் இருந்தது.

"ஹலோ!" என்றேன்.

"ஹலோ!" என்றாள் அவளும். "புத்தகத்தை ஒளித்து வைக்க வந்தேன்" என்று, அதை என்னிடம் காண்பித்தாள். புகைப்படக்கலை பற்றிய ஒரு புத்தகம்.

"நான்கூட" என்றேன்.

சிரித்தாள். அவளைப் பற்றிய என் மயக்கம் இன்னும் கலையாமலிருக்கிறதா என்று துழாவும் சிரிப்பு. ஆசையினால் அல்ல, வெறுமனே ஆழம் பார்த்தல்.

பிறக்கும்போதே இவர்களுக்கு எல்லாம் தெரிந்துவிடுகிறது.

லைப்ரரிக்கு வெளியே வந்ததும், "எனக்கு இவர்கள் மூஞ்சியே பிடிக்கவில்லை" என்றாள்.

நான் புரியாமல் அவளைப் பார்த்து விழித்தேன்.

"கௌண்டரில் நிற்கிறார்களே, அந்த லேடீஸைச் சொல்கிறேன்" என்று அவள் விளக்கினாள்.

"ஆமாம், ஆமாம், சகிக்கவில்லை" என்று நான் ஆமோதித்தேன். என் இதயத்துடிப்பின் வேகம் கணிசமாக அதிகரித்திருந்தது. அவளுடைய வளைவுகளை உற்றுப் பார்க்க முடியாதவனாக, அதே சமயத்தில் அவற்றின் அண்மையை மிகவும் உணர்ந்தவனாக நான் நடந்தேன்.

"ஸோ – எங்கே இப்போதெல்லாம், எங்கள் வீட்டுப் பக்கம் வருவதேயில்லையே!" என்றாள்.

"டைம் கிடைக்கறதில்லை – வீ ஹாவ் எ ஹெவி ஸிலபஸ்."

"டோன்ட் பீ ஃபன்னி! நீ பாடங்களில் அவ்வளவொன்றும் சிரத்தை உள்ளவனல்ல."

"வெல்" என்று நான் தோள்களைக் குலுக்கிக்கொண்டேன். "நான் பணக்கார வீட்டுப் பிள்ளையல்ல. படித்துப் பாஸ் செய்தால்தான் எனக்கு விமோசனம்."

"இந்தப் பணக்காரன், ஏழை டயலாக்கெல்லாம் வேண்டாம்" என்று அவள் என் விலாவில் விரலால் குத்தினாள். நாங்கள் அப்போது ஒரு ரெஸ்டாரன்ட்டைத் தாண்டிச் செல்ல இருந்தோம். "கம்!" என்று அவள் என்னை அழைத்துக்கொண்டு உள்ளே நுழைந்தாள்.

ரெஸ்டாரன்ட்டினுள்ளே எதிரும் புதிருமாக உட்கார்ந்தோம். இப்போது, அருகே நடந்து செல்லும்போது பார்க்க முடிந்ததை விட இன்னும் தெளிவாக அவளைப் பார்க்க முடிந்தது. பூப்போட்ட சட்டையின் முன்புறத்தைப் புடைக்க வைத்திருந்த அவளுடைய மார்பகம் எனக்குச் சவால் விட்டது. ('கம் ஆன் ராம்சேஷ், டூ ஸம்திங்')

நான் கால் மேல் கால் போட்டுக்கொள்ள முயல்கிற சாக்கில் அவள் காலில் இடித்து 'ஸாரி' என்றேன்.

"பரவாயில்லை" என்றாள்.

சன்னமான ராக் இசைக்கு ஏற்றவாறு அவள் உடல் அப்படியும் இப்படியுமாக ஆடியது.

வெயிட்டர் வந்தான். இரண்டு தண்ணீர்த் தம்ளர்களை மேஜை மேல் வைத்தான்.

"என்ன சாப்பிடலாம்?" என்று அவள் கேட்டாள்.

"எனிதிங் யூ ஸே."

"எனக்கு ஒரு ஐஸ் கிரீம் மட்டும் உனக்குப் பசிக்கிறதென்றால் வேறு ஏதாவது ஆர்டர் பண்ணிக்கொள்."

எனக்கு நல்ல பசி. இருந்தாலும், "எனக்கும் ஐஸ்கிரீம் மட்டும்" என்றேன்.

என்னவெல்லாம் ஐஸ் கிரீம் இருக்கிறதென்று வெயிட்டரிடம் விசாரித்து, அவளுக்குச் சாக்லேட்டும் எனக்கு வென்னிலாவும் ஆர்டர் செய்தோம்.

வெயிட்டர் சென்றான். அவள் தண்ணீரை ஒரு வாய் பருகினாள். "ஸோ?" என்று என்னைப் பார்த்தாள். "ரீடிங் எ லாட் நவடேஸ்... லைப்ரரிக்கு வந்தால்தான் உன்னைப் பார்க்க முடியும் போலிருக்கு."

"இன்றைக்குத்தான் வந்தேன்" என்று நான் விளக்கினேன். "நீ தான் அடிக்கடி வருவே போலிருக்கு."

"இப்பத்தான் கொஞ்ச நாளா... எனக்கு என் அங்கிள் ஒரு காமிரா ப்ரஸன்ட் பண்ணியிருக்கார்."

"ஓ, லவ்லி!"

"ஸோ, ஃபோட்டோகிராஃபி பத்திப் படிக்க ஆரம்பிச்சிருக்கேன்." "ப்ராக்டிஸ் பண்றதுக்கு யாராவது 'ஸப்ஜெக்ட்' வேணுமென்றால், நான் ரெடி. எதுவும் சார்ஜ் பண்ணமாட்டேன். என்னை மாதிரி போட்டோ வரலையானா கோச்சுக்கவும் மாட்டேன்" என்றேன்.

அவள் எனக்கு வலிப்புக் காட்டினாள். களை கட்டிவிட்டது, என்று நான் நினைத்துக்கொண்டேன்.

ஐஸ்கிரீம் வந்தது. ஒரு ஸ்பூன் ஐஸ்கிரீமை எடுத்து வாயில் போட்டுக்கொண்டு, மிக்க ரசனையுடன் அவள் சப்புக் கொட்டினாள். "நீ எதுக்காக ஃபிலிம்ஸ் பத்தி படிச்சிண்டிருந்தே" என்று கேட்டாள்.

"ஓ! அதை நீ நோட்டிஸ் பண்ணினயா?" என்றேன் ஆச்சரியத்துடன்.

"சில பேர் தாங்கள்தான் எல்லாம் நோட்டிஸ் பண்ணுவோம், மத்தவா எதையும் நோட்டிஸ் பண்ண மாட்டா, அப்படின்னு நினைச்சுண்டுடறா, தட் இஸ் தி டிரபிள். யூநோ, யூ ஆர் வெரி ஈகோயிஸ்டிக்."

நான் தோள்களைக் குலுக்கிக்கொண்டேன். மௌனமாக ஐஸ் கிரீம் தின்றவாறு அடுத்த டயலாக்குக்கு முன் நாடகப் பாணியில் gap கொடுத்தேன். பிறகு, "நான் சினிமா எடுக்கப் போகிறேன்" என்றேன்.

"ஓ! தட்ஸ் கிரேட்!" என்றாள் அவள். பிறகு சோகமாகச் சிரித்தவாறு (நாடகபாணி அவளை தொத்திக்கொண்டுவிட்டது) "உம்... எனக்குத் தெரிந்தவர்கள் எல்லாரும் ஒவ்வொருவராக சினிமாவில் நுழையத் தயாராகிக்கொண்டிருக்கிறார்கள்...." என்று, பல வருஷ காலம் வாழ்ந்திருந்து பலதும் பார்த்து அலுத்தவள்போல, இனி எதுவுமே தன்னை ஆச்சரியப்படுத்த

முடியாது என்பதுபோல, முகத்தை மேலும் கீழுமாக ஆட்டினாள். ஒரு கணத்துக்கு, மிக வயதான ஸ்திரீ முன் அமர்ந்திருப்பது போலப்பட்டது. பிறகு சட்டென்று ஐஸ்கிரீமுக்குள் விரலைவிட்டு விரலைச் சப்பினாள்.

மறுபடி நான் குழந்தையைக் கண்டேன்.

"என் ஃபிலிமுக்கு போட்டோகிராஃபரை நான் இன்னும் பொறுக்கவில்லை...." என்றேன்.

"நாட் இன்டரஸ்டட்" என்றாள்.

"நீ இதற்காக வருத்தப்படப் போகிறாய்."

அவள் பேசாமல் என்னைப் பார்த்தவாறு உட்கார்ந்திருந்தாள். பிறகு தன் கையை மேஜை மேல் வைத்தாள்.

"உனக்குப் பிடித்திருக்கிறதா என் கை?" என்றாள்.

"லவ்லி."

"எங்கே, உன் கையைக் காட்டு?"

நான் என் கையை மேஜை மேல் வைத்தேன். அவள் அதையே சற்று நேரம் உற்றுப் பார்த்துக்கொண்டிருந்தாள். "அப்பாடி! என் கையைப் போல இரண்டு மடங்கு இருக்கிறது" என்றாள்.

"இது ஒரு டைரக்டரின் கை."

"ஹிஹிஹி... டைரக்டருக்கு கையல்ல, இங்கே இருக்கிறது பெரிசா இருக்கணும்" என்று அவள் தன் தலையின் பக்கவாட்டில் தொட்டுக் காண்பித்தாள்.

"உனக்குப் பெரிசாயிருக்கா?"

"உனக்கு எப்படித் தோன்றுகிறது?"

"எனக்கு அதுக்குக் கீழே இருக்கிறதுதான் பெரிசா தெரியறது."

அவள் புரியாமல், தன் காதைத் தொட்டு, "இதுவா?" என்றாள்.

"அதுக்கும் கீழே, முன் பக்கத்திலே." அவள் தாடையைத் தொட்டாள்.

"அதுக்கும் கீழே."

கழுத்தைத் தொட்டாள்.

"இன்னும்..."

அவள் என் காலில் உதைத்து 'நாட்டி' என்றாள்.

இதெல்லாம் அவள் ஒரு பையனிடமும் நான் ஒரு பெண்ணிடமும் விளையாட வேண்டுமென்று வெகு நாளாகக் கற்பனை செய்திருந்தவற்றின் அரங்கேற்றமாயிருந்திருக்க வேண்டும். வேறு விசேஷம் எதுவுமில்லை. அவள் அவளா யிருந்ததும் நான் நானாயிருந்ததும் தற்செயல்.

ஆனால் அன்று இத்தகைய தெளிவு எனக்கோ அவளுக்கோ இல்லை.

என் கையை மெல்ல வருடியவாறு, "என் அம்மாதான் உன்னை எங்கள் வீட்டுக்கு வரவேண்டாமென்று சொல்லியிருக்கிறாள். அப்படித் தானே?" என்றாள்.

"அப்படிச் சொல்லவில்லை.... ஆனால்..."

அவள் என்னைக் கையமர்த்தினாள். "எனக்கு எந்த உரிமையும் கிடையாதா? என்னை யாரும் பார்க்க வரவேண்டாமென்று அவள் முடிவு செய்வது எனக்கு எரிச்சல் உண்டாக்குகிறது – ஸ்டுபிட், நான்சென்ஸ்!" என்றாள்.

எனக்கு அவள் அம்மா மீதும் ஈடுபாடு உள்ள விஷயத்தைச் சொல்லாமல் என் இயல்பான புத்திசாலித்தனம் என்னைத் தடுத்தது.

"பெரியவர்களாகிவிட்டால் மட்டும் என்ன வேண்டுமானாலும் செய்யலாமாம்... சின்னவர்களுக்கு மட்டும் அதைச் செய்யாதே, இதைச் செய்யாதே, அவனுடன் பேசாதே, இவனுடன் பேசாதே என்று நூறு தடைகள்" என்று அவள் மேலும் குமுறினாள். "இவள் என்ன செய்கிறாள் தெரியுமா? டூ யூ நோ? இவள் யாருடனெல்லாம்

எங்கேயெல்லாம் சுற்றுகிறாள் தெரியுமா? என் சொந்த அம்மாவைப் பற்றி நான் எதுவும் சொல்லக் கூடாது... ரியலி, ஷீ இஸ் டிஸ்கஸ்டிங்." நான் பேசாமலிருந்தேன்.

"நீ இனிமேல் என் வீட்டுக்கு அவசியம் வர வேண்டும். என்ன? யார் உன்னைத் தடுத்து நிறுத்துகிறார்கள் என்று பார்க்கிறேன்."

"உங்கம்மா உன்னுடன் நான் பழகுவதை ஆதரிக்கவில்லை.. ஆனால் வீட்டுக்கு வர வேண்டாமென்று அவள் சொல்லவில்லை."

"அவள் யார் சொல்வதற்கு? அது அவளுடைய வீடா? நீ இனிமேல் தினம் வா. தினம் என்னுடன் பேசு. என்ன செய்கிறாள் பார்த்து விடுகிறேன்."

நான் மீண்டும் மௌனம் சாதித்தேன்.

"என்ன?" என்றாள் அவள்.

"எப்படிச் சொல்வது என்று தெரியவில்லை... உன் அண்ணாவுக்குக் கூட..."

"ஸுப்புவா?"

"ஆமாம். அவனும் நான் அங்கு வருவதை விரும்பவில்லையோ என்று தோன்றுகிறது."

"அப்படி உனக்குத் தோன்றுகிறதா?"

"ஆமாம்.'

அவள் சற்று நேரம் என்னை உற்றுப் பார்த்தவாறு இருந்தாள். பிறகு, "யூ ஆர் எ கவார்ட்!" என்றாள். தொடர்ந்து ஒரு பெரிய பிரசங்கமே அவள் செய்யப் போகிறாளென்று தோன்றியது. ஆனால் அதற்குள் அந்த இரண்டாவது துரதிர்ஷ்டமான விஷயம் நடந்தது.

திடீரென்று என் முதுகில் யாரோ தட்டினார்கள். நான் திடுக்கிட்டுத் திரும்பினேன்.

என் எம்.எஸ்.ஸி. பெரியப்பாவும் பெரியம்மாவும் நிற்பதைப் பார்த்து பரபரப்புடன் எழுந்து நின்றேன்.

“வெல், வெல், வெல்!” என்றார் பெரியப்பா.

நான் அவருக்கு மாலாவை அறிமுகம் செய்து வைத்தேன். அவரும் பெரியம்மாவும் உற்சாகத்துடன் மாலாவுடன் கை குலுக்கினார்கள்.

“நாங்களும் இங்கேதான் உட்கார்ந்திருக்கிறோம், ஒரு மணி நேரமாக” என்று பெரியப்பா மாடியைச் சுட்டிக்காட்டினார்.

என் படிப்பைப் பற்றி அக்கறையுடன் விசாரித்தார்கள். வீட்டில் எல்லாரும் சௌக்கியமா, ஒரு நாள் முடிந்தால் போகிறோம், என்றார்கள். தான் அங்கே ஒரு கான்ஃபரன்ஸுக்காக வந்திருப்பதாக அவர் சொன்னார். தான் தங்கியிருக்கும் ஹோட்டலைக் குறிப்பிட்டு, ஒரு நாள் டின்னருக்கு வருமாறு கூறினார். “உன் கேர்ல் ஃபிரண்டையும் கூட்டி வா” என்று சிரித்து, நான் மேலே ஏதாவது கூறு முன்னதாக எங்களிடம் அவசரமாக விடைபெற்றுச் சென்றார்.

நான் மாலாவைப் பார்த்தேன். அவள் தோள்களைக் குலுக்கிக் கொண்டாள்.

7

அந்த வயதில் என் அப்பா எந்த அளவுக்கு எனக்குக் கவர்ச்சியற்றவராகத் தோன்றினாரோ அந்த அளவுக்கு என் பெரியப்பா எனக்குக் கவர்ச்சியுள்ளவராகத் தோன்றினார். என் அப்பாவின் முகச்சுளிப்பும் என் பெரியப்பாவின் புன்னகையும் என் மீது சம பாதிப்பை ஏற்படுத்தின. செயல்படும் ஊக்கம், புத்துணர்ச்சி...

என் அப்பாவின் முகச்சுளிப்பை கௌரவித்தவன், என்னுள் மிக இலேசாக அரும்பத் தொடங்கியிருந்த 'சமூக மனிதன்' அடிக்கடி இதைச் செய், இதைச் செய்யாதே, என்று என்னைச் சன்னமான குரலில் அதட்டி வந்த இவனை எனக்குப் பிடிக்கவேயில்லை; இவனை வெளியே பிடித்துத் தள்ளவும் மனம் வரவில்லை; எனவே பெரும்பாலும் அவன் சொல்வதற்கு நேரெதிராக நடப்பதன் மூலம் என் சுயேச்சைத் தன்மையை நிரூபித்துக்கொள்ள முயல்வேன்.

என் பெரியப்பாவின் புன்னைகையினால் ஊட்டம் பெற்றவனோ என்னுள்ளிருந்த 'ஆதி மனிதன்.' எனக்கு மிகவும் பிரியமானவன். இவனுக்கு மாலாவின் மீது ஒரு கண் இருந்ததைப் பற்றி ஏற்கெனவே சொல்லியிருக்கிறேன். பெரியப்பா 'உம்.. நடத்து, நடத்து....' என்பது போல வேறு சொல்லிவிட்டுப் போய்விட்டாரா, இவன் கட்டுக்கு அடங்காமல் திமிறத் தொடங்கினான்.

மேலும் களிமண்ணின் பிசுபிசுப்பு சட்டென்று ஆற்று மணலை, புழுதியை, நினைவுப்படுத்துவதுபோல என்

பெரியப்பாவின் புன்னகையில் நான் என் அப்பாவின் முகச்சுளிப்பைக் கண்டேன்; உசுப்பப்பட்டேன்.

இவருடைய (அப்பாவுடைய) நம்பிக்கைகள், மதிப்பீடுகள் காரணமாக அவர் குட்டிச்சுவரானது போதாதா, என்று சொல்லிக் கொண்டேன். அவரைவிடப் பெரியப்பாதான் என்னைப் புரிந்து கொண்டிருக்கிறார்.

பெரியப்பா என்னையும் மாலாவையும் அன்பு ததும்பப் பார்த்ததை மீண்டும் மீண்டும் நினைத்துச் சந்தோஷப்பட்டேன். மாலாவும் நானும் அவருடைய ஹாஸ்யங்களுக்குச் சேர்ந்தாற்போல (நெருக்கம் தளும்ப) சிரிப்பது போலவும், பெரியப்பாவும் பெரியம்மாவும் எங்கள் பரஸ்பர மோகத்தைச் சீண்டுவது போலவும் கனவுகள் கண்டேன்.

பெரியப்பாதான் என் குரு, என்று சொல்லிக்கொண்டேன்.

மாலா என்னுடைய 'அவள்'

இவ்வாறு, என் பெரியப்பாவுக்கும் என் அப்பாவுக்குமிடையே நிலவிய – வாழ்க்கை பற்றிய சில ஆழ்ந்த கருத்து வேறுபாடுகள். நம்பிக்கை வேறுபாடுகளை அடிப்படையாகக் கொண்ட – குளிர்ப் போரில் என்னையுமறியாமல் நான் ஒரு பகடைக்காயானேன்.

ரெஸ்டாரன்ட் நிகழ்ச்சிக்கு இரண்டு நாட்களுக்குப்பின், முன்னதாகத் தீர்மானித்துக்கொண்ட ஓர் இடத்தில் நானும் மாலாவும் சந்தித்துக்கொண்டு (இதை எவ்வாறு சாதித்தோமென்று விளக்க முற்படுவது எங்கள் இருவருடைய புத்திசாலித்தனத்தையும் இதற்குள் இனம் கண்டுவிட்டிருக்கக்கூடிய உங்கள் கிரகிப்புத் திறனை அவமதிப்பதாகும்) அங்கிருந்து என் பெரியப்பா தங்கியிருந்த ஹோட்டலுக்குச் சென்றோம். அவ்வாறு செல்லும்போது. நான் மாலாவுக்கு என் பெரியப்பாவின் பிரதாபங்களை விவரமாகக் கூறினேன். மெடல்களும் கோப்பைகளும் ஸ்காலர்ஷிப்புகளும் நிறைந்த அவருடைய பள்ளிக்கூட, கல்லூரி வாழ்க்கை பற்றி. எம்.எஸ்.ஸியில் மாநிலத்திலேயே முதலாவதாகத் தேறியது பற்றி. ஐ.ஏ.எஸ்., ஐ.எஃப்.எஸ்.

இரண்டிலும் தேர்ந்தெடுக்கப்பட்டு ஆனால் இரண்டுமே வேண்டாமென்று இந்தப் பிரபல மருந்துக் கம்பெனியின் ஆராய்ச்சிப் பிரிவில் சேர்ந்து துரிதமாக இங்கே மிக உயர்ந்த பதவியை எட்டியது பற்றி. காலேஜில் அவருடன் படித்துக்கொண்டிருந்த தெலுங்குக்காரியைத் திருமணம் செய்து கொண்டு வீட்டில் புயலெழுப்பியது பற்றி...

இந்தக் கடைசித் தகவல்தான், வேறு எல்லாவற்றையும்விட, என் பெரியப்பாவை மாலாவின் பார்வையில் பெரிய ஹீரோவாக்கி விட்டது. எனக்கு உன் பெரியப்பாவை ரொம்பப் பிடித்திருக்கிறது என்றாள். எவ்வளவு தைரியசாலியாக இருக்க வேண்டும் அவர், என்று வியந்தாள். நீ அவரைப் போல ஏன் இல்லை என்று கேட்டாள்.

"எதற்காக" என்றேன். "உன்னை இம்ப்ரெஸ் செய்வதற்காகவா?"

"என்னை யாரும் இம்ப்ரெஸ் செய்ய முடியாது."

"குட். ஸோ, நான் இருக்கிறபடியே இருக்கிறேன்."

"இரு" என்று அவள் வலித்தாள்.

பெரியப்பா தங்கியிருந்த ஹோட்டலை அடைந்தோம். முன்பு மூர்த்தியுடன் வந்த ஹோட்டலைப் போலவே இதுவும் பெரியது. நான் இந்தத் தடவை எவ்வித ஆச்சரியமும் காட்டாமல், இத்தகைய ஹோட்டல்களிலேயே பிறந்து வளர்ந்தவன்போல அலட்சியமாக நடந்துகொண்டேன். லிஃப்டிலும், வராந்தாவில் நடந்து செல்லும் போதும், மாலாவின் நவீன உடையலங்காரம் காரணமாக இருக்கலாம், ஹங்கேரிய பாணி ஸ்கர்ட், ப்ளவுஸ், ஸ்கார்ப்) எல்லாரும் எங்களைத் திரும்பித் திரும்பிப் பார்த்தார்கள். பெரியப்பாவின் அறையை அடைவதற்குள் நான் ஒரு இளவரசனைப் போல உணர்ந்தேன்.

பெரியம்மாதான் கதவைத் திறந்தாள். எங்களை உற்சாகமாக வரவேற்றாள். "நேற்றே உங்களை எதிர்பார்த்துக்கொண்டிருந்தோம். உட்காருங்கள்" என்றாள்.

பெரியம்மாவின் பாவனைகளிலிருந்த மிருதுத்தன்மை அங்கிருந்த சோபாவிலும் இருந்தது. மேகத்தின் மேல் உட்காருவதுபோல...

பெரியப்பா குளித்துக்கொண்டிருக்கிறார் என்றாள் பெரியம்மா. "காஃபி ஏதாவது சாப்பிடுகிறீர்களா?"

நான் மாலாவைப் பார்த்தேன். "ப்ளீஸ், எனக்கு இப்போது எதுவும் வேண்டாம்" என்றாள் அவள். "அப்புறம் டின்னர் சாப்பிட முடியாது."

"கோக்?"

"இல்லை, வேண்டாம்."

பெரியம்மா புன்னகையுடன், "பாவம், இப்போது ராம்சேஷும் வேண்டாமென்றுதான் சொல்லியாக வேண்டும் – இல்லையா?" என்று என்னைப் பார்த்தாள்.

"எனக்கு ஒரு கோக்" என்றேன்.

"ப்ரேவ் மான்" என்று பெரியம்மா ரூம் செர்வீஸுக்கு டெலிபோன் செய்தாள். அப்படியே பாத்ரூம் கதவுக்குச் சென்று, தட்டி, நாங்கள் வந்திருக்கும் விஷயத்தைப் பெரியப்பாவுக்கு அறிவித்தாள். பிறகு மீண்டும் எங்களிடம் வந்து உட்கார்ந்தாள். "ஏன் இவ்வளவு ஒல்லியாக இருக்கிறாய்?" என்று அதட்டும் குரலில் கேட்டாள். "ஆர் யூ இன் லவ்?"

"ஐ ஆம் இன் ஹாஸ்டல்" என்றேன். பெரியம்மா சிரித்து, "கிளெவர் பெஃல்லோ" என்று மாலாவைப் பார்த்தாள். மாலாவும் ஆமோதிப்பது போலச் சிரித்தாள்.

"ஹாஸ்டலில் என்ன, சாப்பாடு போடுவதில்லையா?" என்று பெரியம்மா விசாரித்தாள்.

"போடுகிறார்கள்... ரெகுலராகச் சாப்பிட முடிவதில்லை. நாலு நாள் சாப்பிட்டால் ஐந்தாம் நாள் ஸ்கிப் பண்ணத் தோன்றுகிறது."

"யா, யா" என்று பெரியம்மா அனுதாபத்துடன் தலையை ஆட்டினாள். "ஐ நோ. நானும் ஹாஸ்டலில் இருந்தவள்தான். பிறகு உன் அழகிய சிநேகிதியை எனக்கு அறிமுகப்படுத்தப் போவதில்லையா?"

"ஸாரி... இதெல்லாம் அன்றைக்கு ரெஸ்டாரன்டில் ஆகிவிட்டதென்று நினைத்தேன்."

"வெறுமனே கைகுலுக்கிக் கொள்வதுதான் அறிமுகமா? நன்றாயிருக்கிறதடா!"

நான் மாலாவுடைய சுருக்கமான பயோ-டேட்டாவை பெரியம்மாவுக்கு அளித்தேன். அவளுடன் பேசலாம், ஜோக் அடிக்கலாம், சாப்பிடலாம். ஆனால் இம்ப்ரெஸ் மட்டும் செய்ய முயல வேண்டாமென்று எச்சரித்தேன். ஏனென்றால் அவளை யாரும் இம்ப்ரெஸ் செய்ய முடியாது.

மாலா எனக்கருகே இருந்த தன் கையால் என் மேல் கையில் பட்டென்று ஒன்று கொடுத்தாள். நான் "உஸ்ஸ்.!" என்று அங்கே தடவிக்கொண்டிருந்தபோது, பெரியப்பா தலையைத் துவட்டியவாறே, கமகமகவென்று மணத்துக்கொண்டு, அவருடைய மயிரடர்ந்த மார்புடன் மாச் ஆகிற கரும்பச்சைநிற லுங்கியில் அங்கே பிரசன்னமானார். "ஸோ–அவர் ஹீரோ ஹாஸ் கம்!" என்றார். மாலாவுக்கு ஹலோ சொன்னார். "நேராக ஹாஸ்டலிலிருந்து வருகிறாயா" என்றார் என்னிடம்.

"ஆமாம்" என்றேன்.

'ஞாயிற்றுக்கிழமைகளில் வீட்டுக்குப் போவாயாக்கும்."

"எல்லா ஞாயிறுகளிலும் இல்லை."

"குட், குட்" என்று பாராட்டினார். "வீட்டில் என்ன இருக்கிறது?" என்று அலங்கார மேஜைக்கெதிரே போய் நின்றுகொண்டு தலை வாரிக்கொண்டார். "நான் வெளியூரில் இருந்து படித்துக்கொண்டு வருடத்துக்கு இரண்டு அல்லது மூன்று தடவை மட்டுமே வீட்டுக்கு வரும்போதுகூட எனக்கு எவ்வளவு போரடிக்கும் தெரியுமா? உஸ்... ஸிக்கனிங்!" என்று நறுமணத்தினால் அந்த நினைவை அகற்ற முயலுபவர்போல மேலேல்லாம் பவுடர்போட்டுக்கொண்டார். இதன் தொடர்ச்சியே போல ஒரு சிகரெட்டை எடுத்து வாயில் வைத்துக் கொண்டு, "ஸ்மோக்?" என்று என்னைப் பார்த்தார்.

"வேண்டாம்" என்றேன்.

“டோன்ட் டெல் மீ யூ டோன்ட் ஸ்மோக்?”

“இப்போது வேண்டாம்.”

“ஓ.கே.... வேணுமென்கிறபோது சொல்லு பீ கம்ப்ளீட்லி ஃப்ரீ ஹியர். எனக்கு மரியாதை கொடுப்பதாக நினைத்துக்கொண்டு உன்னைச் சிரமப்படுத்திக் கொள்ளாதே... (மாலாவைப் பார்த்து) நீயும்தான். ஜஸ்ட் ரிலாக்ஸ். Treat us as your friends.”

நானும் மாலாவும் ஒருவரையொருவர் பார்த்துப் புன்னகை செய்துகொண்டோம்.

பேரர் இரண்டு கோகோ கோலாக்களைக் கொண்டு வந்தான். நான் ஒன்று எடுத்துக்கொள்ள, பெரியம்மாவும் பெரியப்பாவும் ஒன்றைப் பகிர்ந்துகொண்டார்கள்.

“ஸோ – எப்படியிருக்கு எல்லாம்?” என்று பெரியப்பா கட்டிலில் சப்பணமிட்டு உட்கார்ந்து, ஒரு தலையணையை எடுத்து மடியில் வைத்துக்கொண்டார். “அன்றைக்கு ரெஸ்டாரன்டில் ஒன்றும் விவரமாகப் பேச முடியவில்லை. அப்பா, அம்மா, அத்தை எல்லாரும் சௌக்கியமா – ஐ மீன், கடைசியாக நீ அவர்களைப் பார்த்தபோது?”

“அத்தைக்கு ஃப்ளூ வந்திருந்தது, ஆனால் இப்போது தேவலை என்றேன்.”அம்மா இஸ் ஆஸ் யூஷுவல். (பெரியப்பா சிரித்துக் கொள்கிறார்) அப்பா இஸ் ஓ.கே... சில மாலைகளில் அவர் என் ரூமுக்கு வந்து உட்கார்ந்திருப்பதுண்டு..

“இஸ் இட்?”

“ஆமாம். இன் ஃபாக்ட், என் சிநேகிதர்கள் சிலர் இப்போதெல்லாம் என் கம்பெனியைவிடவும் அவருடைய கம்பெனியை அதிகம் விரும்பத் தொடங்கிவிட்டார்கள்.”

“ரியலி?” என்று பெரியப்பா சிரித்தார்.

(குறிப்பாக, ராவ். என்னுடன் உணர்ந்ததைவிட என் அப்பாவுடன் அவன் அதிகத் திறமையும் செல்வாக்கும் உள்ளவனாக உணர முடிந்தது. எனவே என்னைவிட என் அப்பாவை அவனுக்குப் பிடித்தது.)

"எனிவே, உங்கப்பாவுக்கு வீட்டிலிருந்தும் ஆபிசிலிருந்தும் ஒரு நல்ல ரிலாக்ஸேஷன்" என்று அவர் தொடர்ந்தார். "அப்புறம் சின்னவள் – அவள் எப்படியிருக்கிறாள்?"

"அவள் இப்போது அத்தனை சின்னவளாக இல்லை."

"குட், குட்."

என்ன 'குட்'டோ என்பதுபோல நான் தோள்களைக் குலுக்கிக் கொண்டேன். பெரியப்பா இந்த விமர்சனத்தைக் கவனித்து, "ஐ நோ. உனக்கு அவளைப் பிடிக்காது" என்றார்.

"எனக்குப் பிடிக்காதது, என் அம்மாவைப் போலவே அவளும் மெல்ல மாறிக்கொண்டு வருவதுதான்."

"லுக், உன் இஷ்டப் பிரகாரம் இருப்பதற்கு உனக்கு உரிமை இருக்க வேண்டுமென்று எதிர்பார்க்கும் நீ, பிறருக்கு அதை மறுப்பது எப்படி நியாயமாகும்? மற்றவர்களைப் பற்றித் தீர்ப்பு வழங்குவது ரொம்பச் சுலபம்."

"மற்றவர்களுக்கு உபதேசம் செய்வதும்தான்" என்றாள் பெரியம்மா, குறும்புச் சிரிப்புடன். "நீங்கள் காலேஜில் படித்துக்கொண்டிருந்தபோது உங்கள் வீட்டு மனிதர்களின்பால் சதா எரிச்சல்பட்டுக்கொண்டிருப்பீர்களே, அவர்களை விமரிசித்தவாறு இருப்பீர்களே, அதெல்லாம் மறந்து விட்டதாக்கும்!"

"என்னைவிட என் தம்பி பிள்ளை நல்ல குணமுள்ளவனாக இருக்க வேண்டுமென்று நான் ஆசைப்படக்கூடாதா என்ன?"

"ஓஹ்ஹோ!"

பிறகு பெரியப்பா நேற்றைக்கே தாங்கள் என் அப்பாவையும் அம்மாவையும் பார்த்து வரலாமென்று முதலில் நினைத்ததாகவும், ஆனால் பிறகு அந்த எண்ணத்தை மாற்றிக்கொண்டு ஒரு ஃபிலிமுக்குச் சென்றிருந்ததாகவும் கூறினார். "பம்பாயில் ஒருநாள்கூட ஓய்வதில்லை, ஆல்வேஸ் பிஸி. ஸோ இங்கேயாவது ஒன்று பார்த்துவிடுவோமென்று சட்டென்று முடிவு பண்ணிப் போய்விட்டு வந்தோம். இந்த.. பெரியம்மாவைப் பார்த்து) அவள் பெயரென்ன, அதிலே நடிக்கிறாளே ஒருத்தி..."

"கிளெண்டா ஜாக்ஸன்."

"ஆமாம். ஷீ இஸ் ஸுபெர்ப். நீங்க ரெண்டு பேரும் பார்த்தாச்சா இந்தப் படத்தை?"

இன்னும் இல்லை, என்றேன்.

"சினிமாவிலே அவ்வளவு இன்டரஸ்ட் கிடையாதாக்கும்"

"இவனே ஒரு டைரக்டராகப் போகிறான்" என்றாள் மாலா. நான் அவளை முறைத்துப் பார்த்தேன். "சும்மா சொல்கிறாள்" என்றேன்.

"ஒன்றும் தப்பில்லையே!" என்றார் பெரியப்பா. "உன் வயதில் எனக்கிருந்த ஆம்பிஷனைவிட இது பெட்டர். நான் ஒரு லைப்ரரியனாகப் போகவேண்டுமென்று விரும்பினேன். கான் யூ பிலீவ் இட்? (சிரிக்கிறார்) எப்போதும் படித்துக்கொண்டேயிருக்கலாம், வேண்டிய புத்தகங்களை வேண்டிய அளவு எடுத்துச் செல்லலாம். என்று நினைத்தேன்... உன் அப்பா ஒரு ஃபோர்மனாகப் போக விரும்பினார், தெரியுமோ?"

"தெரியும்."

"ஸோ, ஆம்பிஷன்களைப் பொறுத்தவரையில், நம் குடும்பம் முன்னேறி வருகிறது."

சில நிமிடங்கள் மௌனம். பெரியப்பா ராகம் இழுத்தவாறு தொடையில் தாளம் போட்டார். பிறகு, "உன் ஃபிரண்ட் பேசமாட்டேனேன்கிறாளே!" என்றார்.

"என்னைப் போல போலிருக்கு. பாவம்" என்றாள் பெரியம்மா.

"டெல்லிங் மீ. இவள், நாங்கள் தனியே இருக்கும்போது எப்படித் தொணதொணப்பாள் தெரியுமோ? எனக்கு சான்ஸே கிடையாது.... இப்படி யாராவது விஸிட்டர்கள் வந்தால் மட்டும், என்னைப் பேசவிட்டுத் தான் ஒதுங்கிக்கொண்டு விடுவாள். இலட்சிய இந்து மனைவி போலப் பாசாங்கு... நெவர் பிலீவ் தீஸ் விமன் அண்ட் தெர் வேஷம்ஸ்."

“பாவம், ஏமாந்துவிட்டீர்கள், இல்லையா. கல்யாணம் பண்ணிக்கொள்ளு முன்பே தெரிந்திருந்தால்...” என்றாள் பெரியம்மா.

“என்ன செய்வது!” என்று பெரியப்பா போலியாக அங்கலாய்த்துக் கொண்டார். இவ்வாறு டின்னர் வேளை வரும் வரை பெரியப்பாவும் பெரியம்மாவும் தங்கள் அந்நியோன்னியத்தைக் காட்டிக்கொள்ளும் விதத்தில் எங்களுக்காக ‘நாடகமாடி’னார்கள். ஒரு புதிய ஜோடிக்குப் பழைய ஜோடி அளிக்கும் ஊக்கமும், ஆசியும் போலவும் அது தோன்றியது. இவ்வளவேதான். இதில், நீங்கள் பயப்படாமல் முன்னேறலாம் என்பது போல.

டின்னர் வேளை வருவதற்குள் என்னுள் மாலாவைச் சார்ந்தும் மாலாவுக்குள் என்னைச் சார்ந்தும் உருவாகியிருந்த – என்னை நான் அவள் மூலம் ஆணாகவும் அவளை அவள் என் மூலம் பெண்ணாகவும் உணர்ந்துகொள்கிற – ஆவேசம் துல்லியமான ரூபம் கொண்டு சின்னக் கை கால் அசைவுகள், சிரிப்புக்கள்பற்றிக்கூட மிகையான பிரக்ஞையையும் அதன் விளைவான ஓர் இறுக்கத்தையும் எங்களிடையே உருவாக்கி, ஒருவர் பார்வையை மற்றவர் நேரடியாகச் சந்திக்கத் தயங்குமளவுக்கு எங்களை உக்கிரமாக ஆட்கொண்டது. பெரியப்பாவையும் டின்னரின்போது, இன்னொருவிதமான ஆவேசம் ஆட்கொண்டது. என் அப்பா இளைய மகனாயிருந்தும் தன் அம்மாவையும், அக்காவையும் பராமரிக்கும் பொறுப்பை ஏற்றுக்கொள்ள, மூத்தவனான தான் தன் பாட்டை மட்டும் பார்த்துக்கொள்கிற சுயநலவாதியாக இருந்துவிட்டதாக நான் நினைக்கிறேனோவென்று சந்தேகப்படுகிறவர் போல, தான் செய்தவை தன்னைப் போன்ற ஒருவனால் தவிர்த்திருக்க முடியாதவை என ஸ்தாபிக்க அவர் பிரயாசை எடுத்துக் கொண்டார். தன் அப்பாவைப் பற்றிச் சொன்னார். அவர் மட்டும் இன்னும் சில வருடங்கள் உயிருடன் இருந்திருந்தாரானால் ஒருவேளை எல்லாமே வேறு விதமாக இருந்திருக்கலாம், என்றார்.

என் அப்பா அந்தக் காலத்து நிஜமான இன்டலெக்சுவல் (என்று பெரியப்பா கூறினார்.) இந்தக் காலத்து ஸுடோ

இன்டலெக்சுவல் அல்ல, என்னையும் சேர்த்துத்தான் சொல்கிறேன். டிகிரியெல்லாம் வாங்கினவரில்லை, ஆனால் நல்ல சமஸ்கிருத அறிவும் ஆங்கில அறிவும் உள்ளவர். சங்கீத ஞானமுள்ளவர். நம் பண்பாட்டின் அடிப்படைகளைப் பற்றித் தெளிவும், அதிலிருந்து உருவான பக்குவமான ரசனையும் உள்ளவர். உன் பாட்டியை, அவளுடைய எல்லாக் குறைகளுடனும் அவரால் ரசிக்க முடிந்தது, ஒரு ஆயுள் காலம் முழுவதையும் அவளுடன் செலவிட முடிந்தது. அதேபோல இன்டலெக்சுவல் அல்லாத உன் அப்பாவின் பலவீனங்களை மன்னித்து, அவருடனும்கூடச் சர்ச்சை செய்வதற்கு விஷயங்களைக் கண்டு பிடிக்கவும், சிரிக்கவும் முடிந்தது. அவர் என்ன லேசுப்பட்டவரா. பெரிய ஞானி, ஒரு ரிஷிக்குச் சமானம், என்று அம்மா அவரைப் பற்றிச் சொல்லுவாள். இது அவருடைய மதிப்பை உணர்ந்த பரவசம் இல்லை, தன்னிடமுள்ள புடவை நகைகள் பற்றிய பீற்றிக்கொள்ளல் போல அகமுடையானைப் பற்றிய ஒரு மூடப்பெருமை, அவ்வளவு தான். சிலைக்கு மாலை போட்டுச் சொற்பொழிவாற்றுவதுபோல, வெறும் வார்த்தைகள். ஆனால் உன் தாத்தா அவளால் சூட்டப்பட்ட இந்தக் கிரீடத்தை மிக ஸீரியஸ்ஸாக எடுத்துக்கொண்டதுதான் வேடிக்கை. அவர் எப்போதும் சாதாரண விருப்பு வெறுப்புகளுக்கு மேற்பட்ட ஞானியாக இருக்க முயன்றவாறு இருந்தார். என்னுடன் இன்டலெக்சுவல் மட்டத்தில் சம்பாஷணைகள், சர்ச்சைகள் நடத்துவதில்தான் அவர் உண்மையான இன்பம் கண்டாரென்றாலும், இந்த இன்பத்தில் தான் முழுமையாக ஆழ்ந்து போவதும், என் படிப்பு, என் அறிவுத்திறன் ஆகியவற்றைத் தான் ஓரளவுக்கு மேல் ஆமோதிப்பதும் ஊக்குவிப்பதும், ஒரு சாதாரண இன்டலெக்சுவலின் பலவீனத்துக்குப் பலியாவதாகும் என்று பயப்படுகிறவர்போல, தன் கருணையும் முதிர்ச்சியும் இத்தகைய ஒரு பலவீனத்தை – குறுகிய வரம்பை – கடந்து நிற்பவையென நிரூபிக்கத் துடிப்பவர்போல, அவர் என்னுடன் செலவிடுவதைவிட அதிக நேரத்தை உன் பாட்டியுடனும் அப்பாவுடனும் செலவிடுவார். அறிவின் வெம்மை அவர்களைத் தனிமைப்படுத்திவிடக் கூடாதென்று

ஜாக்கிரதையாக இருப்பார். ஆனால் அவருடைய இந்தச் சலுகையை என் அம்மாவும் தம்பியும் தங்களுடைய ஒரு உரிமையாகவே எண்ணத் தொடங்கினார்கள். என் அப்பா கொஞ்சம் ஸீரியஸ்ஸாக ஏதாவது பேசத் தொடங்கினால் அது அவர்களுக்குப் பைத்தியக்காரத் தனமாகவும் கேலிக்குரியதாகவும் படத் தொடங்கியது. அதாவது சமையலறைக்குள் செல்லும்போது புதிய பட்டுப் புடவையையும் ஒட்டியாணத்தையும் எடுத்து அணிந்து கொள்வதற்கு ஈடாக. இப்படியெல்லாம் வீட்டில் பேசக்கூடாதாம். ரொம்ப ரொம்பச் சாதாரண விஷயங்களை – அதாவது அவர்களுக்கு புரிகிற விஷயங்களை – மட்டும்தான் பேசலாமாம். நானும் அப்பாவும் ஸீரியஸ்ஸாக ஏதாவது பேசத் தொடங்கினால் என் அம்மாவும் தம்பியும் எங்களைக் கேலி செய்யும் சைகைகளை ஒருவருக்கொருவர் பரிமாறிக்கொண்டு, அர்த்தபுஷ்டியுடன் சிரித்துக்கொள்வார்கள். இத்தகைய விவாதங்களின் (நடைமுறை ரீதியான) உபயோகமின்மையைச் சுட்டிக் காட்டுவதுபோல, குழாயில் தண்ணீர் பிடித்தல், துவைத்தல், அறைகளைத் துப்புரவாக்குதல், காப்பிக் கொட்டை வறுத்தல், குழம்புக்கு அரைத்தல் போன்ற செயல்களில் ஈடுபடத் தொடங்குவார்கள்.........

ஆமாம் (என்று பெரியப்பா தொடந்தார்) உங்கப்பா அப்பவே அடுக்களைக் காரியங்களிலே கெட்டிக்காரர். எனவே என்னைவிட அதிகமாக அவரால் அம்மாவின் அன்புக்குப் பாத்திரமானவராக முடிந்தது. கடை கண்ணிக்குப் போவது, வாசலில் யாராவது வந்தால் பதில் சொல்லி அனுப்புவது, எல்லாம் என் தம்பிதான். என்னுடைய இன்டலெக்சுவல் சந்தேகங்கள் (அல்லது பாசாங்குகள்) அவனுக்கு இல்லாததால், பூஜை, புனஸ்காரங்கள், சந்தியாவந்தனம் ஆகியவற்றிலும் அவனால் ஒழுங்காக இருக்க முடிந்தது. அந்த டிபார்ட்மெண்டிலும் நல்லபெயர் வாங்க முடிந்தது. என் தம்பிதான் குலக்கொழுந்து, குடும்பத்தின் பெயரை விளங்க வைக்கப் போகிறவன். அம்மா அப்பாவை வயது காலத்தில் பார்த்துக்கொள்ளப் போகிறவன். நான் சீர்திருத்தத்துக்கு அப்பாற்பட்ட தான்தோன்றி, முரடு. வீட்டுப் பொறுப்பில்லாதவன் – இப்படியாக அம்மா நினைத்தாள்.

அவள் பேச்சு எனக்குப் பொதுவாக ரசிக்காததாலும், என் பேச்சை அவள் பல சமயங்களில் தப்பர்த்தம் செய்துகொண்டு மனத்தாங்கல் கொண்டதாலும், நாங்கள் ஒருவரோடொருவர் பேசுவது மிகவும் குறைந்து போயிருந்தது. என்ன இருந்தாலும் நான் அப்போது சின்னவன்தானே! உன் அப்பாவைப் போல அறிவுபூர்வமான உந்துதல்களையும் விமர்சனங்களையும் அடக்கி வைத்துக்கொள்ளும் விவேகமும், முரண்பாடுகளைச் சகித்துக்கொள்ளும் பொறுமையும் எனக்கில்லை. படபடவென்று ஏதாவது சொல்லிவிடுவேன்... ஸோ, என் தம்பிதான் அம்மாவின் செல்லப்பிள்ளையாயிருந்தான். அப்பாவோ நியூட்ரல். நான் வீட்டில் பயங்கரத் தனிமையை அனுபவித்தேன்... அப்பா இறந்த பிறகு அந்தத் தனிமை அதிகமாயிற்று.

அந்தச் சமயத்தில்தான் நல்லவேளையாக உன் பெரியம்மாவைச் சந்தித்தேன். அவள் அப்போது என் வாழ்வில் குறுக்கிட்டிருக்காவிட்டால் எனக்குப் பைத்தியம் பிடித்திருக்கும்... என் அம்மாவும் தம்பியும், தங்கள் அறிவுக்கும் ருசிக்கும் ஏற்றவாறு எனக்குப் பெண் தேடுவதில் வேறு முனைந்திருந்தார்கள். நான்தானே நிறையப் படித்திருக்கிறேன், நான்தானே இப்போது வேலை பெறக்கூடியவன், குடும்பத்தைக் காப்பாற்றக்கூடியவன்! எனவே என்னைத் தங்களுடன் பிணைத்து வைத்துக்கொள்ள அவர்களுக்கு ஒரு அடிப்படை தேவைப்பட்டது. எனக்குப் பெண் தேடிக் கல்யாணம் செய்து வைத்து விட்டால், அவர்களுடைய இந்தச் சிரமத்துக்குப் பிரதியாக, உதவிக்கு நன்றியாக, அவர்களை வைத்துக் காப்பாற்றுகிற நிர்ப்பந்தத்தில் நான் சிக்கிவிடுவேனல்லவா? ஆனால் மேலுக்குத் தன்னலமில்லாத ஒரு பாசாங்கு; நான் ஒரு அப்பாவியாம், எனக்கு இதெல்லாம் ஒன்றுமே தெரியாதாம். அவர்கள்தான் எனக்கு ஏற்றவளாக ஒருத்தியைத் தேர்ந்தெடுத்து, என்னைக் கடைத்தேற்ற வேண்டுமாம்.

அப்போது நான் ஆராய்ச்சி மாணவனாக இருந்தேன். ஆனால் ஆராய்ச்சி பண்ணுவதற்கு வேண்டிய மனநிம்மதியே இல்லாமல் செய்துவிட்டார்கள் இவர்கள். என் தம்பி, பெரிய மனுஷன்போல எங்கெங்கிருந்தோ எனக்குப் பெண் ஜாதகங்களும் புகைப்படங்களும் கொண்டு வருவான்.

தினசரியில் வரும் மாட்ரிமோனியல்களுக்கு எழுதிப் போடுவான். “சீக்கிரம்மா. அண்ணாவுக்கு லேட்டாகலையா? சீக்கிரம்!” என்று காலையில் என் சார்பில் அம்மாவை அவசரப் படுத்துவான், சுற்று வேலை செய்து கொடுப்பான். எனக்குக் காப்பி கொண்டு தருவான். சாதம் பரிமாற வருவான். இவனுக்கென ஒரு சிரத்தையோ, தேட்டங்களோ கிடையாதா என்று எனக்கு எரிச்சல் வரும். நியூஸ் பேப்பரைக்கூடப் படிக்க மாட்டான் அப்போதெல்லாம். நான் ஒருவன் இருக்கிறேனல்லவா, என் நிழலில் ஒதுங்கிக் கொண்டால் போதுமென்று இவன் நினைக்கிறான் என்று நான் நினைத்துக் கோபப்படுவேன். எதையாவது படியேன், எதையாவது உருப்படியாகச் செய்யேன், என்று சத்தம் போடுவேன். உன் சிசுருஷைகள் எனக்குத் தேவையில்லை, என்று சீறுவேன். சில நாட்கள் வேண்டுமென்றே அவனிடம் எதுவும் பேசாமலிருப்பேன். ஆனால் அவன் தன் போக்குப்படித்தான் இருப்பான். பாவம், அவன் கிட்ட அன்பா ரெண்டு வார்த்தை சொல்லக்கூடாதா, என்று அம்மா ‘அவனுக்காக என்னிடம் பரிந்துகொண்டு வருவாள். அவன்தானே வீட்டில் எல்லாம் செய்ய வேண்டியிருக்கு? நீ பாட்டிலே உன் ஜோலியைப் பார்த்துண்டு போயிடறே என்பாள். சில நாட்களில் எல்லாருமாக ஒருவரையொருவர் குற்றம் சாட்டிக்கொண்டு ஒரே புயலடிக்கும். சில நாட்கள் இறுக்கமாக மௌனம் நிலவும்...

ஏதோ ஒரு கட்டத்தில் எனக்கு இது மேலும் தாங்கிக்கொள்ள முடியாததாக ஆகிவிட்டது. நான் திடீரென்று முடிவுசெய்து பெரியம்மாவைக் கல்யாணம் செய்துகொண்டேன். அவளுடன் தனியே வந்தேன். முதலில் அவளுக்குத்தான் வேலையிருந்தது. பிறகு எனக்கும் கிடைத்தது. வீட்டுக்கு வழக்கமாகப் பணம் அனுப்பினேன்... அம்மாவுக்கு என் மனைவியை ஆரம்பத்திலிருந்தே பிடிக்கவில்லை. என் தம்பிக்குப் பிடிக்கவில்லை. அவர்களுக்கு என் மீது உரிமை நாட்டிக்கொள்ள உதவக்கூடிய ஒரு வாயில்லாப் பூச்சியாக இவள் இல்லையல்லவா? ஒரு கட்டத்துக்குப் பிறகு, என்னிடமிருந்து பண உதவி பெறுவதும் அம்மாவுக்குப் பிடிக்காமல் போயிற்று. உன் அப்பாவைக் குடைந்து, தானும்

யார் யாரையோ போய்ப் பார்த்து, இந்த வேலையை வாங்கிக் கொடுத்தாள்.

ஸோ, உன் அப்பாவின் காரணமாக நான் வீட்டைவிட்டு வந்தேன், பெரியம்மாவை மணந்தேன். என் காரணமாக உன் அப்பா ஒரு வேலை தேடிக்கொண்டார், தன்னைத் தானே காப்பாற்றிக் கொள்கிற உந்துதலைப் பெற்றார். இருவரும் ஒருவருக்கொருவர் உதவிக் கொண்டிருக்கிறோம்."

எனக்கு நீங்கள் உந்துதலை அளித்துவிட்டீர்கள், பெரியப்பா, என்று நான் நினைத்தேன்.

டின்னர் முடிந்து நானும் மாலாவும் ஆட்டோவில் அவள் வீட்டுக்குச் செல்லும்போது, பாவம், உனக்கு நல்ல போர் அடித்திருக்கும் இன்று என்றேன். "பெரியப்பாவுக்கு இன்று என்ன ஆகிவிட்டதென்று தெரியவில்லை, பொழிந்து தள்ளிவிட்டார்."

"ஓ, நோ" என்றாள் மாலா. "ஐ லைக் யுவர் பெரியப்பா வெரி மச், அண்ட் ஆல்ஸோ யுவர் பெரியம்மா."

"என்னைத்தான் பிடிக்கவில்லை, இல்லையா?" என்றேன்.

"உன்னை யாருக்குப் பிடிக்கும்?" என்றாள்.

நான் சட்டென்று அவளை அணைத்து முத்தமிட்டேன். அவள் திமிறவில்லை.

மூன்று நாட்களுக்குப் பிறகு ஒரு நாள் பிற்பகலில் மாலாவிடமிருந்து டெலிபோன் வந்தது – வீட்டில் அவள் மட்டும் தனியாக இருப்பதாகவும், உடனே வந்து சேரும்படியும்.

இதற்குக் கிட்டத்தட்ட ஒரு மணி நேரத்துக்குப் பிறகு மாலாவின் வீட்டில், அவளுடைய அறையில், நான் அவள் மூலம் என்னை ஆணாகவும், அவள் என் மூலம் தன்னைப் பெண்ணாகவும் – முதல் தடவையின் பரவசத்துடனும் தயக்கத்துடனும் ஆவேசத்துடனும் – கண்டுபிடித்துக்கொண்டோம்.

8

திருட்டு சுகத்தின் முதல் அனுபவம் இனிமையாக இருந்தது; நான் அதில் திளைத்தேன். சில நாட்களுக்கு, மாதங்களுக்கு – உலகமே ஒரு விளையாட்டு மைதானமாகவும், உலகத்திலிருந்த மனிதர்கள் அதில் ஏதேதோ அசட்டு விளையாட்டுகள் விளையாடுகிறவர்களுமாக மாறிப்போனார்கள். நானும் மாலாவும்தான் நிஜம். நாங்கள் பண்ணிக்கொண்டிருந்ததெல்லாம் நிஜம். மிச்சதெல்லாம் பொய்.

என்னைச் சுற்றியிருந்தவர்களின் மேல் முன்போல எனக்கு எரிச்சல் உண்டாகவில்லை, ஒரு அனுதாபச் சிரிப்புடன் அவர்களைத் தள்ளுபடி செய்யத்தான் தோன்றியது. ராவையும் மூர்த்தியையும் நான் தினசரி மன்னித்தவாறிருந்தேன். என் அப்பாவையும் அத்தையையும் அம்மாவையும் அவர்களைச் சந்திக்கும்போதெல்லாம் மன்னித்தேன். எனக்கு இவர்களுடனெல்லாம் பேசுவதில்கூட சிரத்தையில்லாமல் போயிற்று. இந்த அசிரத்தையை வெளிப்படையாகக் காட்டாமலிருப்பதற்காக அவசர அவசரமாக எனக்கு நானே பயிற்சி கொடுத்துக்கொள்ள வேண்டியிருந்தது. ஒரேடியாக இந்த அசிரத்தையை மறைத்துக் கொள்வதும் செயற்கையாகப் படும். ஆகையால் கொஞ்சம் அசிரத்தை, கொஞ்சம் ஆர்வம் என்று ஜாக்கிரதையாக பாலன்ஸ் செய்து கொஞ்ச நாட்களில் நான் இதில் மிகவும் தேர்ச்சி பெற்றுவிட்டேன். அலுப்பை அதிசயமாகவும், எகத்தாளத்தைப் பரிவாகவும், சிணுங்கலைச் சிரிப்பாகவும் என்னால் காட்ட முடிந்தது.

போலியாகப் பரபரப்பையோ அல்லது ஆர்வத்தையோ வரவழைத்துக்கொண்டு அர்த்தமில்லாத வாக்கியக் கூற்றுகளை அவசரமாக முறுக்கிப் பின்னிச் சொடுக்க முடிந்தது. நடிப்பு என் இயல்பின் ஒரு அம்சம் என்று முன்பே சொல்லியிருக்கிறேன். இந்த அம்சத்தை இந்தக் காலகட்டத்தில் நான் மிக நன்றாக விருத்தி செய்துகொண்டேன்.

எல்லாரிடமும் ஜோராக நடித்துக்கொண்டிருந்த நான், மாலாவிடம் மட்டும்தான் நடிக்காமலிருந்தேன். வாசற்படிக்கு அந்தண்டை போகிறவர்களையெல்லாம் துடியாகப் பார்த்துக் குலைத்துக்கொண்டிருந்துவிட்டு வீட்டுக்குள் தனக்குச் சோறு போடுகிறவர்களிடையே மிக சாதுவாக ஒரு மூலையில் போய் முடங்கிக்கொள்கிற நாயைப் போல் அவளிடம் நடந்துகொள்ளத் தலைப்பட்டேன். இதுவும்கூட எனக்கு இயல்பானதல்ல, நடிப்புத்தான், என்று எனக்குப் பின்னர்தான் தெரிந்தது. அவளுக்கும் தெரிந்திருக்க வேண்டும். ஆனால் இது தெரியாத வரையில் எல்லாமே மிகவும் ரம்மியமாக இருந்தது. பாந்தமாக இருந்தது: நான் அவளுக்கு ஒரு இரண்டாவது அல்சேஷனாக இருந்தேன். அவளுடைய கொஞ்சல்களுக்கெல்லாம் வளைந்து கொடுத்து அவளைக் களிப்பில் ஆழ்த்தினேன். வாட்டசாட்டமான அல்சேஷன், நயமாக விரல் நுனியில், காதுகளில், மேனியெங்கும், குறுகுறுப்பைப் பாய்ச்சும் மயிர்ப்பரப்பும் குரலும் பார்வையும் உள்ள அல்சேஷன். நொடியில் பாய்ந்து குதறிவிடக்கூடிய அல்சேஷன், மந்திரத்தால் கட்டுண்டதுபோல இந்த அல்சேஷன் அவள் காலடியில் கிடக்கிறது. அவள் மேலேல்லாம் (நாக்கால் இல்லாவிட்டாலும் கையால்) இதமாக நக்குகிறது. விழுந்து துவைக்கிறது. அவள் தூரத்திலிருந்து (டெலிபோனில்) 'உஷ்!' என்றால் ஓடி வருகிறது – நாங்கள் அடுத்து எங்கே சந்திக்க வேண்டுமென்பதைப் பற்றிப் பெரும்பாலும் ஒவ்வொரு முறையும் பிரியுமுன்னர் முடிவு செய்து கொண்டு விடுவோமானாலும், சில சமயங்களில் இந்தத் திட்டம் மாறுதலடையும்போது அவள் என் ஹாஸ்டலுக்கு டெலிபோன் செய்வாள். அல்லது நான் அவள் பள்ளிக்கூடத்துக்கு. அவளுடைய பள்ளிக்கூடத்தைப் பொறுத்தவரையில், நான் அவளுக்குக் கஸின்.

ஒரு முறை டிஸ்கோதே ஒன்றுக்குள்ளிருந்து நானும் மாலாவுமாக கைகோர்த்துக் கொண்டு வெளியே வந்தபோது எதிரே அவளுடைய (கான்வென்ட்) ஸ்கூல் பிரின்ஸிபால் வந்துகொண்டிருந்தாள். மோதிக் கொள்ளாத குறை. மாலா சிறிதும் பரபரப்படையாமல் என்னைத் தன்னுடைய கஸின் என்று அறிமுகப்படுத்தி வைத்தாள். ஓ, ஓரிரு தடவைகள் டெலிபோன் செய்தானே, அவன் இவன்தானா என்று பிரின்ஸிபால் கேட்டாள். ஆமாம் என்றாள் மாலா. ஐ ஸீ, என்று பிரின்ஸிபால் என்னை மேலும் கீழுமாகப் பார்த்துவிட்டு, கஸின் என்றால் யாரோ சின்னப் பையனென்று நினைத்தேன், என்று சிரித்தாள். வாழைப்பழத்தில் ஊசியைச் செருகுகிற சிரிப்பு. மாலா இதொன்றும் தன் சிற்றறிவுக்கு எட்டாததுபோல பேதைமை ததும்பப் பதிலுக்கு சிரித்து 'சின்னப் பையன்தான், பார்க்கத்தான் இப்படியிருக்கிறான்' என்றாள். பிரின்ஸிபால் போனாள். மாலா என்னிடம். 'இவளுக்கென்ன, உன்னைப் பார்த்தால் தாத்தா மாதிரி இருக்கிறதாக்கும்!' என்று கொஞ்சலாக முறையிட்டாள். 'ஹவ் ஸ்டுபிட்!' என்று நானும் சிரித்தேன். ஆனால் பிரின்ஸிபாலின் சொற்களும், அவளுடைய சிரிப்பும் பார்வையும் என் மனதில் நன்றாகப் பதிந்து போயின. 'நீ சின்னப் பையன் இல்லை! நீ மாலா நினைக்கிறவன் இல்லை!' என்று எனக்குள் ஒரு குரல் அடிக்கடி கூக்குரலிடத் தொடங்கியது.

இன்னொரு நாள் நானும் மாலாவும் அவளுடைய பள்ளியை அடுத்திருந்த ஒரு பொது ஆஸ்பத்திரியின் காம்பவுண்டுக்குள்ளிருந்த புல்வெளியில் உட்கார்ந்துகொண்டிருந்துவிட்டு எழுந்து வரும்போது மூர்த்தியின் கண்களில் பட்டுத் தொலைத்தோம். அங்கே இன்டெர்னாக இருந்த தன் நண்பன் ஒருவனைப் பார்க்க வந்ததாகச் சொன்னான் மூர்த்தி. எங்களைக் கேள்விக்குறியுடன் பார்த்தான். நானும் ஒரு நண்பனை பார்க்கத்தான் அந்தப் பக்கம் வந்ததாகவும் தற்செயலாக பஸ் ஸ்டாண்டில் மாலாவைப் பார்த்ததாகவும், தாகமாக இருந்ததால் கூல்டிரிங்க் ஏதாவது சாப்பிடலாமென்று ஆஸ்பத்திரிக்குள்ளிருந்த கான்டீனுக்கு வந்ததாகவும் நான் சொன்னேன்.

'இந்த கான்டீன் ஐந்து மணிக்கே மூடிடுவானே!" என்றான் மூர்த்தி.

"ஆமாம். அது அவ்வளவு தூரம் போய்ப் பார்த்தப்புறம்தான் எங்களுக்குத் தெரிஞ்சுது."

"உனக்கு இத்தனை மணி வரை கிளாஸ் இருந்ததா?" என்று மூர்த்தி அடுத்தபடியாக மாலாவை மட்டும் தனியே தாக்கினான்.

தனக்குக் கணக்கில் சில சந்தேகங்கள் இருந்ததாகவும், கணக்கில் கெட்டிக்காரியான தன் சிநேகிதி ஒருத்தியுடன் பள்ளி நேரத்துக்குப் பிறகு தனியே உட்கார்ந்து அவற்றையெல்லாம் நிவர்த்தி செய்து கொண்டதாகவும் அதனால்தான் நேரமாகி விட்டதாகவும் மாலா சொன்னாள்.

"யாரு, ஜெரால் டீனா?" என்றான் மூர்த்தி.

மாலா, இலேசான முகச் சுளிப்புடன், "இல்லை; இன்னொருத்தி. இவளை உனக்குத் தெரியாது" என்றாள்.

நான் எதிர்பார்த்தபடியே இந்த விஷயம் அடுத்த நாளே ராவை எட்டிவிட்டது. "மூர்த்தி உன்னையும் என் தங்கையையும் பார்த்தானாம் நேத்திக்கு" என்று ராவ் பேச்சோடு பேச்சாகப் பிரஸ்தாபித்தான். என் வாய் உடனே யந்திர ரீதியில் இயங்கி, நேற்று மூர்த்தியிடம் கூறினதையெல்லாம் மீண்டும் ராவிடம் ஒப்பித்தது. உள் மனம், இவர்களுக்கு வேறு வேலை கிடையாதோ, என்று எரிச்சல்பட்டுக் கொண்டது. தங்களுக்காகவும் அனுபவிக்கச் சாமர்த்தியம் கிடையாது, சாமத்தியம் இருக்கிறவனை அனுபவிக்கவிடுகிற நல்ல மனதும் கிடையாதுசே! இப்படி நினைத்த மறுகணமே, நான் என்ன, அனுபவித்துக்கொண்டுதான் இருக்கிறேனா, என்ற சந்தேகமும் எனக்கு ஏற்பட்டது.

வகுப்பு தொடங்குவதற்காக நாங்கள் வெளியே காத்திருந்த போதுதான் இந்தப் பேச்சு நடந்தது. வகுப்புத் தொடங்கி, நாங்கள் உள்ளே போய் உட்கார்ந்ததும், மாலா எனக்கு எப்போதும் சந்தோஷத்தைத்தான் அளிக்கிறாளா என்ன, என்று நான் நினைத்தேன். இல்லை, அவளால் எரிச்சல், கோபம், சலிப்பு, வெறுப்பு, வேதனை முதலிய ஏதேதோ

கூடத்தான் ஏற்படுகின்றன. கூட்டு மொத்தமாகப் பார்த்தால் அவளைச் சார்ந்து உண்டாகும் இனிய உணர்வுகளைவிடக் கசப்பான உணர்வுகளே அதிகமிருக்குமென்றுகூடத் தோன்றுகிறது. அவளுடைய அசட்டையான பாவனைகளையும் துடுக்கான பேச்சையும் எப்போதுமே நான் ரசிக்க வேண்டுமென்று அவள் எதிர்பார்ப்பது குழந்தைத்தனமாக இருக்கிறது. பஸ்ஸிலோ சாலையிலோ செல்லும் போதோ ரெஸ்டாரன்டில் அமர்ந்திருக்கும்போதோ பிறர் கவனத்தைக் கவருவதற்காக அவள் செயற்கையான பாவனைகள், இழுத்தல்கள், நிறுத்தல்களுடன் பேசுவதும், சேட்டைகள் செய்வதும், கண்றாவியாக இருக்கிறது. பிற ஆண்களின் கண்கள்தான் அவளுக்கு எப்போதும் குறி, நான் வெறும் உப்புக்குச் சப்பாணிபோலப் பல சமயங்களில் உணர்கிறேன். நான் எப்போதும் அவளுடைய உடைகளைக் கழட்டுவதற்குப் பரபரத்துக்கொண்டிருப்பது போலவும், தான் விதரணையுடனும் விவேகத்துடன் என் காட்டுமிராண்டித்தனத்தை ஒரு கட்டுக்குள் வைத்திருக்கப் பாடுபடுவது போலவும் நாடகமாடுவதில் மட்டும் குறைச்சலில்லை. எனக்கு அவள் உடம்பு மேலே ஆசையில்லாமலில்லை. அதே சமயத்தில் எனக்கு அவள்மீது ஒரு அனுதாபமும்தான் உண்டு. தன் அம்மா காரணமாகவும் வேறு காரணங்களாலும் அவளுக்கிருக்கிற மனச்சஞ்சலத்தையொட்டி அவளுக்கு ஆதரவு கொடுக்கணும், அன்பாக அணைச்சுத் தேற்றணும் என்கிற பொறுப்புணர்ச்சி உண்டு. யாரும் முழுவதும் நல்லவர்களுமில்லை, யாரும் முழுவதும் கெட்டவர்களுமில்லை. One should be realistic. நான் ஏதோ ஒரு விளையாட்டுக்காக நாய் வேஷம் போட்டேனென்று, என்னை அந்த வேஷத்திலேயே நிரந்தரப்படுத்தப் பார்க்கிறாள். உயர் வர்க்க அகந்தையை, அல்லது பெண் வர்க்க ஸ்டுபிடிட்டியைக் காட்டுகிறாள். அந்த முதல் நாளன்று பெரிய விஷமம் பண்ணலாமென்று அவள்தான் ஊக்குவித்தாள், செய்தோம். எனக்குச் சின்ன விஷமங்களே போதுமானதாயிருந்தது. ஏதோ அதிர்ஷ்டவசமாக விளைவுகள் ஏதும் இருக்கவில்லை, பிழைத்தோம். அப்படி ஏதாவது இருந்திருந்தால் யார்

என்ன செய்திருக்க முடியும்? இரண்டாவது, மூன்றாவது தடவைகளில், இந்தப் பயம்தான் வேலை செய்திருக்க வேண்டும், என்னால் சரியாகப் பண்ண முடியவில்லை. அதற்காக அதன் பிறகு எவ்வளவு சிணுங்கல், வசவு, இடித்துக் காட்டல்! எதுவும் ஆகாவிட்டால் தனக்கு நல்லதுதானே என்று இவளுக்கு ஏன் தெரியவில்லை? ஆனால் அவளுக்கு எப்படித் தெரியும். சின்னப் பெண்தானே! விளைவுகளைப் பற்றிக் கவலைப்படாத அசட்டுத் துணிச்சல்.... நான் பெரியவன், நான்தான் கவலைப்பட வேண்டும். கெமிஸ்ட் கடைக்குள் உறை வாங்குவதற்காக இரண்டு மூன்று தடவை நுழைந்து கடைக்காரன் 'என்ன?' என்றவுடன் தைரியமிழந்து தலைவலி மாத்திரை வாங்கிக்கொண்டு வெளியே வந்தேன். அது வாங்கிவிட்டால் கவலையில்லை. ஆனால் அது வரை... சே, என்ன சங்கடம்... இனிமேல் நாம் சந்தித்துக் கொள்வதை.? நிறுத்திவிடலாம் என்று சொல்லிவிடட்டுமா ஆமாம், அதுதான் சரி...

பௌதிக வகுப்பு, என்றும்போல அன்றும், தீவிர ஆத்ம சோதனைக்கு ஒரு வாய்ப்பாக அமைந்தது. பௌதிக ஆசிரியர் துருதுருப்பில்லாத ஒரு சலிப்பூட்டும் பாணியில் பேசிக்கொண்டு போவார். பாடத்தில் தீவிரப் படிப்பு உள்ளவர்களுக்குக்கூட அந்தப் பேச்சை இறுதி வரை விடாமல் கேட்பது சிரமம். சிலர் நோட்டில் படம் வரைவார்கள், சிலர் தூங்கி விழுவார்கள். என்னைப் போல இளம் வயதிலேயே பெண் சங்கதிகளில் அகப்பட்டுக்கொண்டவர்கள், தம்முடைய சொந்தப் பிரச்சனைகளை நன்கு அலசி தீர்வு காண முயலுவார்கள்...

அன்று பிற்பகலில் மாலாவிடமிருந்து டெலிபோன் வந்தது. எல்லாம் சரியாயிற்றா என்று விசாரித்தாள். அப்படித்தான் நினைக்கிறேன், என்றேன். ஆனால் நாம் ஜாக்கிரதையாக இருக்க வேண்டும். கொஞ்ச நாட்களுக்குப் பார்க்காமலிருப்போமே?

யூ ஸில்லி என்று மறுமுனையில் அவள் சிரித்தாள். ஏன்தான் இப்படிப் பயந்து சாகிறாயோ, என்றாள். நம்மை யாரும் எதுவும் செய்துவிட முடியாது, செய்துவிடப்

போவதில்லை. சாயங்காலம் வீட்டுக்கு வா. நான் தனியே இருப்பேன்.

அவ்வளவுதான். அதுவரை நான் உருவாக்கி வைத்திருந்த விரக்தியெல்லாம் சபலத் தீயில் கருகி விழ, சரி வருகிறேன் என்று போனை வைத்தேன். மறுகணமே உறை பற்றிய கவலை நெஞ்சாழத்தில் நெருடத் தொடங்கிவிட்டது. இந்தத் தடவையும் நான் சரியாகப் பண்ணாவிட்டால் அவள் என்னை நன்றாகப் புரட்டியெடுக்கப் போகிறாள்... எவனாவது குருடன் எங்கேயாவது கெமிஸ்ட் கடை வைத்திருந்தால் அங்கே போய் அதை வாங்கலாம். கடைக்குள் நுழையும்போதே விழுகிற விஷமப் பார்வையைத் தவிர்க்கலாம். அரை மணி நேரம் ஆவதற்குள்ளாகவே, ஏண்டாப்பா சரி சொன்னோமென்று நான் வருந்தத் தொடங்கிவிட்டேன்.

அந்தச் சமயத்தில்தான் என் அப்பா என்னைத் தேடிக்கொண்டு லாபரெட்டரிக்கு வந்து சேர்ந்தார். அன்று சனிக்கிழமை, அவருக்கு அரை நாள். சனிக்கிழமை பிற்பகல்களை பெரும்பாலும் என் அறையில் கழிப்பது அவருக்கு வழக்கமாகிவிட்டிருந்தது. சில சமயங்களில் முழுநாள் விடுமுறை எடுத்துக்கொண்டு வந்துவிடுவதுமுண்டு. அவர் பாட்டுக்குக் கூரையைப் பார்த்தவாறே கட்டிலில் அசையாமல் படுத்திருப்பார். ராவோ, மூர்த்தியோ வந்தால் அவர்களிடம் இயற்கையோடியைந்த வாழ்க்கை முறை, மதமும் அனுஷ்டானமும் சிறப்பிடம் பெறும் கல்வி முறை, பெண்களுக்கு அதிக சுதந்திரம் கொடுப்பதால் நேரும் ஆபத்துகள் போன்ற, தான் தீர்மானமான அபிப்பிராயங்கள் கொண்டிருந்த சில விஷயங்களைப் பற்றி இவர்களிடம் குட்டிச் சொற்பொழிவுகள் ஆற்றுவார். உத்தியோக வாழ்க்கையும் திருமண வாழ்க்கையும் ஒருவன்மேல் திணிக்கும் அடிமைத்தனம், ஈனத்தனம் ஆகியவை பற்றி ஜாடைமாடையாகக் குறிப்பிடுவார். நானும் அவரும் மட்டும் தனியே இருக்க நேர்ந்தால் அம்மா, அத்தை, பெரியப்பா ஆகியோரைப் பற்றிய தன் மனத்தாங்கல்களை என்னுடன் பகிர்ந்து கொள்வார். நான் பெரும்பாலும் அவர் பேச்சுகளைப் பொறுமையாகக் கேட்டுக் கொள்வேன். என்மூலமாக அவர் பெறக்கூடிய அதிகபட்ச ஆசுவாசத்தை அவர் பெற்றுக்கொள்ள

அனுமதிப்பேன். ஆனால் அதே சமயத்தில் மாலாவுக்கும் எனக்குமிடையே நடந்துகொண்டிருந்த விவகாரங்களை ராவும் மூர்த்தியும் மோப்பம் பிடித்துவிடாமலிருக்கப் பிரயாசை எடுத்துக்கொள்வதுடன் நில்லாமல், அப்பா மோப்பம் பிடித்துவிடாமலிருக்கவும் நான் சிரமப்பட வேண்டியிருந்தது.

அந்தச் சமயத்தில் அவருடைய வரவு எனக்கு மிகுந்த ஆறுதலளித்தது. ரூம் சாவியை அவரிடம் கொடுத்து, டீ வேண்டுமா என்றேன். நான் எல்லாம் பார்த்துக்கறேன். நீ உன் ஜோலியைப் பாரு, என்று தமக்கே உரிய பாணியில் சமிக்ஞை புரிந்துவிட்டு அவர் போனார். அது கல்வி கற்கப்படும் புனித இடமாம்; அங்கே வீண் பேச்சுக்கூடாதாம்.

சாயங்காலம் நான், அப்பா, ராவ், மூர்த்தி எல்லாருமாக என் அறையில் உட்கார்ந்து டீ குடித்தோம். லைட் ஸ்நாக்ஸுக்கு மாச்சிங்காக அதிகத் தீவிரமில்லாத மேலோட்டமான சம்பாஷணையை, அப்பா பாஷையில், 'ப்ரோக்ஷணம்' பண்ணிக்கொண்டோம். ராவ் பாதி நேரம் குமுதம் படித்துக்கொண்டிருந்தான். மீதிப் பாதி நேரம் மூர்த்தி அதே குமுதத்தைப் படித்துக்கொண்டிருந்தான். ஆறேகால் மணி சுமாருக்கு இருவரும் டேபிள் டென்னிஸ் ஆடப் போவதாகக் கிளம்பிச் சென்றனர். அப்பா என்னையும் வேண்டுமானால் போகச் சொன்னார். ஆனால் நான் வேண்டாமென்று அங்கேயே உட்கார்ந்திருந்தேன். இப்போது அங்கே மாலா எனக்காகக் காத்துக்கொண்டு உட்கார்ந்திருப்பாள். ஏன் இன்னும் காணோமென்று பரபரப்படையக்கூடத் தொடங்கியிருப்பாள், அத்தனை மணியாகி விட்டது. அப்பா, பெரியப்பா அந்த முறை எங்கள் வீட்டுக்கு வராமலே போய்விட்டதைப் பற்றிச் சென்ற நாலு மாதங்களில் இருபதாவது தடவையாக மீண்டும் பிரஸ்தாபித்தார். அவருக்கு (அப்பாவுக்கு) ஒன்றுமில்லை; ஆனால் அம்மாவும் அத்தையும்தான் லபோ லபோ என்று அடித்துக்கொள்கிறார்கள். உங்க பெரியப்பாவுக்கு இவ்வளவு மூளை இல்லாமல் போக வேண்டாம். ஆனால் மூளையிருந்தால்தான் இந்த பேளேபாத்தை (பெரியம்மாவுக்கு

எங்கள் வீட்டில் நிலவிய சங்கேதப் பெயர். எங்கள் வீட்டில், குறிப்பாக அந்தப்புரத்தில் நம்பப்பட்டபடி, பெரியம்மா தினசரி சாம்பார், ரசம், கூட்டையெல்லாம் வைக்க மாட்டாளாம். வாங்கிபாத், லெமன் பாத் என்று ஏதாவது கலந்து அப்பளம் பொரித்துவிடுவாளாம்.) கல்யாணம் பண்ணிண்டு நாக்கு உலர்ந்து போக மாட்டானே. அரை வயிற்றுக்குச் சாப்பிட்டாலும் ருசியாகச் சாப்பிடுகிற எங்களையெல்லாம் பார்க்க வெட்கமாக இருக்கு போலிருக்கு. வீட்டுக்கு மூத்தவனாயிருந்தும் ஆசார அனுஷ்டானங்களைக் காத்திலே பறக்க விட்டுட்டோமேன்னு மனசு உறுத்தறது போலிருக்கு. எங்களைப் பார்த்தால் அந்த உறுத்தல் ஜாஸ்தியாகுமோன்னோ? காரும் ஃப்ரிஜ்ஜும் டி.வியும் well furnished flat ம் இங்கிலீஷ் பேசற வைஃபும் இருந்தால் மட்டும் மனச் சாந்தி கிடைச்சுட முடியுமா என்ன? பிறத்தியாருக்காக, சந்தோஷமாக இருக்கிற மாதிரி பாவனை வேணுமானால் பண்ணிக்கலாம்...

பிறகு அப்பா அம்மா, அத்தையின் பயண ஆசைகளை வெளியிட்டார். அத்தை காசி, பிரயாகை, ஹரித்வார், ரிஷிகேஷ், எல்லாம் போகணுமென்கிறாள். அம்மா இதற்குப் போட்டியாக ஆக்ரா, ஜெய்ப்பூர், காஷ்மீர் எல்லாம் போகணும் என்கிறாள். 'பேளேபாத்' கேஸ்கள் குறைந்தபட்சம் சுயபுத்தி உள்ளதாயிருக்கும்; தமக்கென்று வெளியுலகைப் பற்றிய திட்டவட்டமான அபிப்பிராயங்கள் கொண்டவையாயிருக்கும். அம்மாவையும் அத்தையையும் போல பக்கத்து வீட்டு சுப்பியையும் எதிர் வீட்டு சேஷியையும் வெளியுலகச் சாளரங்களாகப் பயன்படுத்துகிற டைப்கள் தினம் ஒரு புது சிரத்தையையும் பாவனையையும் பூசிக்கொண்டு வந்து கழுத்தை அறுக்கும்...

இந்தப் பேச்சின் பாதியில் திடீரென்று கீழேயிருந்து நாயர் வந்து டெலிபோன் வந்திருப்பதாகச் சொன்னான். கீழே சென்றேன். ஆமாம், மாலாதான். என்னவாயிற்று என்றாள்.

"என் அப்பா வந்திருக்கிறார்" என்றேன்.

"வாட் எ பிட்டி" என்றாள். "அவரை விட்டுவிட்டு வர முடியாதா என்ன?"

"அதெப்படி" என்றேன். "அவர் என்னைப் பார்க்கத்தானே வந்திருக்கிறார். எங்களுக்குச் சில விஷயங்கள் பேச வேண்டியிருக்கிறது."

"வாட் எ பிட்டி" என்றாள். "உனக்காக நான் வாங்கி வைத்ததெல்லாம் வீணாகப் போகப் போகிறது."

"அதென்ன" என்றேன்.

"நீ வாங்கப்பயப்பட்டது" என்றாள்.

"நிஜமாகவா.......?"

"ஆனால் இப்போது நான் அதைத் தூக்கியெறிந்து விடுகிறேன்" என்றாள். "நீ உன் அப்பாவுடன் பேசிக்கொண்டிரு"

"லிஸன், மாலா..." என்று தொடங்கினேன்.

ஆனால் அதற்குள் மறுமுனையில் அவள் போனை வைத்து விட்டாள்.

9

நான் மேலே வந்தேன். அப்பாவும் நாயரும் பேசிக் கொண்டிருந்தார்கள். கடலைப் பிரதமனையும் சக்கை வரட்டியையும் நேந்திரங்காய் உப்பேரியையும் பற்றி. எனக்கு அவர்களைப் பார்த்துப் பொறாமையாயிருந்தது. அவர்களைப் போல நானும் ஏன் எளிமையானவனாக இல்லாமல் போய்விட்டேனென்று ஏக்கமாயிருந்தது. நான் என் வாழ்க்கையைச் சிடுக்கு நிறைந்ததாகச் செய்துகொண்டுவிட்டேன்.

அப்பா உறைகளைப் பயன்படுத்தியிருப்பாரா என்ற விசித்திரமான எண்ணம் எனக்கு ஏற்பட்டது. பயன்படுத்தியிருப்பாரோ, மாட்டாரோ, ஆனால் நாங்கள் அதைப் பற்றிப் பேசக்கூட முடியாதென்பதுதான் முக்கியமானது. மேல் நாட்டுத் திரைப்படங்களில் அப்பாவும் பிள்ளையும் சேர்ந்து அமர்ந்து சிகரெட் குடிக்கிறார்கள், மது அருந்துகிறார்கள். இங்கேயும்கூட அப்படிச் சில குடும்பங்கள் இருக்கலாம். அவர்களிடையே பிள்ளை அப்பாவிடமிருந்தும் அப்பா பிள்ளையிடமிருந்தும் உறைகளை இரவல் வாங்கிக்கொள்ளக்கூடும்.

ஆனால் மாலாவுக்கு எப்படிக் கிடைத்தது? அவளே கெமிஸ்ட் கடைக்குப் போயிருப்பாளோ? இது ஒரு விஷச்சுழலாகிக் கொண்டு வருவதாக நான் உணர்ந்தேன். நான், அவளை அசட்டை செய்யக்கூடிய பெரிய மனிதனாகப் பாவித்துக்கொண்டு விலக முயல்கிறேன்; அவளோ,

உடனே நான் அசட்டை செய்ய முடியாத பெரிய மனுஷியாகத் தன்னை மேலும் மேலும் காட்டிக் கொள்ள முயல்கிறாள். சரி, அவளுடைய ஆசைக்கு இணக்கமாக இருந்து அப்படியே என்னுடைய சபலத்தையும் கொஞ்சம் திருப்தி செய்து கொள்ளலாமென்று நெருக்கமாகச் சென்றால் உடனே என்னை அல்சேஷனாக்கி விடுகிறாள். வெறும் விளையாட்டாகத் தொடங்கியது ஒரு இரண்டுங் கெட்டான் பந்தமாகப் பரிணமித்துக்கொண்டிருந்தது. இதைத் துண்டிப்பதுதான் எங்கள் இருவருக்குமே நல்லதென்று தோன்றியது.

ஆனால் இரண்டு நாட்களுக்குப் பிறகு அவளிடமிருந்து டெலிபோன் வந்ததும் மறுபடி நான் வாலைக் குழைத்துக்கொண்டு சென்றேன். தன் அம்மாவின் குளிர் கண்ணாடி, செயற்கைத் தலைமயிர் ஆகியவற்றை எடுத்து அணிந்துகொண்டு தானே கெமிஸ்ட் கடைக்குப் போய் வந்ததாக அவள் விளக்கினாள். வெற்றிப் பார்வை பார்த்தாள். பெரிய விஷமம் செய்வதில் இப்போது தடையேதும் இல்லை. செய்தோம். நாலு, ஐந்து என்று ஸ்கோர் துரிதமாக ஏறிக்கொண்டே போய் ஒரே மாதத்தில் பத்தைத் தொட்டது. எங்களிடையேயிருந்த பல நுண்மையான விரிசல்களின் ஸ்கோரும் ஏறிக்கொண்டேதான் போயிற்று, இறங்கவில்லை. கெமிஸ்ட் கடைக்குப் போய் வெற்றியுடன் வந்ததால் தான் ஏதோ மகா திறமைசாலி போலவும் நான் சுத்தக் கையாலாகாதவன் போலவும் அவள் பாவித்துக்கொண்டது என்னை உறுத்தியது. காரம்ஸ், ஸ்கிராபிள், லூடோ போன்ற பல உட்புற விளையாட்டுகளில் பெரும்பாலும் அவள்தான் ஜெயிப்பாள். ஜெயித்தவுடன் பெரிதாகக் கொக்கரிப்பாள். இன்னும் கோகோ கோலாவை யார் முதலில் குடித்து முடிக்கிறார்கள், குடித்துவிட்டு யார் நிறைய ஏப்பம் விடுகிறார்கள், என்பதிலிருந்து தூரத்தில் வருகிற பஸ் என்ன நம்பர் என்பது வரையில் – ரேடியோவில் ஒலிக்கும் டான்ஸ் டியூன் ‘சாச்சாச்சா’வா, ‘டாங்கோ’வா என்பதிலிருந்து ஃப்ரூட் ஜெல்லிக்கும் ஜாமுக்கும் என்ன வித்தியாசம் என்பது வரையில் – ஏதேதோ சின்னப் போட்டிகள் வைத்தவாறு அதிலும் தான்தான்

ஜெயிப்பாள். அவளுடைய கேள்விகள் பலவற்றில் என்னுடய 'கீழ் மட்டத்துச் சூழலை' நாசூக்காகச் சீண்டுகிற பாவம் தொனிப்பதாகவும் எனக்குத் தோன்றும். அதாவது என் எல்லைகள் ராகம், தானம், பல்லவிக்குள்ளும் சட்னி சாம்பாருக்குள்ளும் அடங்கிவிடுகிறவை. அவள் தொட்டிலில் கிடந்தபோதே சாச்சாச்சாவுக்குக் காலை உதைத்தவள், ஃப்ரூட் ஜெல்லியை நக்கினவள்... நான் இதேபோல, வேறு துறைகளில் அவளைவிட அதிகமாக எனக்கிருந்த பொது அறிவைப் பயன்படுத்தி அவளை மடக்க முயன்றால், அவள் உடனே தளுக்காக சம்பாஷணைத் தொனியை மாற்றி என்னை ஒரு dry professorial type ஆக உணரச் செய்வாள். அப்பாவுடன் வெளியே போய்விட்டு வந்த குழந்தை தான் கண்ட அதிசயங்களை விவரிக்கும்போது அம்மா அதனிடம் காட்டுவது போன்ற ஒரு பாசாங்கு ஆர்வத்தையும் பரபரப்பையும் காட்டி, 'என் கண்ணு!' என்று தட்டிக் கொடுப்பாள். குழந்தைத்தனமானவள், பக்குவம் பெறாதவள் என்று நான் அவளைச் சொன்னால் உடனே தாத்தா, ஹாஸ்ய உணர்ச்சியில்லாத ஜடம், என்று அவள் என்னைச் சொல்லுவாள். இதெல்லாம் எனக்குச் சலித்துப் போகத் தொடங்கியிருந்தது. சின்னச் சின்னக் காரணங்களுக்காக எங்களிடையே பெரிய பெரிய சண்டைகள் நடக்கத் தொடங்கின. முடங்கிக்கிடந்த அல்சேஷன் சிலிர்த்து எழுந்து வீட்டுக்குள்ளும் உறுமத் தொடங்கியது.

இதற்கெல்லாம் இடையில்தான் வருடாந்திரப் பரீட்சைகளும் நடந்தேறின. ஒரு அரை மயக்க நிலையில் பரீட்சைகளை எழுதினேன். பாஸாவேனென்ற நம்பிக்கையே இல்லை. விடுமுறைக்காக ஹாஸ்டலிலிருந்து காலி செய்துகொண்டு வீட்டுக்கு வந்தபோது, கூடவே ஒரு புது அத்தியாயம் துவங்க வேண்டுமென்ற உத்வேகமும் எனக்குள் பிறந்தது. இனி அந்த மாலாவின் மூஞ்சியிலேயே முழிக்கக் கூடாதென்று முடிவு செய்தேன். ஒரு பெண்ணுக்கு அடிமையாயிருக்கிற அல்சேஷனாக இருப்பதைவிட, சுதந்திரமான ஒரு கழுதையாகவோ வேறு ஜடப் பொருளாகவோ இருப்பது மேலானது. நான் தினசரி காலை ஐந்து மணிக்கே எழுந்து எங்கள் வீட்டிலிருந்து இரண்டு மைல்

தூரத்திலிருந்த பார்க்குக்கு வேகமாக நடந்து சென்றேன். அங்கே கொஞ்ச நேரம் உடலை இப்படியும் அப்படியுமாக வளைத்து, குதித்து, வியர்க்க விறுவிறுக்க தேகப் பயிற்சிகள் செய்தேன். மலர்களையும் குருவிகளையும் வண்ணத்துப் பூச்சிகளையும் பார்த்தவாறே இளைப்பாறினேன். பிறகு வீட்டுக்கு வந்து காபி, நியூஸ் பேப்பர், கக்கூஸ், குளியல், சுவாமிக்கு நமஸ்காரம், சாப்பாடு, தூக்கம், டிபன், காபி, சாயங்காலம் வாக், பிறகு ராத்திரிச் சாப்பாடு. கொஞ்சம் படிப்பு, மறுபடி தூக்கம். அட்டவணை ரொம்பக் கணக்காக அமைந்துவிட்டது. பத்து நாட்கள் இப்படிச் சென்றன.

பிறகு ஒரு நாள் நான் சாயங்காலம் வாக் போய்விட்டு வந்தபோது, "உன்னைத் தேடிண்டு ஒரு பொண்ணு வந்திருந்தா" என்றாள் என் தங்கை.

"பொண்ணு?" என்றேன்.

"ஆமாம்; யாரோ மாலாவாம்."

"மாலாவா?"

இதைக் கேட்டுக்கொண்டே என் அம்மாவும் வந்தாள். "என்னடா ஒண்ணுந் தெரியாததுபோல முழிக்கிறே! அவள் என்கிட்ட எல்லாம் சொல்லியாச்சு. நீங்கள் ரெண்டு பேரும் சிநேகிதமாமே! சேர்ந்து சினிமாவுக்கும் இன்னொண்ணுக்கும் போவேளாம். நீ அவர்கள் வீட்டிலேயே பழி கிடக்கயாம். அங்கேயே சாப்பிடுவியாம். தூங்குவியாம். கொஞ்சம் நாட்களாக உன்னைக் காணோமே, உடம்பு கிடம்பு சரியாயில்லையோன்னு பார்த்துட்டுப் போகலாம்னு வந்தாளாம். எங்களையெல்லாம் ஒரு நாள் தன் வீட்டுக்கு வரச் சொல்லியிருக்காள். ஏண்டா? நாங்க எதுக்காக அவாத்துக்குப் போகணும்? இவள் யாரு, என்ன சங்கதி, ஒண்ணும் புரியலையே! நீயும் உங்க பெரியப்பா மாதிரி ஏதாவது பண்றதாக பிளான் போட்டிருக்கியா? அவளைப் பார்த்தால் நம்மளவாள் மாதிரிகூட இல்லை. ஏதோ இங்கிலீஷ்காரி தமிழ் பேசற மாதிரிப் பேசறாள். டிரஸ்ஸும் அலங்காரமும் கண்ணைக் குத்த வர மாதிரி இருக்கு. யாருடா இவள்? பிராமணாள்தானா, அதுவும்

இல்லையா? அவாத்திலே உனக்கென்ன சாப்பாடும், தூக்கமும்? பின்னே ஹாஸ்டல் ரூமுக்குத் தண்ட வாடகை எதுக்காக? இந்த மாதிரி இருக்கிறவாளோட சினிமாவுக்குப் போறதுக்கும் இன்னொண்ணு பண்றத்துக்கும் சௌகரியமா இருக்கும்னுதான் ஹாஸ்டலுக்குப் போறேன்னு துடிச்சியா? இங்கே உங்கப்பா காலங்கார்த்தாலே என்னத்தையோ அவசரமா அள்ளிப் போட்டுண்டு தலைத்தெறிக்க ஓடி பஸ் ஸ்டாண்டிலே கால் கடுக்க நின்னு பஸ்ஸிலே இடிபட்டுண்டு ஆபீசுக்குப் போறதுக்கும், அங்கே நாள் பூரா முதுகெலும்பைக் கூழாக்கிண்டு அல்லாடறதுக்கும், இங்கே நான் கையைக் கட்டி காலைக் கட்டிக் குடித்தனம் பண்றதுக்கும் ஒரு அர்த்தமே இல்லாமல் போச்சேடா! (அப்பாவைப் பார்த்து) ஏன்னா, சும்மாயிருக்கேளே! நீங்களும் ஏதாவது சொல்லுங்களேன். அவனுடைய ஹாஸ்டலையும் சிநேகிதாளையும் ஸ்தோத்திரம் பண்ணிண்டு கிடந்தேளே. நன்னாத்தான் எல்லாரையும் முட்டாளாக்கி வச்சிருக்கான். உங்க பேச்சையெல்லாம் ரொம்பப் பதவிசாகக் கேட்கிற மாதிரிக் காட்டியிருப்பான். உடனே உங்களுக்கு உச்சிக் குளிர்ந்து போயிருக்கும், வேறென்ன? அவன் இலேசுப்பட்டவன் இல்லைன்னுதான் நான் அன்னிலர்ந்து அடிச்சுக்கிறேனே! சரியான மொழுக்கன்; எம்டன். ஏண்டா, ஏதாவது சொல்லேன். ஏன் மரம் மாதிரி நிக்கிறே? ஏன் வாயடைச்சுப் போச்சு? சொல்லு, எதுவானாலும் சொல்லு, கேட்டுக்கறோம். உன்னைப் பெத்த பாவத்துக்கு இன்னும் என்னவெல்லாம் அனுபவிக்க வேண்டியிருக்கோ அதையெல்லாம் அனுபவிச்சுத்தானே ஆகணும். சொல்லு, சொல்லு" என்று அம்மா பொரிந்து தள்ளினாள்.

அவளுடைய பேச்சுப் பிரவாகத்துக்கு நடுவே குறுக்கிடுவது சிரமமாயிருந்தது என்பது மட்டும் என் மௌனத்துக்குக் காரணமில்லை; நான் அத்தனை நாட்களாக அவர்களுக்குத் தெரியாமல் ஈடுபட்டு வந்த காரியங்களுக்கான ஒரு நியாயமான தண்டனையாக அந்தச் சீற்றத்தைக் கருதி, என் குற்ற உணர்ச்சிகளுக்கு அதை ஒரு வடிகாலாகக் கொண்டு, நான் அதில் திளைத்தேன். பிறகு சொன்னேன்: நீங்கள் ரொம்பத் தப்பாகப் புரிந்துகொண்டு விட்டீர்கள். அந்தப் பெண்ணுடைய

அண்ணா என்கூடப் படிக்கிறான், எனவே சில சமயங்களில் நான் அவர்கள் வீட்டுக்குப் போவதுண்டு சினிமா முதலிய இடங்களுக்குப் போவதுண்டு. ராவுக்கு சௌகரியப்படாமல் போகும்போது நானும் அவளும் தனியாகப் போனதுண்டு. இதற்கெல்லாம் இந்தக் காலத்தில் ஒரு அர்த்தமும் கிடையாது. அவளைக் கல்யாணம் செய்துகொள்ள நான் ஆசைப்படவில்லை, என்னைக் கல்யாணம் செய்துகொள்ள அவளும் ஆசைப்படவில்லை, வெளியுலகத்திலே பற்பல துறைகளிலே, பற்பல லெவல்களிலே பெண்கள் பங்கெடுத்துக்கொண்டிருக்கிற காலம் இது. நாளைக்கே நான் வேலைக்குப் போனால் அங்கே கலீக்ஸ்ங்கற முறையிலேயும் கஸ்டமர்ஸ் அல்லது க்ளையன்ட்ஸ்ங்கற முறையிலேயும் எத்தனையோ பெண்களோடுப் பழக வேண்டி வரலாம். இந்த வயசிலேயே பெண்களோடு விகற்பமில்லாமல் ஃப்ரீயாகப் பழகுவதற்குக் கற்றுக்கொள்ளாவிட்டால் – அதற்கான சந்தர்ப்பங்களை நன்கு பயன்படுத்திக்கொள்ளாவிட்டால் – பிற்காலத்தில் ஏதேதோ காம்ப்ளிகேஷன்ஸ் எல்லாம் உருவாகிவிடும். அம்மாவும் சகோதரிகளையும் தவிர வேறு பெண்களைக் கண்ணெடுத்தும் பாரேன் என்று ஒருவன் இருந்தால், அவனை வீட்டில் சரியாக வளர்க்கலை போலிருக்கு என்றுதான் எல்லாரும் சொல்வார்கள். நான் செய்தது உங்களுக்குக் குற்றமாகப்படுவதும், படாததும், உங்களுடைய கண்ணோட்டத்தைப் பொறுத்தது. என் மீது உங்களுக்குள்ள அக்கறை ஆரோக்கியமானதா அல்லது அசட்டுத்தனமானதா என்பதைப் பொறுத்தது. அந்தப் பெண் ஒரு ஜோக்கர் டைப். சும்மாவாவது எல்லாரையும் காபராப் படுத்துவதில் அவளுக்கு ஒரு குஷி, அந்த மாதிரி அவள் ஏதோ விளையாடிவிட்டுப் போயிருக்கிறாள். அதைப் போய் நீங்கள் ஸீரியஸ்ஸாக எடுத்துண்டு குழம்பக் கூடாது.

அப்பா அதைக் கேட்டதும், முகத்தில் ஒரு பிரகாசத்துடன், இப்போது என்ன சொல்கிறாய், என்பதுபோல அம்மாவைப் பார்த்தார். அம்மா, அவரைவிட ஆழமுள்ளவளாகவும், கட்டுக் கதைகளை நம்பாதவளாகவும் காட்டிக்கொள்ள விரும்பினாலும், அதே சமயத்தில் தன் பிள்ளை ஒரு

கயவனல்லவென்று நம்பவும் ஆசைப்பட்டாள். "என்னவோ, போ, என்ன விளையாட்டோ, விசித்திரமோ, அசடு வழியறது" என்று அந்த விஷயத்துக்கு முத்தாய்ப்பு வைத்தாள்.

தனியே விடப்பட்டதும் மாலாவின் மேல் ஆத்திரம் பொங்கியது. வெறும் வீம்புக்காகத்தான் அவள் இவ்வளவும் செய்திருக்கிறாளென்பது எனக்குப் புரிந்தது. நான் இவ்வளவு நாட்கள் அவளை அசட்டை செய்துவிட்டதற்காக அவள் அளிக்கும் தண்டனை. என் குடும்பத்தினருக்கு முன்னால் பிரசன்னமாவதன் மூலம் என்னை பிளாக்மெயில் செய்கிறாள். அதே சமயத்தில் அவள் நன்றாக அனுமானித்திருக்கும் அவர்களுடைய எண்ண வரையறைகளையும் பிற்போக்கான கண்ணோட்டத்தையும் நம்பி, என் முகத்தில் வாரி இறைத்து என்னை அவமானப்படுத்துகிறாள். எனக்கு அந்தக் கணத்தில் அவளைக் கொலை செய்ய வேண்டும் போலிருந்தது.

மறுநாள் காலையில் வழக்கம் போல வாக்கிங் கிளம்பினேன். ஆனால் வாக்கிங் போகவில்லை. நேரே மாலாவின் வீட்டுக்குப் போனேன். அன்று அவளிடம் வெட்டு ஒன்று, துண்டு இரண்டு என்று தீர்த்துவிட வேண்டுமென்று போனேன். எப்படியாவது அவளைத் தனியே பார்த்து, அவள் செய்வதெல்லாம் அசட்டுத்தனமானதென்று அவளுக்குப் புரிய வைக்கவேண்டும். சினிமாவில் வருவது போன்ற ஒரு நீண்ட வசனத்தை ஒத்திகை பார்த்துக் கொண்டே சென்றேன். மாலா, அன்பு என்பது நேரடியானதும் எளிமையானதுமான ஒன்றே தவிர, மறைமுகமானதும் குழப்பமானதும் அல்ல. தன்னை மட்டுமே காரணமாகவும் பொருட்டாகவும் கொண்டு அது பிறக்க வேண்டும், வளர்ந்து செழிக்க வேண்டும். உன் அம்மாவின் பாலுள்ள போட்டியுணர்ச்சியையும் குரோதத்தையும், உன் அண்ணனின்பாலுள்ள எக்காளத்தையும் இகழ்ச்சியையும், என் மேலுள்ள அன்பாக நீ உருமாற்ற முடியாது. நீதான் பணக்காரி, நீதான் திறமைசாலி, நீதான் புத்திசாலி என்று அகம்பாவக் கொடி பிடிக்கிறதாலும் அன்பெனும் சாம்ராஜ்யத்தை வெல்ல முடியாது. பேதங்களை கர்வமாக போஷித்து அவற்றை மோதவிட்டு வெற்றி தோல்வி பார்க்கிறதன் மூலமா இல்லை. பேதங்கள் உறுத்தாத

பேதங்கள் இல்லாத ஒரு நிலையை அடையப் பார்ப்பதன் மூலமாகத் தான் அன்பை வளர்த்துக்கொள்ள முடியும். நான் மட்டும் இதையெல்லாம் தவறாகப் புரிஞ்சுக்கலை. தவறாக நடக்கலை என்று சொல்ல வரவில்லை. ஆனால் என் தப்பு இப்போது எனக்குத் தெரிஞ்சு போச்சு. நீயும் தெரிந்துகொள்ளணும். நமக்குள் நடந்துகொண்டிருந்தது மேலும் தொடருவதால் எந்தப் பயனுமில்லை என்பதை நீ உணர வேண்டும்.

வீட்டுக்கு நுழைந்தவுடன் ராவ்தான் எதிர்ப்பட்டான். என்ன காலங்கார்த்தாலே, என்று ஆச்சரியத்துடன் வரவேற்றான்.

சும்மாதான், என்று உட்கார்ந்தேன். காப்பி வந்தது. குடித்தேன். சற்று நேரங்கழித்து மாலாவும், வாட்ட சாட்டமான ஒரு இளைஞனும், டென்னிஸ் உடைகளில் மாடிப்படிகளில் இறங்கி வந்தார்கள். "ஓ, ஹலோ!" என்றாள் மாலா. தன்னுடன் இருந்தவனை எனக்கு அறிமுகப்படுத்திவைத்தாள் –

"மை கஸின்!"

சரிதான், நிஜமான கஸினே வந்துவிட்டானாக்கும் என்று நினைத்தேன். அவனுடன் கை குலுக்கினேன்.

கஸின் நீண்ட சோபாவின் ஒரு ஓரமாக உட்கார, மாலா சோபாவின் கைப்பிடி மீது தன் தொடை அவன் கை மீது அழுந்துமாறு அவன் மேல் சாய்ந்துகொண்டு ஒயிலாக உட்கார்ந்தாள். நடு நடுவே அவன் காதில் அவள் ஏதோ கிசுகிசுக்க, இருவருமாகப் பெரியதாகச் சிரித்தார்கள். எல்லாம் எனக்குப் பாடங்கற்பிக்கத்தான் என்பது எனக்குப் புரிந்தது: 'அற்ப நாயே, நீ இல்லாவிட்டால் என் உலகம் அஸ்தமித்துவிடப் போவதில்லை.'

நேற்றைக்கு அவள் என் வீட்டுக்கு வந்ததும் ஒரு வகைக் கொக்கரிப்புத்தான் என்பதும் எனக்குப் புரிந்தது. என்பிற்போக்கான மத்தியதரச் சூழ்நிலையைப் பற்றிய ஒரு இறுதியான, உரத்தச் சிரிப்பு.

மாலாவும் அவளுடைய கஸினும் சற்று நேரத்துக்குப் பிறகு டென்னிஸ் விளையாடச் சென்றார்கள். நான் ராவுடன் என்ன பேசுகிறேன் என்பதே தெரியாமல் ஏதோ பேசிக்கொண்டிருந்து விட்டு, சம்பாஷணையில் முதல் இடைவெளி ஏற்பட்டதும் எழுந்து கொண்டேன்.

கேட்டை நோக்கிச் செல்லும்போது டென்னிஸ் கோர்ட்டின் பக்கம் ஒரு தடவை பார்த்தேன். மாலா, அதை எதிர்பார்த்திருந்தவளாக, உடனே கையை உயர்த்தி வீசி ஆட்டினாள். அவளுடைய கஸினும் ஆட்டினான். நானும் கையை உயர்த்தி ஆட்டிவிட்டு, வெளியே வந்து வேகமாக நடக்கத் தொடங்கினேன்.

விதிகளை மீறிய அல்சேஷன் தூக்கியெறியப்பட்டுவிட்டது. புது அல்சேஷன் வந்துவிட்டது. எரிச்சல், ஆசுவாசம், சிரிப்பு, அழுகை எல்லாம் சேர்ந்தாற்போல ஏற்பட்டன. அத்தனை நாட்கள் நடந்ததெல்லாம் வெறும் சொப்பனம் என்று தோன்றியது.

இரண்டு

1

அந்தக் கோடை விடுமுறை பரபரப்பில்லாமல் கழிந்தது. ஆனால் சுவையில்லாமல் அல்ல. அப்பாவும் அம்மாவும் என் தங்கையும் ஆக்ரா – ஜெய்ப்பூர் – காஷ்மீர் பயணம் சென்றுவிட, நானும் என் அத்தையும் தனித்து விடப்பட்டோம். அம்மாவும் அப்பாவும் என்னையும் தங்களுடன் வருமாறு எவ்வளவோ கெஞ்சினார்கள். ஆனால் நான் அசைந்து கொடுக்கவில்லை. நான் ஹாஸ்டலில் போய் உட்கார்ந்து கொண்டு ஏதோ ஜல்ஸா செய்துகொண்டிருந்ததாக அவர்கள் என்னைப் பற்றி நினைத்ததற்கு (அந்த நினைப்பு சரிதான் என்பது வேறு விஷயம்) எதிர்ப்புத் தெரிவிக்க வேண்டாமா? அதற்குத்தான். மேலும் என்னைக் கூட்டிக்கொள்ளாமல் அவர்கள் சென்றால் தானே பிற்பாடு அவர்களுடைய இரக்கத்துக்கும் சலுகைகளுக்கும் நான் பாத்திரமாக முடியும்? அவர்கள், ஏண்டாப்பா தீர விசாரியாமல் இவன் மேல் பழி சுமத்தினோமென்ற மருகிப் போக, நான் உள்ளுக்குள் அவர்களுடைய சங்கடத்தைப் பார்த்து மகிழ்ந்து, மேலுக்குத் தனக்கு அநீதி இழைப்பவர்கள் மேல் துளியும் கோபப்படாமல், அவர்களுடைய நலனுக்காகப் பிரார்த்திக்கும் ஜீஸஸ் க்ரைஸ்ட்போல நடந்துகொண்டேன். “தியரெடிகல் ஆஸ்பெக்டுக்காக நிறைய புக்ஸை கன்ஸல்ட் பண்ணி நோட்ஸெல்லாம் எடுக்கணும்... டெர்ம் டேஸ்லே இதுக்கெல்லாம் நேரமே கிடைக்காது, இப்ப செஞ் சால்தான் உண்டு... இங்கே அத்தைக்கும் ஒரு துணை வேண்டாமா? நான் இங்கே வீட்டையும் அத்தையையும்

பார்த்துண்டால் உங்களுக்கும் இங்கே என்ன ஆச்சோங்கிற கவலையில்லாமல் சுற்றலாமில்லையா? எனக்கு இந்த மாதிரி சுற்றுப்பயணங்களுக்கெல்லாம் வருங்காலத்தில் எவ்வளவோ சான்ஸ் கிடைக்கும். உங்களுக்கெல்லாம்தான் சிரமம். ஆகையினாலே நீங்கள் போறதுதான் முக்கியம்" என்றேன். என் விதரணையையும் சமர்த்தையும் பார்த்து, இதைத் தாங்கள் அதுவரை புரிந்துகொள்ளாததை நினைத்து. அவர்களுக்கு அழுகையே வந்துவிட்டது.

அவர்கள் மூவருமே சென்ற பிறகு எனக்கு மிகவும் உற்சாகமாக இருந்தது. அத்தைக்கும்தான். அவள் கொஞ்சம் ரிலாக்ஸ் பண்ண முடிந்தது. என் அம்மாவுக்காகத்தான் (வீம்புக்காகவேனும்) சுமக்க வேண்டியிருந்த சிலுவைகளைக் கழட்டி வைக்க முடிந்தது. சுமங்கலியாக, கணவனும் குழந்தைகளுமாக நிறைவாக வாழ்ந்துகொண்டிருந்த என் அம்மாவுக்கு பழிப்புக் காட்டுவதற்காகவே என் அத்தை பல நாட்கள் உபவாசம், அது இது என்று சாப்பிடாமலிருப்பாள். நெய் கூடாது, உருளைக்கிழங்கு கூடாது, வெங்காயம் கூடாதென்று ஏதேதோ கட்டுத் திட்டங்கள் வைத்துக்கொள்வாள். என் அம்மா என்றைக்குத் தன் வித்தையையெல்லாம் பிரயோகித்து தேங்காயரைச்ச குழம்பென்ன, தக்காளி ரசமென்ன, வறுவலென்னவென்று பிரமாதமாகச் சமைக்கிறாளோ அன்றைக்குத்தான் அத்தைக்குத் திடீரென்று வயிறு சரியில்லாமல் போகும், வெறும் மோருஞ்சாதம் மட்டும் சாப்பிட்டு எழுந்துவிடுவாள். என் அம்மா சுறுசுறுப்பாக இருக்கும் நேரங்களில் அத்தைக்குத் தளர்ச்சியாகவும், அம்மா தளர்ச்சியாக இருக்கும் நேரங்களில் அத்தைக்குச் சுறுசுறுப்பாகவும் இருக்கும். அம்மா தூக்கத்திலோ ஒரு பக்கத்து வீட்டு மாமியுடன் சம்பாஷணையிலோ ஒரு பகல் நேரத்தைக் கழிக்க முற்பட்டால், அத்தை அன்றைக்கு நிச்சயம் ரவையைச் சலித்து வறுப்பாள் அல்லது வடாம் இட்டு உலர்த்துவாள், அல்லது காலியாய்ப் போன இன்ஸ்டன்ட் காஃபி, ஹார்லிக்ஸ் குப்பிகளை மறு உபயோகத்துக்காகக் கழுவி வைக்கத் தொடங்குவாள், அல்லது நாலு நாட்களுக்கு வேண்டிய அரிசியைச் சேர்ந்தாற்போலப் பொறுக்க உட்காருவாள். அம்மா இதெல்லாம் தன் குற்ற

உணர்ச்சியைத் தூண்டுவதற்காகத்தான் என்பதை உணர்ந்து நறநறவென்று பற்களைக் கடித்துக்கொள்வாள்.

இப்போது அத்தை தானே வெங்காய சாம்பாரும் உருளைக்கிழங்கு பொடிமாஸும் வைத்து, வக்கணையாகச் சாப்பிட்டாள். அவளுடைய உபவாசங்கள் மிகவும் குறைந்துவிட்டன, வயிற்று வலி அடியோடு நின்றுவிட்டது. சில நாட்களில் என்னை ஹோட்டலிலிருந்து மசால் வடை, மிக்ஸ்சர், ஜிலேபி என்று ஏதாவது வாங்கி வரச்சொல்லுவாள். நான் என்ன கேட்டாலும் மாட்டேனென்று சொல்லாமல் உடனே செய்து கொடுப்பாள். கொடுங்கோலாட்சி ஒன்று திடீரென்று விலகி மக்கள் குடியரசு நிறுவப்பட்டதுபோல ஒரே ஜாலியாக இருந்தது. காலையில் வாக்கிங் போய்விட்டு வரும்போது நானாகவே அவளுடைய பூஜைக்காக பார்க்கிலிருந்தும் வேலியோரங்களிலிருந்தும் பூப்பறித்துக் கொண்டு வருவேன். அவளுடைய அந்தக் காலம் பற்றிய பெருமைகளையும், இந்தக் காலம் பற்றிய அங்கலாய்ப்புகளையும் பொறுமையாகக் கேட்டுக்கொள்வேன், கோணங்கித்தனங்கள் காட்டி அவளைச் சிரிக்க வைப்பேன். எனக்கு உண்மையில் அவளைப் பார்த்து வருத்தமாக இருந்தது, அவளைப் போன்றோரின் நிலை குறித்துத் துக்கமாக இருந்தது. என்னுடைய வேதனை அவளுடைய வேதனைக்கு முன்னால் சூன்யத்துக்கு முன்னால் – மிகவும் அற்பமாகத் தோன்றியது. திடீரென்று நான் அவளைப்போய் இறுகக் கட்டிக்கொள்வேன். அவளைப் போய் அலாக்காகத் தூக்குவேன். "டேய் டேய்... என்னடா இது, அசடு!" என்று அவள் அதிகத் தீவிரமில்லாத பாணியில் ஆட்சேபித்து, அதைவிடவும் தீவிரம் குறைவாகத் திமிறுவாள். பிற்பாடு சிரித்து என் கன்னத்தைத் தட்டுவாள். என்னால் அவளுக்கு அளிக்கக்கூடிய குறைந்தபட்ச இன்பத்தை அவளுக்கு அளிப்போமே என்கிற ஒரு (குழந்தைத்தனமான) மனிதாபிமான நோக்கில் நான் செயல்பட்டேனே தவிர, என் மனதில் அத்தகைய கணங்களில் விகற்பமெதுவும் இல்லை. சுய முக்கியத்துவம், அற்ப சுகத்துக்கான தேடல் போன்ற அடிப்படைகளைக் கடந்து என்னால் நிஜமாகவே மற்றொரு ஜீவனை நேசிக்க முடிந்தது பற்றி எனக்கு மிக ஆறுதலாக இருந்தது. இதுவும்கூட ஒரு வகை ஈகோடிஸம்தான் என்பது

பின்னால்தான் புரிந்தது. புதுப்புது கிரீடங்களை அணியவும் சிம்மாஸனங்களில் அமரவும்தான் என் மனம் எப்போதும் ரகசியமாக அலைந்தவாறிருந்தது.

உதாரணமாக மூர்த்திக்காக நான் அணிந்த காதல் ஸ்பெஷலிஸ்ட் கிரீடம். மூர்த்திக்கு அவனுடன் தினசரி பஸ்ஸில் வரும் ஒரு பெண்ணின் மேல் 'லவ்' உண்டாகிவிட்டது. ஒரு பலவீனமான தருணத்தில் இதை என்னிடம் வெளியிட்டான். அதன் பிறகு நான் அவனுக்கு இந்த விவகாரத்தில் யோசனைகள் வழங்குகிற, தன்னம்பிக்கை ஊட்டுகிற குருவாக மாறிப் போனேன். சில மாதங்கள் முன்பு வரைகூட இத்தகைய ஒரு பிம்பத்தை நான் வெளிப்படையாக அணியத் தயங்கியிருப்பேன். என்னையும் மாலாவையும் பற்றிய சந்தேகங்களை அது ஊர்ஜிதப்படுத்தும் என்பதால். ஆனால், இப்போது அத்தகைய பயமேதுமில்லை, அரை டஜன் பெண்களை ருசி பார்த்திருப்பவன்போல நான் நடந்துகொண்டேன்.

அவளுடைய அப்பா யாரோ மிஸ்டர் மேனனாம், மலையாளிகளாம். மூர்த்தி அவளை பஸ் டெர்மினஸில் தினசரி பார்க்கிறான். ஓரிரு தடவைகள் பஸ்ஸில் மூர்த்தி உட்கார்ந்திருந்திருந்தபோது அவள் அவனருகே வந்து நிற்க, மூர்த்தி அவசரமாக எழுந்து அவளுக்கு இடம் கொடுத்தான். அவள் தாங்க் யூ சொன்னாள். இன்னொரு தடவை இருவரும் கியூவில் அருகருகே நின்றிருந்தபோது அவளுடைய ஒரு ரூபாய் நோட்டு காற்றில் பறந்துவிட; மூர்த்தி அதைத் துரத்திச் சென்று மீட்டுவந்து அவளிடம் சேர்ப்பித்தான். அவள் மறுபடி தாங்க் யூ சொன்னாள். அதன் பிறகு பஸ் ஸ்டாண்டிலோ பஸ்ஸிலோ அவர்கள் பார்த்துக்கொண்டால் புன்னகை செய்துகொள்கிறார்கள். ஆனால் அதற்கு மேல் முன்னேறுவதற்கு மூர்த்திக்குத் தைரியமில்லை, தனக்குப் பக்கத்தில் இருக்கிறவருடன் உரத்தக் குரலில் அரசியல் விவாதத்திலோ வேறு விவாதங்களிலோ அவன் ஈடுபடுகிறபோது அவள் முகத்தில் அவனுடைய பேச்சை மிகவும் ரசிக்கிற ஒரு பாவனை தோன்றுகிறது, அது மிகவும் நம்பிக்கையூட்டுவதாக இருக்கிறது. ஆனால் அவளிடம்

நேரடியாக எப்படிப் பேசுவதென்று தெரியவில்லை, என்ன பேசுவதென்று தெரியவில்லை.

அவளைப் பார்க்கும்போதெல்லாம் 'தடக்' என்று இதயத்துடிப்பு ஹை ஜம்ப் தாண்டுகிறதா; காலையில் தூக்கத்திலிருந்து விழிப்பு வந்தவுடன் முதலில் அவள் நினைவுதான் வருகிறதா; கடைத் தெருவில், பொருட்காட்சியில், ரெஸ்டாரண்டில், ஜனக் கூட்டத்தையும் கோலாகலத்தையும் பார்க்கும்போது அவளோடு அதையெல்லாம் பகிர்ந்துகொள்ள வேண்டுமென்று ஏக்கமாக இருக்கிறதா என்றெல்லாம் கேட்டேன்.

ஆமாம், ஆமாம் என்றான் மூர்த்தி ஆர்வத்துடன். அப்போது உனக்கு நிஜமாகவே அவள் மீது காதல்தான் என்று தோன்றுகிறது என்றேன்.

வாஸ்தவந்தான், என்றான் மூர்த்தி சோர்வுடன். என்ன செய்வதென்றே தெரியவில்லை.

விடுமுறையாக இருந்தபோதிலும் அவளுடன் பயணம் செய்வதற்காகவென்றே மூர்த்தி தினம் ஒன்பது மணி பஸ்ஸில் தன் வீட்டிலிருந்து காலேஜ்வரை போய்விட்டு வந்துகொண்டிருந்தான். ஒரு நாள் என்னையும் தன்னுடன் கூட்டிக்கொண்டு போனான். அவளைப் பார்த்தேன். ஒரு தயிர் வடை லுக், என்னுடைய டைப் இல்லை. ஆனால் மூர்த்திக்கு ரொம்பப் பொருத்தமானவள்தான். இதை அவனிடம் சொன்னபோது மூர்த்தி 'உணர்ச்சிப் பரவசத்தில்' (இந்த சொற்றொடருக்கு மன்னிக்கவும்) ஆழ்ந்து போனான். உண்மை தான் என்றான். நீ தான் என்னைப் புரிந்துகொண்டிருக்கிறாய், நீ மட்டும்தான் என்றான். காலேஜ் பஸ் ஸ்டாண்டுக்கு அருகேயிருந்த கடையில் நிலக்கடலை மிட்டாய் பாக்கெட் ஒன்று வாங்கி, பாதியை என்னிடம் தள்ளினான். அவளும்கூட ஒரு நாள் கியூவில் நிற்கும் போது தன் கைப்பைக்குள்ளிருந்து ஒரு நிலக்கடலை மிட்டாயை எடுத்து வாயில் போட்டுக்கொண்டதாகச் சொன்னான். உனக்குத் தராமலா, என்று கேட்க நினைத்து ஆனால் கேட்காமல், "அப்படியா!" என்று நான் ஆச்சரியம் மட்டும் பட்டேன். அவளும் உன்னைப் போல் ஒரு பீ நட்

அடிக்ட் போலிருக்கு, என்றேன். ஆமாம் என்றான் மூர்த்தி சந்தோஷத்துடன். இந்த மாதிரி என்னை செம போர் அடிக்கிறவர்களுடன் செல்லும்போதுதான் என்னுடைய ஹாஸ்ய உணர்ச்சி பீறிட்டுக் கிளம்பும்; அப்போதும் அப்படித்தான் ஆயிற்று. இந்த இரண்டு பீ நட் – கம் – தயிர் வடைகளும் ஒன்றையொன்று மணந்துகொண்டால் அவர்களுடைய குழந்தை என்னவாயிருக்கும் – பீ நட் வடையா, தயிர்க் கடலையா – என்று நினைத்து, எனக்கு நானே சிரித்துக்கொண்டேன். என்ன? என்றான் மூர்த்தி. ஒன்றுமில்லை, என்றேன்.

எங்களுடைய காலேஜ் பஸ் ஸ்டாண்டுக்கு முந்தின பஸ் ஸ்டாண்டுக்கு அருகிலிருந்த செக்ரட்டரியல் டிரெயினிங் இன்ஸ்டிட்யூட்டில்தான் அந்தப் பெண் படித்து வந்ததாக மூர்த்தி சொன்னான். பள்ளிக்கூடப் படிப்பு முடிந்தவுடனேயே இதில் சேர்ந்துவிட்டாள் போலிருக்கிறது. ரொம்பப் பாவப்பட்டவர்களாக இருக்க வேண்டும். இன்ஸ்டிட்யூட் அருகேயுள்ள பஸ் ஸ்டாண்டில் அவள் இறங்கும் போதோ ஏறும்போதோ எப்போதும் அவளுடன் கூடப் படிக்கிறவர்கள் யாராவது உடனிருப்பதால் அங்கே அவளை அப்ரோச் பண்ண முடிவதில்லை. ஆனால் மாலையில் அவள் வீட்டருகேயுள்ள பஸ் ஸ்டாண்டில் அவள் இறங்கியவுடன் ஓரிரு தடவைகள் அவளை மூர்த்தி பின் தொடர்ந்தானாம். ஆனால் அந்தத் தடவைகளில் அவள் சட்டென்று பாதியில் நின்று அவனைத் திரும்பிப் பார்த்து முறைக்க, அவன் தைரியத்தை இழந்து முறையே அருகிலிருந்த ஒரு ரேடியோ ரிப்பேர்க் கடை, ஒரு துணிக்கடை ஆகியவற்றினுள் அவசரமாக நுழைந்துவிட்டானாம்.

நீ பிரயோஜனமில்லை, என்பதுபோல நான் உதட்டைப் பிதுக்கித் தலையைப் பலமாக ஆட்டினேன். அவர்கள் அப்படித்தான் முறைப்பாக இருப்பார்கள். இல்லாவிட்டால் நாம் அவர்களை ஏதோ மலிவான சரக்காக, பரத்தைகளாக அல்லவா நினைக்க வேண்டியிருக்கும்! எவ்வளவுக்கெவ்வளவு ஒருத்தி முறைப்பாக இருக்கிறாளோ அவ்வளவுக்கவ்வளவு அவள் நல்ல பெண், வர்ஜின். அவளுடன் மோதி அவளை வழிக்குக் கொண்டு வருவதிலேதான் இன்பம் இருக்கிறது.

தாமாக நம் மேலே வந்து விழுகிற கேஸ்களிலே ஒரு பரபரப்போ பரவசமோ இல்லாது போவதுடன் பிற்காலத்தில் மனச் சாந்தியும் இருக்காது.... இவ்வாறு, மூர்த்திக்குப் போதனை செய்யும் சாக்கில், மாலாவைத் தள்ளுபடி செய்வதற்கான அடிப்படைகளை நான் உருவாக்கிக்கொள்ள முயன்றேன் (இந்தப் பழம் புளிக்கும்.) மாலாவுக்கும் எனக்குமிடையே அதுவரை இருந்த உறவை வெறும் கேலிச் சித்திரமாக்கினேன்.

நான் சொன்னேன், "மூர்த்தி, காதல் என்ன என்பது பற்றி நீ க்ளியராக இருக்க வேண்டும். பேசுகிறது இல்லை, தடவுகிறதும் தழுவுகிறதும்தான் காதல். நீ ஒரு ஸ்டூடியஸ் டைப். ஏதேதோ புக்ஸ் எல்லாம் படிக்கிறாய். எனக்கு நினைவிலேயே இருக்காத டைரக்டர்கள் பெயரையெல்லாம் நன்றாக நினைவு வைத்துக்கொண்டு இவர்களுடைய படங்களையெல்லாம் ஒழுங்காகப் பார்க்கிறாய். இந்த புக்ஸ், படங்கள் இவைகளையெல்லாம் உன்னுடன் பகிர்ந்து கொள்ளக் கூடிய ஒருத்தியை உன் உள்மனம் யாசிக்கிறது. இப்படி ஒருத்தி இன்னும் கிடைக்காததால், இந்த ஸெக்ரடேரியல் இன்ஸ்டிட்யூட் காரியை, குறைந்தபட்சம் இவ்விஷயங்களை சகித்துக்கொள்ளக் கூடியவளாக, இவைபற்றி ஆர்வத்துடன் கற்றுக்கொள்ளக்கூடியவளாக, உருவகப்படுத்திக்கொண்டு, நீ ஒரு காம்ப்ரமைஸுக்குத் தயாராயிருக்கலாம். உங்கம்மா கையால் நீ சாப்பிட்டுப் பழக்கப்பட்டிருக்கும் சமையலை உனக்குப் பண்ணிப் போடத் தெரிந்தவள், நீ எளிதில் அடக்கியாளக் கூடியவள் போன்ற பிராக்டிகல் கன்ஸிடரேஷன்ஷும் இந்த முடிவுக்குக் காரணமாயிருக்கலாம். இதில் எனக்குத் துளிகூட ஆட்சேபணை கிடையாது. பிராக்டிக்கலாக இருப்பது ஒரு குற்றமில்லை. நீ இன்னமும்கூட பிராக்டிலாக இருக்க வேண்டுமென்பதுதான் என் ஆசை. ஒரு பெண்ணைக் கழுத்துக்கு மேலேயல்ல, கழுத்துக்குக் கீழே அப்ரோச் பண்ணுவதுதான் சிறந்தது. கடவுளுடைய விருப்பமும் அதுதான். அதனால்தான் அவர் பெண்களின் மூளையைச் சின்னதாக வைத்திருக்கிறார். பெண்களும் ஆண்களும் எப்போதும் அறிவுபூர்வமான சர்ச்சைகளில் ஈடுபட்டிருந்தால் அப்புறம் சிருஷ்டி என்ன ஆவது, உலகம் என்ன ஆவது?"

“நீ ஒரு மேல் ஷாவினிஸ்ட்.”

“நான் ஒரு நார்மல் மனிதன். உன்னைப் போல இன்ஹிபிஷன்ஸ் உள்ளவனில்லை” என்றேன் நான். ‘உடலுறவு பற்றிய உன்னுடைய குற்ற உணர்ச்சிகளிலிருந்து தப்பித்துக்கொள்வதற்காக, அல்லது நீ புழங்கும் சூழ்நிலையில் ஆரோக்கியமான ஸெக்ஸ் அனுபவங்களுக்கான வாய்ப்புகள் இல்லாததையே ஒரு virtueவாகக் காண்கிற முயற்சியில், ஆண் – பெண் இன்டலெக்சுவல் பரிமாற்றங்களைப் பற்றிய பெரிது படுத்தப்பட்ட கற்பனைகளில் நீ திளைக்கிறாய் – உன்னுடைய தரத்துக்கு எந்தப் பெண்ணும் வராதது போலவும், எனவே உன் இயலாமை மன்னிக்கப்படுவது போலவும்! இது உன்னை நீயே ஏமாற்றிக்கொள்வதே தவிர வேறில்லை... லுக், உன்னை ஒரு பெண் நேசிக்க வேண்டுமென்றால் உனக்கு எஸ்கிமோக்களைப் பற்றியும் சூரியப் பொட்டுகள் பற்றியும் தெரியுமென்று அவளிடம் நிரூபிக்க முயல்வதால் எந்தப் பிரயோஜனமுமில்லை... பேசாமல் ஒரு தனியிடத்துக்கு அவளை எப்படியாவது அழைத்துச் சென்று, எனக்கு உன்னை ரொம்பப் பிடித்திருக்கிறது, எனக்கு உன்னைத் தவிர இந்த உலகத்தில் வேறெதுவும் வேண்டியதில்லை என்று சொல்லு. நீ ரொம்ப அழகாயிருக்கிறாய், உன்னுடைய எல்லாமே அழகாயிருக்கிறது என்று அவளுடைய மாரை அமுக்கு....”

“என்ன?” என்றான் மூர்த்தி.

நான் கடைசியாகச் சொன்னதை மறுபடி திருப்பிச் சொன்னேன், அவனுடைய முகம் நன்றாகச் சிவந்துவிட்டது. இந்தச் சம்பாஷணையின்போது நாங்கள் நடந்து நடந்து களைத்து ஒரு பார்க்கின் புல் தரையில் அமர்ந்திருந்தோம். அவன் என் பார்வையைச் சந்திக்காமல் புல்தரையைப் பார்த்தவாறு “யூ ஆர் எ பெர்வர்ட்” என்றான்.

நான் இதற்குப் பதிலாக tough guy–ஆக லட்சணமாக வெறுமனே தோள்களைக் குலுக்கத்தான் விரும்பினேன். ஆனால் அவன் தொடர்ந்து புல்தரையையே பார்த்துக்கொண்டிருந்ததால் ‘யூ ஆர் எ ஸிஸ்ஸி” என்று

பதிலுக்குப் பதில் வைத்து, அதன் மூலம் நானும் பாதி 'ஸிஸ்ஸி'யானேன்.

இதன் பிறகு சில நாட்களுக்கு மூர்த்தி என்னைப் பார்க்க வராமலிருந்தான். நானும் ரொம்ப நல்லதாகப் போயிற்று என்று நிம்மதியாக இருந்தேன். மேலும் இந்தக் காலகட்டத்தில் ராவ் என்னிடம் மிகவும் சிநேகமாக இருந்தான். தானே என் வீடு தேடி வந்து என்னை சினிமாவுக்கும் இன்னொரு இடத்துக்கும் கூட்டிப் போனான். மூர்த்தியின் ஸோ கால்ட் காதல் அஃபயர் அவர்களிருவரிடையேயும் விரிசலை ஏற்படுத்திவிட்டதாக நான் உணர்ந்தேன். இது எனக்குச் சௌகரியமாக இருந்தது. அதே சமயத்தில் வேடிக்கையாகவும் இருந்தது. ராவும் மிகச் சுலபமாக எங்கேயாவது பஸ் ஸ்டாண்டில் நிற்கிற எவளையாவது காதலியாக வரித்து, அவளைப் பின்தொடரவும் அவளைப் பற்றிக் கனவுகள் காணவும் தொடங்கியிருக்கலாம். இதைவிட்டு மூர்த்தியின் மேல் அவன் எதற்காக எரிச்சல்பட வேண்டுமென்று எனக்குப் புரியவில்லை, ராவ், மூர்த்திக்குப் பழிப்புக் காட்டுவதற்காகத்தான் என்று தோன்றியது, பெண் சபலத்துக்கு தான் மிகவும் அப்பாற்பட்டவன்போல நடந்துகொண்டான். நானும் அந்தச் சமயத்தில் அத்தகைய ஒரு மனநிலையில்தான் இருந்தேனாகையால் எங்கள் பொழுது மிகவும் இனிமையாகவும் சாந்தமாகவும் கழிந்தது. நாங்கள் பெண்களின் உதவாக்கரைத்தனத்தைப்பற்றியும், மூர்த்தி போன்று மாயையில் உழலுகிறவர்களின் பரிதாபகரமான நிலை பற்றியும் பேசிச் சிரித்துக்கொண்டோம். தன்னுடைய நிலையின் காரணமாக சராசரிப் பெண், அவளுடைய வெட்கங்கெட்ட தன்மை, விவஸ்தையின்மை ஆகியவற்றின் கடும் விமரிசையாக விளங்கிய அத்தையும் அந்தச் சிரிப்பில் உற்சாகமாகப் பங்குகொண்டாள். அவளுக்கு ராவை மிகவும் பிடித்துவிட்டது. தன் அம்மா, தங்கை போன்றோருடன் உணர்ந்ததைவிட அவளுடன் அதிக தன்னம்பிக்கையாக உணர முடிந்ததால் ராவுக்கும் அவளைப் பிடித்துவிட்டது. தான் சம்பாதிக்கத் தொடங்கிய பிறகு அத்தையைத் தன்னுடன் கொண்டு போய் வைத்துக்கொள்ளப் போவதாகச் சொன்னான். "போடா போடா, ஆசையைப் பாரு, எங்க

அத்தை ஒண்ணும் என்னை விட்டுவிட்டு உன்னோடு வந்து இருக்கமாட்டாள்" என்று நான் சொன்னேன். எங்களுடைய விளையாட்டுச் சண்டையைப் பார்த்து அத்தைக்கு ஒரே பெருமையாகவும் மகிழ்ச்சியாகவும் இருந்தது.

பிறகு திடீரென்று ஒரு நாள் மூர்த்தி வந்தான். ஒருவிதத்தில் அவன் வந்தது எதிர்பாராததாகவுமில்லை. மூர்த்தி பாணி காதலுக்கு ரசிகர்கள் மிகவும் தேவைப்பட்டார்கள். நான் இன்று அவளை அங்கே பார்த்தேன், இங்கே பார்த்தேன், அவள் என்னைப் பார்த்துச் சிரித்தாள் அல்லது சிரிக்காமலிருந்தாள், நான் பார்த்த சினிமா போஸ்டரையே அவளும் பார்த்தாள், என் கண்களில் புழுதி பறந்தபோது அவள் கண்களிலும் பறந்தது, இன்று அவள் மாட்சிங்காக டிரெஸ் பண்ணிக்கொண்டிருந்தாள் என்கிற ரீதியில் அவன் பேசுவதைப் பிறரைக் கேட்கச் செய்வதன் மூலமாகவே அவன் ஒரு கதாநாயகனாக உணர்ந்தான். அவர்கள் இதையெல்லாம் கேட்டுச் சொக்கிப் போனார்களா, எரிச்சல்பட்டார்களா அல்லது இரக்கப்பட்டார்களா என்பது அவனுக்கு இரண்டாம் பட்சம். அவனுக்கு ஒரு அவள் இருந்தாளென்பதும், அந்த 'உண்மை'யை பிறர் அறிந்துகொண்டார்களென்பதும், அவனுக்குப் போதுமானதாயிருந்தது. மறுபடி அவனுடைய 'அசத்தல்'களை நாங்கள் சகித்துக் கொள்ள வேண்டியவர்களானோம். எங்கள் பொறுமையை அவன் சோதிப்பது நாளுக்கு நாள் geometrical progression அதிகரித்துக்கொண்டு சென்றது. ரெஸ்டாரண்டில் காப்பிக் கோப்பையைக் கையிலெடுத்தவுடன் திடீரென்று "ஹும்... இப்ப அவளும் எங்கேயாவது காப்பி குடிச்சிண்டிருப்பாளோ என்னவோ" என்று அந்தரத்தை வெறித்துப் பார்த்துக் கூறியவாறு 'போஸ்' கொடுப்பான். சினிமாத் தியேட்டருக்குப் போனால் அவள் எங்கேயாவது தென்படுகிறாளா என்று சுற்று முற்றும் பார்ப்பான். "ஜயாபாதுரியின் பின்புறத் தோற்றம் இவளுடைய பின்புறத்தோற்றம் மாதிரியே இருக்குடா" என்று சொல்லி ஒரு முக்கியமான உணர்ச்சிக் கட்டத்தை நாங்கள் ரசிக்க முடியாமல் செய்வான். கூடிய சீக்கிரத்தில் அவனால்

எங்கள் இருவருக்குமே பைத்தியம் பிடிக்கப் போகிறதென்று தோன்றியது.

ஆனால் அவனை ஒரு ரஞ்சகப் பொருளாகப் பயன்படுத்துவதன் மூலம் நாங்கள் எங்களைக் காப்பாற்றிக்கொண்டோம்; எங்களுக்கென ஒரு ஹோதாவையும் உருவாக்கிக்கொண்டோம். நான் ஒரு சாம்பியன், மூர்த்தி ஒரு அமெச்சூர், ராவ் எங்களுடைய மோதலை ரசிக்கும் ஒரு பிரபு, பிரபுவின் புன்னகையைப் பெறுவதற்காக சாம்பியன் அமெச்சூரை நன்றாக கஸரத் வாங்கச் செய்வான், அவனை அழுகையின் எல்லைக்கு விரட்டுவான். தன் தேர்ச்சியின் முன்பு அவனை மீண்டும் மீண்டும் மண்டியிடச் செய்வான். இந்த மண்டியிடலை மூர்த்தி மிகவும் ரசித்தான் என்பதுதான் வேடிக்கையானது; கவிழ்ந்து படுத்துக்கொண்டு நம்முடைய கிச்சுக்கிச்சு மூட்டலைக் கண்ணை மூடிக்கொண்டு அனுபவிக்கிற நாயின் ரசிகத்தனம். இன்னும், இன்னும், என்று என் கிண்டலை அவன் வாங்கி வாங்கித் தலையில் ஊற்றிக் கொண்டான். மோசமான காதலனாக இருந்தாலென்ன, எப்படியோ அவன் ஒரு காதலனல்லவா, அதுவே அவனுக்குப் போதுமான தாயிருந்தது.

கல்லூரி திறந்த பிறகும் இந்த விளையாட்டு எங்களிடையே தொடர்ந்தது. மாலாவின் மூலம் பெற்று வந்த கிளர்ச்சியை இழந்திருந்ததனால் நியாயமாகச் சோர்வுடன் உணர்ந்திருக்க வேண்டிய நான், மூர்த்தியினால் அவ்வாறு உணராமல் தப்பினேன். மூர்த்தி ஒரு மோசமான காதலனாகவேனும் உணரப்படுகிற ஆசையில் பரிகாசங்களையும் அவமானங்களையும் தழுவிக்கொண்டது ஒரு வகைப் பெர்வர்ஷன் என்றால், நான் ஒரு காதலனின் விமர்சகனாகக் கொம்மாளமிட்டதும் இன்னொரு வகைப் பெர்வர்ஷன்தான். ஆனால் இதெல்லாம் அப்போது அத்தனை தெளிவாக இருக்கவில்லை. ராவின் பெர்வர்ஷன் என்ன என்பதும் எனக்கு வெகு நாட்களுக்குப் பிறகு தெரியவந்தது. முதலில் அவன் ஒரு 'ஹோமோ' என்று நானும் மூர்த்தியும் நினைத்தோம். சாம்பியனும் அமெச்சூரும் முன்பு சொன்னது போன்ற மோதல்களில்தான் பெரும்பாலும் ஈடுபட்டவர்களென்றாலும், சில தருணங்களில், பிரபு

இல்லாத போது பிரபுவின் மனோரஞ்சகத்துக்காகத் தாங்கள் தங்களை வீணே முட்டாள்களாக்கிக் கொள்கிறோமோ, அனாவசியமாக மூச்சைச் செலவழிக்கிறோமோ, என்ற சஞ்சலத்தில் ஆழ்வதுண்டு. அப்படிப்பட்ட சமயங்களில் இருவருமாகச் சேர்ந்து பிரபுவின் மண்டையை உருட்டத் தொடங்குவார்கள்... ஹோமோக்களைப் பற்றி எங்களுக்குக் கேள்வி ஞானம்தானே தவிர நேரடியாக அனுபவம் கிடையாது. இத்தகைய இயல்பு எந்தவிதமாக வெளிப்படுமென்று அறிந்துகொள்ள வேண்டுமென்று எங்களுக்கு ஒரே பரபரப்பு, ஆர்வம். ராவ் என் அறைக்கு வந்த சில சமயங்களில் நான் உடை மாற்றிக்கொள்ளும் சாக்கில் வேண்டுமென்றே பனியன், சட்டை, பாண்ட் எல்லாவற்றையும் களைந்து வெறும் 'அண்டர்வியரி'ல் நின்றேன். ஆனால் எதுவும் நடக்கவில்லை. மூர்த்தி, தன் அறைக்கு ராவ் வந்தபோது தானும் அண்டர்வியரில் நின்றதாகவும், அங்கும் எதுவும் நடக்கவில்லையென்றும் சொன்னான். ஒரு தடவை பிஸிக்ஸ் புரொபசரும் ராவும் மட்டும் வகுப்பறையில் தனித்து உட்கார்ந்திருந்தபோது நாங்கள் அவர்களுக்குத் தெரியாமல் என்ன நடக்கிறதென்று ஒரு ஜன்னல் வழியே எட்டிப் பார்த்தோம். இன்னொரு நாள் இங்கிலீஷ் ப்ரொபசர் தான் உலாவச் செல்கையில் ராவையும் தன்னுடன் அழைத்துச் செல்ல, நாங்கள் அவர்களுக்குத் தெரியாமல் அவர்களைப் பின் தொடர்ந்தோம், ஆனால் இந்தச் சந்தர்ப்பங்களிலும் எதுவும் நடக்கவில்லை.

பிறகுதான் ராவிடம் அசிங்கமான படங்களை ஒட்டிய ஒரு ஆல்பம் இருந்ததாக மூர்த்தி கண்டுபிடித்தான். சில, நேரடியான புகைப்படங்கள். சில, பத்திரிகைகளிலிருந்து கத்தரித்தவை. இந்த ஆல்பத்தைத் தினசரி இரவு படுக்கப் போகுமுன் ஒரு தடவை பார்த்துவிட்டுத்தான் ராவ் தூங்குவானாம். ராவுக்கு இன்னொரு வழக்கம்கூட உண்டென்று மூர்த்தி சொன்னான், தன் அம்மாவும் தங்கையும் போகிற இடங்களுக்கெல்லாம் இவனும் ரகசியமாகப் பின் தொடர்ந்து சென்று, அவர்களுடைய காதல் விவகாரங்கள் பற்றித் துப்பறிய முயலுகிறானாம். இந்தக் கண்காணிப்பினால் அவனுக்கு ஒரு 'கிக்' ஏற்படுகிறதாம். வி.எஸ்.விக்கும் ராவின்

அம்மாவுக்குமிடையேயிருந்த தொடர்பு பற்றிக்கூடத் தனக்கு ராவ் சொல்லித்தான் தெரியவந்ததென்று மூர்த்தி சொன்னான். அவர்களைப் பின் தொடர்ந்த ஓரிரு தடவைகளில் ராவ் தன்னையும் கூட அழைத்துப் போனதாகச் சொன்னான்.

மூர்த்தி இப்படிச் சொன்னதும்தான் ராவ் சென்ற சில மாதங்களாக என் வீட்டிலும், பிறகு என் அறையிலும் அதிக நேரத்தைச் செலவிட்டு வந்தது எனக்கு ஒரு புதிய கோணத்தில் தென்பட்டது. என்னுடைய நடவடிக்கைகளைக் கண்காணிக்கும் முயற்சிதானா அது! நல்லவேளை, மாலாவுக்கும் எனக்குமிடையேயிருந்த தொடர்பு முறிந்துவிட்டது என்று எனக்கு ஆறுதலாக இருந்தது. ஒரு வேளை தொடர்பு இருந்த காலத்திலேயே ராவ் எங்களை எங்கேயாவது பார்த்திருப்பானோ என்ற அரிப்பும் மனதில் ஏற்படாமலில்லை. ஆனால் மூர்த்தியிடம் இதைப் பற்றி நான் எதுவும் சொல்லவில்லை. என்னை வேண்டிய அளவு காபரா படுத்திவிட்டதாக அவன் திருப்தியடைந்திருக்க வேண்டும்; மூர்த்தி மோசமான காதலனாயிருந்தாலும் முட்டாளில்லை.

ஆனால் நான் சொல்லிக்கொண்டிருந்தது ராவின் பெர்வர்ஷன் பற்றி. நானும் மூர்த்தியும் நன்றாக ஆராய்ச்சி செய்து ராவ் ஒரு voyeur என்று முடிவு செய்தோம். அதாவது பிறருடைய காதல் விளையாட்டுகள், நிர்வாணப் படங்கள் ஆகியவற்றின் வெறும் பார்வையாளனாக இருப்பதன் மூலமாகவே கிளர்ச்சி பெறுகிறவன். ராவின் இயல்பைத் துல்லியமாக இனம் கண்டுகொண்டுவிட்ட பரவசத்தைவிடவும், voyeur என்ற வார்த்தையை முதன் முதலாக ஒருவன்மீது வீசியெறிந்த பரவசம்தான் எங்களுக்கு அதிகமாக இருந்ததென்று நினைக்கிறேன்.

இப்படியே சுய ஏமாற்றலிலும் பிறர் பற்றிய புத்திசாலித்தனமான விமரிசனங்களிலுமாக அந்த வருடம் கழிந்தது. உருப்படியான நிகழ்ச்சிகள் எதுவுமில்லை. மறுபடி வருடாந்திரப் பரீட்சைகள் தொடங்குகிற சமயமாகிவிட்டது. மூர்த்தி மற்றும் ராவின் அனுபவ சூன்யம் காரணமாக, என்னுடைய சொற்பமான காதல் அனுபவங்களுக்கே கண்ணும் மூக்கும் காதும் வைத்து, நீளமாக மீசையும்

புருவமும் தீட்டி, நான் அவர்களிடையே ஹீரோவாக விளங்க முடிந்தது. புதிய சாதனைகளில் ஈடுபடுவதற்கான தூண்டுதல் எதுவுமில்லை. மேலும், ஒரு தடவை சுட்டுக்கொண்டதால் ஏற்பட்ட ஜாக்கிரதையுணர்வு காரணமாக, நான் குழந்தைத்தனமான ஒரு பாவனையைக் கவசமாக அணிந்து, பெண்கள் என்றாலே மூக்கைச் சுளிப்பவன் போலச் சில சமயங்களிலும் பெண்கள் என்றால் வீசை என்ன விலை என்று கேட்பவன்போல வேறு சமயங்களிலும் பாசாங்கு செய்து பல சோதனையான சந்தர்ப்பங்களில் என் 'கற்பை'க் காப்பாற்றிக் கொண்டேன். எனவே உருப்படியான நிகழ்ச்சிகள் இல்லாமல் போனதற்கு ஒரு விதத்தில் நானேதான் காரணம். இருந்தாலும், ஏனோ பரீட்சைகள் நெருங்க நெருங்க ஒரு இலேசான ஏக்கம், என் மனதாழத்தில். ஒரு நாள் ராவ் மாடியிலிருந்த வாட்டர் கூலரருகே அல்ட்ரா மாடர்ன் பாணியில் உடையணிந்த ஒரு பெண்ணுடன் பேசிக்கொண்டு நிற்பதைப் பார்த்ததும் என் ஏக்கம் அதிகமாயிற்று. தண்ணீர் குடிக்கச் சென்றவன், அதில் சிரத்தை அகன்றவனாகப் பேசாமல் திரும்பிவிட்டேன். என் அறைக்குப் போய், ஒரு சிகரெட்டைப் பற்ற வைத்தேன். கண் முன்பு, ராவும் அந்தப் பெண்ணும் பேசிக்கொண்டு நின்ற காட்சி மீண்டும் மீண்டும் தோன்றிச் சங்கடப்படுத்தியவாறிருந்தது.

சற்றுப் பொறுத்து மூர்த்தி அந்தப் பக்கமாக வந்தபோது மெல்ல அவனிடம் அந்தப் பெண்ணைப் பற்றி விசாரித்தேன். "தெரியாதா அவள்தான் பிரேமா" என்றான் மூர்த்தி. அவன் முகத்தில் ஒரு பிரகாசம் தோன்றியது.

"நம்ம காலேஜ்தானா?"

"உம்... இந்த வருடம்தான் ஆர்க்கிடெக்சர் கோர்ஸிலே சேர்ந்திருக்கிறாள். ஐ டெல் யூ, ஷீ இஸ் பிரில்லியன்ட்.'

"அப்படியா?"

"ஆமாம் அன்றைக்கு டிபேட்டுக்கு நீ வரவில்லை... ரொம்ப நன்றாகப் பேசினாள் இவள், அங்கே."

"விஞ்ஞானக் கண்டுப்பிடிப்புகள் மனித வாழ்க்கையை மேம்படுத்தியுள்ளன – ஆமாம் அல்லது இல்லை" என்ற

தலைப்பில் பேச்சுப் போட்டி நடக்கப் போவதாகச் சில நாட்களுக்கு முன் நோட்டீஸ் போர்டில் படித்திருந்தது எனக்கு அரைகுறையாக நினைவுவந்தது. ஓகோ, இன்டலெக்சுவல் டைப் போலிருக்கிறது இந்த பிரேமா, என்று நினைத்தவாறு அலுப்புடன் ஒரு கணம் கண்களை மூடி மறுபடி திறந்தேன். "ரொம்ப நன்றாகப் பேசினாள்" என்று மூர்த்தி மறுபடி சொல்லித் தலையை ஆட்டினான், சில மாமாக்கள் தாம் முன்பு எப்போதோ கேட்ட ஒரு கச்சேரியைத் திடீரென்று நினைவு கூர்ந்து கிறங்கிப் போவதைப்போல.

"ஐ ஸி என்று நானும் தலையை ஆட்டினேன்.

அவளுடன் ஓரிரு தடவைகள் சம்பாஷிக்கிற வாய்ப்பு தனக்குக் கிடைத்தாகவும் அவளைப் போலப் புத்திசாலியான பெண்ணைத் தான் பார்த்ததேயில்லையென்றும் மூர்த்தி தொடர்ந்து கூறினான். "அஃப்கோர்ஸ், உனக்கு அதெல்லாம் சந்தோஷம் கொடுக்கிற ஒரு அனுபவமாக இருக்காது" என்றும் கூறினான்.

"எதெல்லாம்?" என்று கேட்டேன், உஷாரடைந்தவனாக.

"ஒரு பெண்ணுடன் இன்டலெக்சுவலாகப் பேசுவது.... நீதானே அன்று சொன்னாய்?'

"வாஸ்தவந்தான், அது வீண் வேலை என்றுதான் இப்போதும் எனக்குத் தோன்றுகிறது. ஆனால் அதற்காக எனக்கு அறிவு குறைச்சலென்று அர்த்தமில்லை. அறிவு குறைச்சலாயிருக்கிற அசட்டுப் பெண்களின் சகவாசத்தைத்தான் நான் விரும்புகிறேனென்றும் அர்த்தமில்லை."

"நான் அப்படிச் சொல்லவில்லையே!"

"வெளிப்படையாகச் சொல்லாவிட்டாலென்ன? நீ அப்படித்தான் நினைக்கிறாயென்று உன் மூஞ்சியைப் பார்த்தாலே தெரிகிறது. பிரிட்டிஷ் கௌன்ஸிலிலிருந்தும் யு.எஸ்.ஐ.எஸ்ஸிலிருந்தும் பருமனான புத்தகங்களை எடுத்து வந்து ஒவ்வொரு மாதம் உன் ரூமில் வைத்துக் கொண்டிருப்பது மூலமும் ஸப்-டைட்டில் போட்ட படங்களைப் பார்ப்பதன் மூலமும் நீ பெரிய இன்டலெக்சுவலாகி விடுவதாக நீ நினைக்கிறாய். யாராவது ஒரு பெண் ஆங்கிலத்தில்

தப்பில்லாமல் நாலு வாக்கியங்கள் தொடர்ந்து பேசி விட்டால் உடனே உன்னுடைய 'ஸிமோன் டி புவா' வைச் சந்தித்துவிட்டதாகப் பரவசமடைகிறாய்..." "நான் இவளைப் பார்த்துப் பரவசமடைந்ததாகச் சொன்னேனா, இப்போது?"

"சொல்லுவானேன்? உன் முகத்தில் பார்த்தாலே தெரிகிறது. லுக் மூர்த்தி, நான் கின்டர் கார்டனில் படிக்கும்போதே இங்கிலிஷ் நாவல்கள் படிக்கவும், என்கூடப் படித்த ஒரு பெண்ணுடன் அவற்றைப் பற்றி டிஸ்கஸ் பண்ணவும் தொடங்கியாயிற்று. பள்ளி நாட்களிலும், சங்கர்ஸ் வீக்லி கட்டுரைப் போட்டியில் கலந்து கொள்கிறவர்கள், சுதந்திர தினத்தன்று ஸ்கூல் அஸெம்ப்ளியில் சொற்பொழிவாற்றுகிறவர்கள் போன்ற இன்டலெக்சுவல் கடைப் பெண்கள்தான் என் வீட்டைச் சுற்றி இரைந்து கிடந்தார்கள். ப்ரெட் வாங்குவதற்குக் கடைக்குப் போனால்கூட இவர்கள் யாரிடமாவது வழியில் சிக்கிக் கொண்டு கரெண்ட் டாபிக்ஸை அலசிவிட்டு வருவேன்... உனக்குப் புதிதாகத் தோன்றுகிற விஷயங்கள் எனக்கு மிகப் பழையவை, சலித்துப் போனவை. மேலும் என் புத்திசாலித்தனத்தைப் பற்றிய இன்ஸெக்யூரிட்டி எதுவும் எனக்குக் கிடையாது. அதை உரைத்துப் பார்க்க மேன்மேலும் கவர்ச்சிகரமான உரைகல்களை நான் தேடிப் போவதில்லை.'

மூர்த்தி என்னை ஒரு கணம் பேசாமல் பார்த்துக்கொண்டு நின்றான். பிறகு இரு கைகளையும் உயரத் தூக்கி என் திசையில் கேலியாக ஒரு கும்பிடு போட்டுவிட்டுப் போனான்.

ரொம்ப அதிமாகப் பேசிவிட்டோமோ, என்று மூர்த்தி போன பிறகு நான் நினைத்துக்கொண்டேன். நான் ஒரு இன்டலெக்சுவல் இல்லையே என்ற என் ஏக்கத்தை இப்படி டமாரம் அடித்துக் கொண்டிருக்க வேண்டாம்.... இந்த ஏக்கம் அல்லது எரிச்சல் – பிரேமாவின் பொருட்டுத்தான் என்பதை மூர்த்தி புரிந்து கொண்டிருப்பானோ?

பிறருடன் வேண்டாத போட்டிகளில் சிக்கிக்கொண்டு, ஆழம் தெரியாமல் எங்கெங்கேயோ காலைவிட்டு அவஸ்தைப்படுவதுதான் என் வாழ்க்கையின் மிகப் பெரிய சாபக்கேடென்று நினைக்கிறேன். ராவ் பிரேமாவுடன்

பேசினால் எனக்கென்ன? மூர்த்தி அவளைப்பற்றிய பரவசமாகப் பேசினால்தான் எனக்கென்ன? இதன் பொருட்டு அவர்களைத் தண்டிக்க வேண்டுமென்று எனக்கு ஏன் தோன்ற வேண்டும்? ஆனால் எனக்கு அப்படித்தான் தோன்றியது. பிரேமாவை என்னுடன் சிநேகமாக இருக்கும்படி செய்து அவர்களுக்குப் பாடங்கற்பிக்க வேண்டுமென்று தோன்றியது. கின்டர் கார்டனில் ஸின்ட் ரெல்லா, ஜாக்கும் அவரைச் செடியும் போன்ற சித்திரக் கதைகளை என் தோளின் மேல் கை போட்டுக்கொண்டு படித்த பெண்ணை நினைத்துக்கொண்டே அன்றிரவு தூங்கினேன். படிக்கும் பழக்கத்தை இன்னும் நன்றாக விருத்தி செய்துகொள்ளாமல் போனோமே என்று வருந்தினேன்.

அடுத்த நாள், சிடுமூஞ்சி லைப்ரரியனை அலட்சியமாகப் பார்த்தவாறு நான் லைப்ரரிக்குள் நுழைந்தேன். நான் எதிர்பார்த்தபடியே. அங்கே ஓரிடத்தில் பிரேமா உட்கார்ந்திருந்தாள். நான் அவளெதிரே போய் உட்கார்ந்தேன். அங்கே கிடந்த தினசரியை எடுத்து, தலையங்கப் பக்கத்தைப் புரட்டி, அங்கு பிரசுரமாகியிருந்த கட்டுரையைப் படிக்கத் தொடங்கினேன். அவள் என்னை இன்டலெக்சுவல் என்று நினைத்துக் கொள்ளத்தான். ஆனால் அவள் என்னைச் சட்டை செய்யவே இல்லை. தொடர்ந்து இல்லஸ்ட்ரேட்டட் வீக்லி படித்துக்கொண்டிருந்தாள். என் மனம் துரிதமாக வேலை செய்தது. சற்றுப் பொறுத்து, “எக்ஸ்கியூஸ் மீ!” என்றேன். அவள் நிமிர்ந்து பார்த்தாள்.

“எக்ஸ்க்யூஸ் மீ... நான் கொஞ்சம் Dennis the Meance மட்டும் படித்துவிட்டு தந்துவிடுகிறேன் – இஃப் யூ டோன்ட் மைன்ட்’ என்றேன், என்னால் முடிந்த அளவு இனிமையாகப் புன்னகை செய்தவாறு.

“ஷ்யூர்” என்று அவளும் புன்னகை செய்து, வீக்லியை என்னிடம் கொடுத்தாள். எழுந்து செல்லத் தொடங்கினாள். இதை எதிர்பார்க்காத நான், “இதோ ஒரு நிமிஷத்தில் தந்துவிடுகிறேன்” என்றேன் அவசரமாக. “டேக் யுவர் ஓன் டைம். நான் படித்தாயிற்று” என்று கூறிவிட்டு அவள் சென்றுவிட்டாள்.

இதென்னடா வம்பாய்ப் போயிற்று, என்று நான் நினைத்துக் கொண்டேன். ஆண்கள் பள்ளிக்கூடத்திலிருந்து பாஸ் ஆகி வந்து புதிதாக காலேஜில் சேர்ந்து ஒரு பெண்ணுடன் பேசுகிற அற்ப சுகத்துக்காக அவளிடம் பேச்சுக் கொடுத்த பைத்தியம் என்று நினைத்துவிட்டாளோ?

ஒரு ஐந்து நிமிஷம் இடைவெளி கொடுத்தேன், பிறகு லைப்ரரி யிலிருந்து வெளியே வந்தேன். அவள் எந்தப் பக்கம் போனாளென்று தெரியவில்லை.

ஒரு ஊகத்துடன், வாட்டர் கூலரை நோக்கிச் சென்றேன். என் ஊகம் சரியாயிற்று.

கூலரைச் சுற்றி ஏற்கெனவே கூடியிருந்தவர்கள் கலைவதற்காக அவள் காத்திருந்தாள். நான் போனவுடன் திரும்பிப் பார்த்தாள். "ஸாரி – தண்ணீர் குடிக்க வந்தேன்" என்றேன்.

"ஸாரி எதற்காக?"

"உங்களைப் பின் தொடருவதாக நீங்கள் நினைத்துவிடக் கூடாதல்லவா?"

"நாட் அட் ஆல்... அப்படியே பின் தொடர்ந்தாலும் எனக்கு ஆட்சேபணையில்லை."

"தாங்க் யூ" என்றேன் நான். "நீங்களும் Dennis the Menace படிக்கிறீர்களா?"

"Oh, I just love bim. Isn't he cute?"

"He is."

பத்தே நாட்களில், ஒரே கோகோ கோலா பாட்டிலைப் பகிர்ந்து கொள்ளுமளவுக்கு நாங்கள் சிநேகிதர்களாகிவிட்டோம்.

2

பிரேமா மாலாவைப் போல வெளுப்பு இல்லை; கறுப்புதான். ஆனால் அட்டைக் கறுப்பில்லை. மாலாவைவிட இவளுக்கு உயரம் குறைச்சல், முன்புற, பின்புற மேடுகள் குறைச்சல், தலைமயிர் குறைச்சல். குரலும் மென்மையாக இல்லாமல் கரகரப்பாக இருக்கும். மாணவர்கள் அவளுக்கு Boy Girl – சுருக்கமாக B.G. – என்று பெயரிட்டிருந்தார்கள். இதற்கேற்றாற்போல அவள் எப்போதும் பாண்ட்தான் அணிவாள். ராவ் அவளுடன் சிநேகமாக இருப்பதன் காரணம் அவள் பாதி ஆணாக இருப்பதுதான் என்று எனக்கு நானே விஷமத்தனமாக நினைத்துக் கொண்டதும் எனக்கு நினைவிருக்கிறது. ஆனால் இது அவளுடன் எனக்குப் பரிச்சயம் வளர்வதற்கு முன்பு. அவளுடைய புத்திசாலித்தனம் ஒரு நளிமான உண்மையாக என்னைத் தாக்குவதற்கு முன்பு.

நிச்சயமாக மாலாவைவிட அவள் புத்திசாலிதான், அதில் சந்தேகமில்லை. இந்தப் புத்திசாலித்தனம் அவளுடைய கண்களுக்கு ஒரு ஒளியையும் முகத்துக்கு ஒரு முதிர்ச்சியையும் கௌவரத்தையும் அளித்தது. 'மாலாவின் காதலன்' என்ற பிம்பத்திலிருந்து விடுபட விரும்பிய நான், இந்த முதிர்ச்சியிலும் கௌரவத்திலும் என்னுடைய புதிய, கவர்ச்சிகரமானதொரு பிரதிபிம்பத்தைக் காணமுயன்றேன். கண்டுவிட்டதாகவே நினைத்தேன். அந்த முதல் நாளன்று வாட்டர் கூலர் அருகே என்னைக் கவர்ந்தது இந்தப் பிரதி பிம்பமாகவே இருக்கவேண்டும்.

பிரேமா பெண்கள் ஹாஸ்டலில் இருந்தாள். மாலையில் வகுப்புகள் முடிந்த பிறகு, நான் அவளைப் பார்ப்பதற்காக அவளுடைய ஹாஸ்டலுக்குப் போவேன். இருவருமாக அங்கே ஹாஸ்டல் காம்பவுண்டுக்குள்ளேயே இருந்த விசாலமான புல்தரையில், இங்குமங்குமாக நடந்தவாறே, அல்லது ஒரு ஓரமாக உட்கார்ந்தவாறே பேசிக்கொண்டிருப்போம், அல்லது கான்டீனுக்குள் உட்காருவோம். அல்லது விஸிட்டர்கள் அறையிலேயே அந்தக் கூட்டத்துக்கும் சந்தடிக்கும் நடுவில் (ஸ்டேஷன் பிளாட்பாரத்தில் இருப்பது போலிருக்கும்) உட்கார்ந்திருப்போம். எங்கே உட்காருகிறோம் என்பதைப் பிரேமாதான் தீர்மானிப்பாள். என்மீது அவள் சந்தோஷமாக உணருகிற சந்தர்ப்பங்களில், என்னைப் புல்வெளிக்கு அழைத்துச் செல்வாள்; ஹாஸ்டலுக்கு வெளியே செல்லக்கூட சம்மதிப்பாள். ஆனால் என் மீது மனத்தாங்கலாகவோ அல்லது மற்றபடி சோர்வாகவோ உணருகிற சந்தர்ப்பங்களில், டயர்டாக இருக்கிறது, உடம்பு சரி யில்லை, என்று ஏதாவது சொல்லிக்கொண்டு விஸிட்டர்கள் அறையிலேயே உட்கார்ந்திருப்பாள், பிற்பாடு – மிகவும் பிற்பாடு – அவளுக்கு என் மீது ஆசை அதிகமாக இருந்த சமயங்களில், அதாவது தன்னைக் கட்டுப்படுத்திக்கொள்ள முடியாதென்று தோன்றிய சமயங்களில்தான் அவள் என்னுடன் வெளியே வர மறுத்தாளென்றும் தன்னைக் கட்டுப்படுத்திக்கொள்ளக்கூடுமென்ற நம்பிக்கை இருந்த சமயங்களில் தைரியமாக என்னுடன் வெளியே வந்தாளென்றும் எனக்கு ஒரு சந்தேகம் தோன்றியது. இது என்னுடைய ஈகோ கற்பித்துக்கொண்ட தாகவும் இருக்கலாம்தான்.

முன்பே சொன்னபடி, காலேஜ் வருடத்தின் பிற்பகுதியில்தான் எனக்கும் பிரேமாவுக்குமிடையே பரிச்சயம் ஏற்பட்டது. இடையில் கோடைவிடுமுறை காரணமாகத் துண்டிக்கப்பட்ட இது, மறுபடி காலேஜ் திறந்ததும் விட்ட இடத்திலிருந்து தொடர்ந்தது. காலேஜ் வராந்தாக்களிலும், கான்டீனிலும், புல்வெளியிலும் அவ்வப்போது 'ஆசாரமாக' அவள் சந்தித்துப் பேசி வந்ததைத் தவிர, வாரமொரு முறை நான் அவளுடைய ஹாஸ்டலுக்குத் தீர்த்த யாத்திரை மேற்கொண்டு வந்தேன், ஆசாரமற்றதொரு சூழ்நிலையை

உருவாக்கும் முயற்சியில். இந்த முயற்சி வெளிப்படையாகத் தெரிந்து விடாமலிருக்கவும் நான் மிகவும் பிரயாசை எடுத்துக்கொள்வேன். மிக மிகத் தற்செயலாகத்தான் அவளுடைய ஹாஸ்டல் பக்கம் போனதாக ஒவ்வொரு முறையும் பாசாங்கு செய்வேன். அவளும் இதை நம்புவது போலப் பாசாங்கு செய்வாள். நான் அவளைப் பார்க்க வரவேண்டு மென்று அவள் தவம் கிடக்கவில்லையென்றும், அதே சமயத்தில் அவளைப் பார்க்க வந்தவாறிருக்கும் பலருள் ஒருவனாக நானும் இருந்துவிட்டுப் போவதில் தனக்கு எவ்வித ஆட்சேபணையுமில்லை யென்றும் எனக்கு உறைக்கும்படியும் ஆனால் உறுத்தாதபடியும் உணர்த்துவாள். அவளுக்கு என் பொருட்டு மண்டைக் கனம் ஏறிவிடக்கூடாதென்று. நானும், எனக்கு அவளால் மண்டைக் கனம் ஏறிவிடக்கூடாதென்று அவளும், மிகவும் எச்சரிக்கையாக இருந்தோம். "இன்றைக்குச் சாயங்காலம் எனக்கு அந்தப் பக்கம் (அவளுடைய ஹாஸ்டல் பக்கம்) ஒரு வேலை இருக்கிறது... முடிந்தால் உங்கள் ஹாஸ்டலுக்குள்ளும் டூ மினிட்ஸுக்கு எட்டிப் பார்க்கலாமென்றிருக்கிறேன்" என்று காலேஜில் அவளைச் சந்திக்க நேரும்போது சொல்லுவேன். "இஸ் இட்! இன்றைக்குச் சாயங்காலம் நானும் வேறெங்கோ வெளியிலே போவதாக இருக்கிறேன்... எனிவே, யூ கான் டிரை... ஒருவேளை அந்த சமயத்துக்கு நான் திரும்பி வந்து விட்டிருக்கலாம்" என்று அவள் சொல்லுவாள். நான் அவளுடைய ஹாஸ்டலுக்கு அவளைப் பார்க்கப் போகும்போது அவள் பெரும்பாலும் வேறு பையன் அல்லது பையன்களுடன் கான்டீனிலோ அல்லது புல்வெளியிலோ அமர்ந்து வம்பளந்து கொண்டிருப்பாள்; அல்லது பொது அறையில் காரம்ஸ் ஆடிக்கொண்டிருப்பாள் மறுபடி, பையன்களுடன். சிலர் அவளுடைய 'கோர்ஸை'ச் சேர்ந்தவர் கள், சிலர் வேறு வகையில் அவளுக்கு பரிச்சயமானவர்கள். (உதாரணமாக, ராவ்.) அவள்பால் தீவிரமான ஆதிக்க உணர்வுகள் என்னுள் வளர்ந்து வந்தபடியால், இவ்வாறு பிற மாணவர்களுடன் அவள் உட்கார்ந்திருப்பதைப் பார்க்கும்போது எனக்கு ஒரே எரிச்சலாகவும் கோபமாகவும் இருக்கும். அந்தக் கோபம் சட்டென்று ஆறுதலாகவும்

மாறிவிடும். அவளுடன் தனிமையில் நுட்பமான யுத்தத்தில் – இருவரும் தம்மை மற்றவரிடம் குறைந்தபட்ச அளவு வெளிப்படுத்திக்கொண்டு, அதே சமயத்தில் மற்றவரை அதிகபட்ச அளவு ஆழம் பார்க்க முயல்கிற யுத்தத்தில் – ஈடுபடுதல் தவிர்க்கப்பட்டதென்ற ஆறுதல்.

மாலாவிடம் நான் ராமசேஷன் இல்லை, வெறும் அல்சேஷன் தான் என்று பாசாங்கு செய்துகொண்டு (அந்தப் பாசாங்கு குறித்து அடிக்கடி எரிச்சல் பட்டுக்கொண்டு) இருந்த நான் இப்போது பிரேமாவிடம் நான் வெறும் அல்சேஷன் இல்லை, ராமசேஷனாக்கும், என்று நிரூபிக்க முயன்றுகொண்டிருந்தேன். அதே சமயத்தில் இந்த அறிவையும் பண்பையும் நாசூக்கையும் நன்றாக விருத்தி செய்து கொண்டு 'முழு மனிதனாகும்' வாய்ப்புகளிலிருந்து அது நாள் வரையில் வஞ்சிக்கப்பட்டுவிட்ட துரதிர்ஷ்டசாலியாகவும் என்னைப் பற்றிய ஒரு சித்திரத்தை அவளுடைய மனதில் உருவாக்கி, அவளுடைய அனுதாபத்தைப் பெற்றுக்கொண்டேன்; அதாவது என்னுடைய கசங்கல்களை இஸ்திரி செய்து நேராக்கி என்னை முழு மனிதனாக்குவதற்கு அவள் பரபரத்ததை – அதன் மூலம் தனக்கென ஒரு ஹோதாவை உருவாக்கிக்கொள்ள விரும்பியதை – ஊகித்து, அதற்கு இணக்கமாக நடந்துகொள்வதன் மூலம் அவளுடைய பிரியத்தைச் சம்பாதித்துக்கொண்டேன், ஆசாரமான மத்தியதரப் பிராம்மணக் குடும்பத்தில் பிறந்தவளாயிருந்தும், அச்சூழலின் சின்னத்தனம், போலித்தனம், அசட்டுத்தனம் ஆகியவற்றுக்கப்பால் மன வளர்ச்சியடைந்து விடுதலையடைந்துள்ள இன்டலெக்சுவலான அவள், இப்போது என்னை, ராமசேஷனை, தன் போலவே 'விடுதலை' செய்வாள். இந்த விடுதலை வாய்ப்புக் குறித்து ராமசேஷன் பேருவகையடைவதும், தன் விடுதலைக்காக அவளுடன் பூரணமாக ஒத்துழைப்பதும், அவன் கடமை...

ராமசேஷன் இந்தக் கடமையை உணர்ந்து அதன்படியே நடந்து கொண்டான். தான் வளர்ந்த சூழ்நிலையைப் பற்றி ஸென்டிமென்டலாக இருப்பதைத் தவிர்த்து, அதன் குறைபாடுகளை அலசி விமரிசிக்கவும் அதைப் பற்றி உரக்கச் சிரிக்கவும் கற்றுக்கொண்டான். சில நாட்களிலேயே, தன்

குருவைவிடவும் உரக்கவும் நீளமாகவும் அவன் சிரிக்கத் தொடங்கிவிட்டான். இந்தச் சிரிப்பு அவனுக்குள் ஏற்கெனவே மெல்லிய புன்னகையாக இருந்து வந்த ஒன்றுதான்; அவளுடைய மகரந்தத்தினால் அது சிரிப்பாக முற்றியது. தன் சிரிப்பும் அவளுடைய சிரிப்பும் ஒன்றுதான், என்று அவன் முதலில் நினைத்தான். பிறகுதான் அவளுடைய சிரிப்பில் இருந்த ஒரு குரூரத்தை உணர்ந்தான்; கொக்கரிப்பை உணர்ந்தான். அவளுடைய சிரிப்பு தன் வித்தாகக் கொண்டிருப்பது எந்த உலராத காயத்தை, கசப்பனுபவத்தை, எந்தக் கடுமையான தனக்கெதிரான அதிருப்தியை, என்று அவன் வியக்கத் தொடங்கினான்...

ஆனால் பிரேமாவின் சிரிப்பும் என் சிரிப்பும் நுட்பமாக வேறுபட்ட போதிலும், என்னுடைய வர்க்கத்தைச் சேர்ந்தவள் அவள் என்பதால் என்னால் அவளுடன் சேர்ந்து ஒரே விஷயங்களைப் பற்றி ஒரே மட்டத்தில் சிரிக்க முடிந்தது. மாலாவுடன் பல சமயங்களில் நான் உணர்ந்த எரிச்சலையும் அவமானத்தையும் இவளுடன் உணரவில்லை. ஒரு பக்கம் என் மிடில் கிளாஸ் மட்டம் தெரியாமலிருக்க எம்பிக்கொண்டும், இன்னொரு பக்கம் 'போர்' என்ற அவச்சொல்லிருந்து தப்ப என்னுடைய (அவ்வப்போதைய) புத்திசாலித்தனமான வெளிப்பாடுகளைக் கட்டுப்படுத்திக்கொண்டும் அவஸ்தைப் பட வேண்டியிருக்கவில்லை. இவளுடன் ரெஸ்டாரன்டுக்குச் செல்கையில், கத்தியையும் ஃபோர்க்கையும் உபயோகிப்ப தெப்படி, ஸிப்பை உறிஞ்சும்போது சத்தம் வராமலிருப்பதெப்படி, நாப்கினில் கையையும் வாயையும் துடைத்துக்கொண்ட பிறகு அதை எங்கே வைப்பது, வெயிட்டருக்கு எவ்வளவு டிப் கொடுப்பது, முதலிய எண்ணற்ற பல கவலைகள் என்னைக் குடைந்தவாறிருக்கவில்லை. எல்லாவற்றையும்விட முக்கியமாக, என்னுடைய இங்கிலீஷ் வார்த்தைகளின் உச்சரிப்பில் தவறுகள் கண்டுபிடித்து அவற்றைத் திருத்துவதற்கு மாலா எப்போதும் முயன்றவாறிருந்ததுபோல இவள் முயலவில்லை. ஏனென்றால் இவளுடைய உச்சரிப்பும் என்னுடையதைப் போல 'ஸவுத் இன்டியனிஷ்'ஷாகத்தான் இருந்தது. மாலாவை நான் முதலில் சந்தித்தபோது beautiful ஐ ப்யூட்டிஃபுல் என்றும், target ஐ டார்ஜெட் என்றும்,

jersey ஐ ஜெர்ஸி என்றும், salute ஐ ஸல்யூட் என்றும், comb ஐ காம்ப் என்றும், Thirty four தெர்ட்டிஃபோர் என்றும் சொல்லிக் கொண்டிருந்தேன், மாலா அவற்றை முறையே ப்யூடெஃபுல், டாகெட், ஜஸி, ஸலூட், கோம், தேடி ஃபோ என்றும் திருத்தினாள். இப்படி ஒவ்வொரு முறை அவள் திருத்தும்போதும் என்னுடைய மேல் ஈகோ மென்மேலும் காயமடைந்து, அவள்பால் சீற்றம் கொண்டது. ஏனென்றால் இந்தச் சனியன் பிடித்த டிக்ஷனரியும் அவளுடைய உச்சரிப்பைத்தான் எப்போதும் ஆமோதித்தது. இதற்கு மாறாக பிரேமா 'டார்ஜெட்' என்றும் 'ஜெர்ஸி' என்றும்தான் உச்சரித்தாள். இது எனக்கு மிகவும் ஆறுதலாக இருந்தது. 'யூமீன், ஜஸி' என்று கூறி, அவளுடைய சங்கடத்தைத் திருப்தியுடன் கவனிப்பேன்.

நான் பிரேமாவைப் பார்க்க ஹாஸ்டலுக்குப் போகும்போது அங்கே ராவும் வந்திருப்பான், சில சமயங்களில். என் வாழ்வில் எனக்குக் கிட்டதட்டப் பைத்தியம் பிடிக்கும் போலிருந்த தருணங்களை ஒரு பட்டியல் தயாரித்தால் அதில் அந்தத் தருணங்களுக்குத்தான் முதலிடம். ராவ், பரந்த மனப்பான்மையுள்ள ஒரு கணவனாக அந்தத் தருணங்களில் தன்னை பாவித்துக்கொள்வான். அதாவது அவனுக்கும் பிரேமாவுக்கும் ஏற்கெனவே திருமணமாகிவிட்டது போலவும், அவர்களுடைய வீட்டுக்கு நான் விஜயம் செய்திருப்பது போலவும், தன்னுடைய மனைவியும் நானும் சகஜமாகச் சிரித்துப் பேசிக்கொள்வதைத் தான் சின்னத்தனமில்லாமல் ஊக்குவிப்பது போலவும் நடந்துகொள்வான். என்னுடைய ஹாஸ்யங்களுக்குப் பிரேமா சிரிக்கும்போதும், என்னிடம் சாகஸமாகவும் சீண்டலாகவும் பேசும்போதும், அவனுடைய முகத்தில் குதூகலமும் திருப்தியும் பெருமிதமும் மாறிமாறித் தோன்றும். கூடவே என்பால் ஒரு இரக்கமும், அதன் காரணமாகச் சலுகை வழங்கும் பாவமும் தென்படுவதாகவும் தோன்றும் – 'பாவம் ராம்சேஷ்', அவன் என்னுடைய வாய்ப்புகளுடன் பிறக்காதவன். அவனுக்கு இது எனக்கு இருப்பதைவிடவும் கவர்ச்சியாகத் தோன்றக் கூடியது. சந்தோஷமளிக்கக்கூடியது. பூர் சேப். லெட் ஹிம் எஞ்ஜாய்'– எனக்கு எரிச்சல் எரிச்சலாக வரும். அவனிடம் கோபத்தையும்

பொறாமையையும் தூண்டுவதற்கு ஆன மட்டும் ஏதேதோ முயற்சிகள் செய்து பார்ப்பேன்; ஆனால் எந்தப் பலனும் ஏற்படாது. தானும் எதுவும் பேசமாட்டான்; எங்களைத் தனியே ஃப்ரீயாகப் பேசவிட்டுப் போய்த் தொலையவும் மாட்டான். ரியல் ஸ்பெஸிமன். "உன்னுடன் தனியே இருக்கும்போது உன்னுடனாவது ஏதாவது பேசுவானா?" என்று நான் பிரேமாவைக் கேட்டேன். "ஷ்யூர், வை நாட்?" என்றாள் அவள். "நீ இருக்கும்போது அவனுக்கு கூச்சமாகப் போய்விடுகிறது. உன்னுடைய காஸனோவா பெர்ஸனாலிடி அவனுக்கு ஒரு தாழ்வு மனப்பான்மையை உண்டாக்குகிறது. என்னிடம் நிறையப் பேசுவான், தனியே இருக்கும்போது.'

"எதைப் பற்றி?"

"சிலருடைய மூக்கு ஏன் மிக நீளமாக இருக்கிறது, என்பது பற்றி."

"லுக், நான் இப்போது மூக்கை நுழைக்கவில்லை. அவன் இப்படி என்னிடம் நடந்துகொள்வது விசித்திரமாக இருக்கிறது, என்று சொல்கிறேன். நான் அவனுடைய நண்பன். என்னிடம் இப்படி நடந்து கொள்வானேன்?"

அவள் உதட்டைப் பிதுக்கினாள்.

"நான் ஒரு காஸனோவாவும் அல்ல, ஜஸ்ட் எ கன்ஸர்வேடிவ் இன்ஹிபிட்டட் ஹிப்போக்ரிடிகல் மிடில் கிளாஸ் ஸௌத் இன்டியன் பிராம்மின் – யூ நோ தாட்!"

"யூ ஆர் வெரி ஸ்மார்ட்"

"உன்னுடன் இருக்கும்போது எனக்கு ஸ்மார்ட்நெஸ் வந்து விடுகிறது."

"ஹி ஹி ஹி ஹி ஹி..."

இப்படியே நாங்கள் ஒருவர் மேல் ஒருவர் பந்து எறிந்தவாறு இருப்போம், பூப்பந்து, காகிதப்பந்து.

அல்லது கிரிக்கெட் பந்து.

பந்து 'பிச்' ஆகும் வரையில் அது எந்தத் திசையில் போகுமென்று அனுமானிக்க முடியாதவாறு ஸ்பின் பௌலர்

சாதுரியமாகத் தன் நோக்கத்தை ஒளித்துக்கொண்டு வீசுகிற பந்து.

இந்த ஸ்பின் பௌலிங்கில் பிரேமா மிகவும் தேர்ந்தவள். ஆண்களைப் பற்றிய விமரிசனம்போலப் பேச்சைத் தொடங்கி. பெண்களைப் பற்றி என்னைப் பேச வைத்துச் சட்டென்று பெண்களைப் பற்றி இவ்வளவு அனுபவம் எங்கேயிருந்து கிடைத்ததென்று மடக்குவாள். என் அம்மாவும் தங்கையும்தான் இருக்கிறார்களே என்று நான் சமாளித்துக்கொள்வேன். என்னுடைய பூர்வாசிரமத்தைப் பற்றிய வதந்திகளைக் காதில் போட்டுக்கொள்ள வேண்டாம், என்று சொல்வேன், ராவையும் மூர்த்தியையும் மனதில் வைத்துக்கொண்டு. "டோன்ட் பீ ஸோ கன்ஸீட்டட் இங்கே எல்லாரும் இருபத்தி நாலு மணி நேரமும் உன்னைப் பற்றித்தான் டிஸ்கஸ் பண்ணுகிறோமா?" என்று அவள் சொல்வாள். "என்னுடைய நகைச்சுவையை நன்றாகப் புரிந்துகொள்ளவில்லையென்று சொல்ல வந்தேன்" என்று நான் சொல்வேன். "நான் சும்மா தமாஷுக்காகப் பெண்களுடன் எனக்குப் பல வகை அனுபவங்கள் ஏற்பட்டது போலப் புருடா விடுவேன். சில ஆசாரப்பிச்சுகள் அதையெல்லாம் நிஜமென்று நினைத்து அதிர்ச்சியடைந்து நான் ஏதோ பயங்கரமான rapist போல எல்லாரிடமும் சொல்லி வருகிறார்கள்."

"அட ராமா!அதெல்லாம் உண்மையில்லையா, அப்போது?"

"கொஞ்சங்கூட இல்லை."

"ஹவ் டிஸப்பாயின்டிங். எனக்கு வேண்டியது ஒரு rapist தான். என்னுடைய ஃபிரண்ட்ஸ் எல்லோருக்கும் ஓரிரு rapistகளைத் தெரியும். I feel very old fashioned சே, உன்னைப் பற்றிய வதந்திகள் உண்மையாயிருக்கக் கூடாதா?"

என்ன ஸ்பின் பார்த்தீர்களா? ஆனால் நான் இதில் ஏமாறவில்லை. உள்ளூர அவள் மிக ஆசாரமானவளென்று நான் அறிந்திருந்தேன். அப்படியில்லாவிட்டாலும்கூட அவள் தனக்கென விரும்பியது ஆசாரமான, கற்புள்ள

ஒரு ஆண் மகனைத்தான். இது எனக்கு எப்படித் தெரிந்ததென்று விளக்குவது கஷ்டம். ஆனால் இது எனக்குத் தெரிந்தது. எனவே, என்னுடைய ஆச்சாரமான மத்தியதாப் பின்னணியின் மீது காறி உமிழ்ந்த நான், அதே சமயத்தில் sex taboos ஐப் பொறுத்தவரையில் அந்தப் பின்னணியைச் சார்ந்த மனப் போக்கிலிருந்து விடுபட முடியவில்லையென்று அவளிடம் சொன்னேன். "யூ ஆர் எ கவார்ட்" என்று அவள் வெளிக்கு அதிருப்தியுடனும், ஆனால் உள்ளுக்குள் திருப்தியுடன் சொன்னாள்.

அவளுடைய கறுப்பு நிறமும் உயரக் குறையும் அவளுக்கு ஒரு இன்ஸெக்யூரிட்டியைக் கொடுத்தது. மரபுக்கெதிரான அவளுடைய பாய்ச்சல்களுக்கு இந்த இன்ஸெக்யூரிட்டிதான் காரணமென்பதைப் பின்னால் நான் புரிந்துகொண்டு அவள்மீது அனுதாபப்படக் கற்றுக் கொண்டேன். ஆனால் அந்த ஆரம்ப நாட்களில், ஏற்கெனவே சொன்னதுபோல, சராசரித் தமிழ் பிராமணர்களின் மீது அவள் காட்டிய தீவிர வெறுப்பையும், பொழிந்த கனமான வசைமாரியையும் நான் புரிந்துகொள்ள முடியாமல் திணறினேன். பௌதிக ஆகிருதியையும் தோற்றத்தையுமே செலாவணியாகக் கொண்ட சராசரிப் பெண் வர்க்கம், சராசரி ஆண் வர்க்கம், இரண்டிடையேயும் தான் மிகக் குறைந்த மதிப்பெண்களே பெறுவோமென்பதை உணர்ந்து, தான் இவர்களால் ஒதுக்கப்படுமுன் இவர்களைத் தான் ஒதுக்கும் உபாயமாகவே (அதாவது ஒரு பழிப்புக் காட்டலாக) அவள் தன் இன்டலெக்சுவல் திறன்களை ஆவேசமாக வலியுறுத்தவும் தூக்கலான மோஸ்தர்களிலும் நிறங்களிலும் அனாசாரமான உடைகளை அணியவும் செய்தாளென்பதை அப்போது உணராத நான், அதாவது இவை அவளுடைய தன்னைப் பற்றிய பிம்பத்துக்கு (அல்லது ஈகோவுக்கு) எவ்வளவு நெருக்கமானவையென்பதை உணராத நான், இவற்றை அவளுடைய துடுக்கான சேஷ்டைகளாக நினைத்து இந்தத் துடுக்குத் தனத்தை ஆரவாரமாக ரசித்தேன், என்னுடைய நுட்பமான ரசனையின் நிரூபணமாக. என் ரசிப்பை தன்னுடைய 'முரண்படுகிற இன்டலெக்சுவல் – கம் – சமூக விமரிசகை' பிம்பத்தின் அங்கீகாரமாகவே எடுத்துக்கொண்ட

அவள், இந்தப் பிம்பத்தை மேன்மேலும் வலியுறுத்தியவாறு இருந்தாள், எனக்கு அது சலிக்கத் தொடங்கும் வரை. அல்லது வலிக்கத் தொடங்கும் வரை.

ஆனால் அவளுடைய தன்னைப் பற்றிய பிம்பத்துடன் சிறிதும் முரண்படாமல் அதை ஆராதித்தவர்களும் அதன் மூலம் சந்தோஷமடைந்தவர்களும்கூட நிறைய இருக்கத்தான் செய்தார்கள். உதாரணமாக மூர்த்தி, நான் பிரேமாவைப் பார்க்கப் போகும்போது மூர்த்தியும் அவளைப் பார்க்க வர நேர்ந்த தருணங்கள், நான் அவளைப் பார்க்கப் போகும்போது ராவும் அங்கே வர நேர்ந்த தருணங்களுடன் போட்டியிட்டவாறிருக்கின்றன, என் வாழ்வில் எனக்குக் கிட்டத்தட்ட பைத்தியம் பிடிக்கும் போலிருந்த தருணங்களின் பட்டியலில் முதலிடம் பெறுவதற்காக. மூர்த்திக்கு அவள் கிட்டத்தட்ட ஒரு ராணியாக விளங்கினாள். அவனுடைய ராணியின் ஆகிருதியை என் போன்ற ஒருவன் முழுமையான கன பரிமாணங்களுடன் புரிந்து கொள்ளத் தவறி அவளுடன் மலிவான மட்டங்களில் மலிவான நடவடிக்கைகளில் ஈடுபட்டுவிடாமல் தவிர்ப்பது தன் கடமையென்பது போல அவன் நடந்து கொள்வான். அவளுடைய சிரிப்புக்காகத் தான் தலைகீழாக நின்று, குட்டிக்கரணங்கள் போட்டு, நானும் அவ்வாறே செய்ய வேண்டுமென்று எதிர்பார்ப்பான். அவளுக்குக் கார்ட்டூன்கள் வரைந்து காட்ட என்னை ஒரு மாடலாகப் பயன்படுத்துவான். எங்கள் பிராயத்தினரில் சிலரின் குறைகளையும் விசித்திரங்களையும் பொதுவாகவும் செல்லமாகவும் விமரிசிக்கும் சாக்கில் எனக்கு ஓநாயின் கண்களும் பெரிய மீசையும் கோரைப் பற்களும் வரைவான் – அதாவது நான் சராசரியிலிருந்து வேறுபடாதவனாம், பிரேமாவைப் போலச் சராசரியிலிருந்து வேறுபடுகிறவள் என்னுடன் 'அதிகமாக' எதுவும் வைத்துக்கொள்ளக் கூடாதாம் அல்லது, அவன் செய்து காட்டுகிற சுத்தமான விளையாட்டுகளை உதாரணமாகக் கொண்டு அத்தகைய விளையாட்டுகளைத்தான் நான் பிரேமாவுடன் விளையாடலாமாம். அந்த வரம்புகளை மீறக் கூடாதாம்.

ஸ்டுபிட் பாஸ்டர்ட்

பிரேமாவைப் பற்றிய என் உந்துதல்களையும் நோக்கங்களையும் நான் சரியாகக் கணித்து சரியான முடிவுக்கு வரமுடியாமல் என்னைக் குழப்பிய இன்னொரு நபர் எங்களுடைய கணக்கு புரொபசர். நல்லவர், பாவம். நிறைய ஏதேதோ படித்துக் கண்களைக் கெடுத்துக் கொண்டு ப்ளஸ் ஆறு கண்ணாடியணிந்திருந்தவர். இவருடைய டைப்பைச் சேர்ந்தவர்கள் பெரும்பாலும் படிப்பாளிகளான மாணவர்கள் மீது பிரியத்தைச் சொரிவார்கள், அவர்கள் பாதையிலிருந்த கற்களையும் முட்களையும் அகற்றி அவர்களுடைய பயணத்தைச் சுளுவாக்கவும் துரிதமாக்கவும் முயலுவார்கள். ஆனால் இந்த புரொபசர் வேறு மாதிரியானவர். இவருக்குத் தன்னைப் போலவே படித்துப் படித்துக் கூன் விழுந்தவர்களையும் கண்ணாடி போட்டுக் கொண்டவர்களையும் விட, வேறுவகையான திறமைகளும் இயல்புகளும் உள்ளவர்களைத்தான் அதிகம் பிடிக்கும். சவடால் அடிக்கிறவர்கள், குறும்பும் சிரிப்பும் நிரம்பியவர்கள்; ஊரையே கலங்க அடிக்கிற அடாவடிக்காரர்கள்; பாடகர்கள்; நடிகர்கள். அவருடைய படிக்கிற, படித்ததை உமிழ்கிற மந்தமான மோருஞ்சாத வாழ்க்கைக்கு இத்தகைய வர்கள் ஊறுகாய்களாகப் பயன்பட்டார்கள் போலும். அவருடைய வீட்டில் எந்த ஒரு மாலை நேரத்திலும், அல்லது எந்த விடுமுறை நாளிலும், இத்தகைய ஊறுகாய்களின் ஒரு சிறு கூட்டம் இருக்கும். இந்த ஊறுகாய்களில் சிலர் மீது அவருக்கு பிரத்தியேகமான ஈடுபாடு உண்டு. அந்தச் சிலரில் நானும் பிரேமாவும் அடக்கம்.

என்னுடைய காலேஜ் வாழ்க்கையின் மூன்றாம் வருடத்துக்கு நடுவில், கணக்கு புரொபசர் ராமசேஷன் ஊறுகாயையும், பிரேமா ஊறுகாயையும் வைத்து ஒரு புதிய விளையாட்டைத் தன் மனதுக்குள் விளையாடிப் பார்க்கத் தொடங்கினார்; ஊறுகாய்க்கும் ஊறுகாய்க்கும் கல்யாணம்!

3

அப்பாவுக்கும் அம்மாவுக்கும் வருங்காலப் பணங்காய்ச்சிமரம்.

அத்தைக்கு 'கிராக்கு' மருமான்.

தங்கைக்கு முசுட்டு அண்ணா.

பிரேமாவுக்கு, அவளுடைய இன்டலெக்சுவல் பிம்பத்தை ருசுப்படுத்தும் கண்ணாடி.

ப்ரொபசருக்கு ஊறுகாய்.

இத்தனையும் ஒருவனுக்கு அவனுடைய பல பரிமாணங்களை பல வகைப்பட்ட முக்கியத்துவத்தையும் தேவையையும் – உணர்த்திப் பரவசமூட்டத்தானே வேண்டும்?

ஆனால் எனக்குப் பரவசமாக இல்லை. அடர்ந்த காடொன்றின் நடுவே பலவகை ஆயுதங்களை ஏந்திய வேடர்களால் துரத்தப்படும் முகம் இல்லாத, பெயர் இல்லாத ஒரு பிராணியைப் போல நான் உணர்ந்தேன்; பிடிபட்டுவிட்டால் முகம் தெளிந்துவிடும், பெயர் தெரிந்துவிடும்... பிற்பாடு மாற்றிக்கொள்ளவே முடியாத நிரந்தரமான பெயர் – என்ன பயங்கரம்! நான் திகிலும் பரபரப்புமாக, இவர்கள் யாருக்கும் பிடிபடாமல் வளைந்து நெளிந்து பாய்ச்சுக் காட்டியவாறிருந்தேன்; ஓடியவாறிருந்தேன். இந்தத் துரத்தப்படுதலும் ஓடுதலும் ஒரு பக்கம் சோர்வளிப்பதாக இருந்தாலும், ஒரு பக்கம் சுவாரஸ்யமாகவும் இருந்தது. பிடிபடக்கூடாதென்று ஆசைப்பட்ட நான், அந்தச் சமயத்தில் துரத்தப்பட்டவாறிருக்க வேண்டுமென்றும் ஆசைப்பட்டேன்.

அவர்கள் தேடிய பிராணி நானல்லவென்று ஒரு தருணத்தில் உணர்த்தினால் மற்றொரு தருணத்தில் ஒரு வேளை அது நானாகவே இருக்கக்கூடும் என்றும் உணர்த்த முயன்றேன்...

ஒரு சமயம், எதுவும் வேண்டாத, எதிலும் விருப்பமில்லாத சாமியார்.

ஒரு சமயம், எல்லாம் வேண்டுகிற போகி.

ஒரு சமயம் வெகுளி, அப்பாவி. ஒரு சமயம் கிண்டன், அசகாய சூரன்.

ஒரு சமயம், நாகரிகப் பூச்சுகளற்ற, அறிவுலக வேட்கைகளற்ற, அக்கிரகாரத்துச் சோம்பேறி அம்பி. ஒரு சமயம் அதி நாசூக்கான கனவான். மனித குலத்தின் மொத்த கலை அறிவுச் சேமிப்பையும் ஃபிக்ஸட் டெபாஸிட்டில் வைத்துள்ள சீமான்...

கரை கண்ட அறிவு ஜீவி...

ஆனால், நிஜத்தைச் சொல்லப் போனால், எனக்குப் படங்கள் இல்லாத எந்தப் புத்தகத்திலும் பத்துப் பக்கங்களுக்கு மேல் போனால் தூக்கம் வரத் தொடங்கிவிடும். இதனால் லைப்ரரிகளில் போய் உட்காருவது சங்கடமான விஷயமாக மாறிப்போயிருந்தது. தினசரிகளில் ஒரு பக்கத்தில் வரும் கனமான கட்டுரைகளை இரண்டாவது பாராவுக்கு மேல் என்னால் படிக்க முடிவதில்லை. ஆடிட்டோரியத்தில் போய் உட்கார்ந்தால் ஆடியன்ஸில் இருக்கும் பெண்கள் பக்கமும், Exit விளக்குகள் பக்கமும் கூரையை நோக்கியும், திடீரென்று அம்மா அப்பாவை விட்டுச் சுற்றுப் பிரயாணம் கிளம்புகிற ஒரு குழந்தையை நோக்கியும்தான் என் பார்வை அலைந்தவண்ணமிருக்கும் – அதாவது டான்ஸ், டிராமா அல்லது இசை நிகழ்ச்சிகளுக்குச் செல்லும்போது. சினிமாவில் வேறு வழியில்லை, விளக்குகளை அணைத்துவிடுவதால் திரையைத்தான் பார்த்துக் கொண்டிருக்க வேண்டும். ஆனால் அங்கும் எல்லாரும் ஒன்றைப் பார்த்துக் கொண்டிருந்தால் நான் இன்னொன்றைப் பார்த்துக்கொண்டிருப்பேன். 'டாக்டர் நோ' வில் உர்ஸுலா ஆண்ட்ரெஸ் பீச்சில் குளித்துவிட்டு பிகினியில் வந்துகொண்டிருக்க, ஸீன் கானரி அவளை நோக்கிச் செல்லுகிற காட்சி உங்களுக்கு நினைவிருக்கும்.

இந்தக் காட்சியில் எல்லோரும் உர்ஸுலாவைத்தானே பார்த்துக்கொண்டிருப்பார்கள்! ஆனால் நான் ஸீன் கானரியின் இடுப்புக்குக் கீழே ஏதாவது அசைவு தென்படுகிறதா என்று அங்கேயே பார்த்துக்கொண்டிருந்தேன். டாக்டர் ஷிவாகோவில் முதலிலிருந்து கடைசி வரையில் ஓமர் ஷரிஃபின் மீசையைத்தான் பார்த்துக்கொண்டிருந்தேன். 'பாரபாஸ்' என்ற படத்தில் அந்தோனி க்வின்னின் காதுகளில் முளைத்திருந்த மயிரைப் பார்த்துக்கொண்டிருந்தேன். ஆங்கிலப் படங்களிலேயே இப்படியென்றால் இந்தி, தமிழ்ப்படங்களைப் பற்றிக் கேட்கவே வேண்டாம். முதலிலிருந்து கடைசி வரையில் ஹீரோயினின் கால் சராய் மோஸ்தர், ஹீரோயினின் சிகையலங்காரம் என்று சம்பந்தமில்லாத விஷயங்களைத்தான் பார்த்துக்கொண்டிருப்பேன்: இந்த ஷாட் எடுப்பதற்கு முன்னும் பின்னும் ஹீரோவாக நடிப்பவரும் ஹீரோயினாக நடிப்பவளும் என்ன செய்திருப்பார்கள், மழைக் காட்சியின்போது காமிரா நனையாமலிருக்க என்ன செய்திருப்பார்கள், டயலாக் பேசும்போது நடுவில் ஏப்பம் வந்துவிட்டால் என்ன ஆகும், என்று திரைக்காட்சியின் மாயையில் முழுகிப் போக மறுத்து என் மனம் எதிர்நீச்சல் போட்ட வண்ணமிருக்கும். கூடவே, என்னுடைய குயுக்தியான விமர்சனங்களை அவ்வப்போது பக்கத்தில் இருக்கும் நபருடன் பகிர்ந்துகொண்டு, அவர்களுடைய புன்னகையில் என்னுடைய புத்திசாலித்தனத்தை உரைத்துப் பார்த்தவாறு இருப்பேன். இப்படி என்னுடைய சொந்த விளையாட்டில் ஆழ்ந்து போயிருப்பதால், திடீரென்று கொட்டகையில் எல்லாரும் சிரிக்கத் தொடங்கும் தருணங்களில் எனக்கு எதுவுமே புரியாது. மீண்டும் அருகிலிருக்கும் நபரைக் கேட்பேன். தப்பித் தவறி ஏதாவதொரு நகைச்சுவைக் காட்சியை நான் முழுதும் கிரகித்துக்கொள்ளும் சந்தர்ப்பங்களில், ஹோ ஹோவென்று (வேண்டுமென்றே) அட்டகாசமாகச் சிரிப்பேன். இதையெல்லாம் பார்த்த பிறகு, ராவ் என்னுடன் சினிமா பார்க்க வருவதை நிறுத்தியது உங்களுக்கு ஒரு புதுக்கோணத்தில் தென்படத் தொடங்கியிருக்குமென்று நினைக்கிறேன்.

ஆனால் நான் இப்போது சொல்லத் தொடங்கியது பிரேமாவுடன் நான் சினிமாவுக்குப் போன சந்தர்ப்பங்கள்

பற்றி. இந்தியப் படங்களைப் பொறுத்த வரையில், அவள் ஒரு 'ஸ்ப்ளிட் பெர்ஸனாலிடி' என்பதை நான் கண்டுபிடித்தேன். திரையில் காண்கிற அதீதமான மெலோட்ராமாவின் முட்டாள்தனங்களைக் கிண்டல் பண்ணிச் சிரிக்கவும் இவளுக்கு ஆசை; அதே சமயத்தில் அந்த மெலோட்ராமாவில் தன்னைத் தலையிலிருந்து கால்வரையில் மூழ்கடித்துக்கொண்டு, தன் காயங்களை அதில் அலம்பிச் சுத்தப்படுத்திக்கொள்ளவும் ஆசை. எனவே, திரையில் ஓடுகிற காட்சியைப் பற்றி என் காமெண்ட்டரி, ஒரு குறிப்பிட்ட தருணத்தில் அவளுக்கு மகிழ்ச்சியூட்டுமா அல்லது சலிப்பேற்படுத்துமா என்பது எப்போதுமே ஒரு ஸஸ்பென்ஸாகத்தான் இருந்தது.

இந்த ஸஸ்பென்ஸ் எனக்குப் பிடித்திருந்தது. அதை எனக்காக உருவாக்குவது அவளுக்கும் பிடித்திருந்தது; ஒரு விளையாட்டு என்ற முறையிலும், அதன் மூலம் அவள் தான் எப்போதும் யாசித்த) ஒரு முக்கியத்துவம் பெற முடிந்ததென்ற முறையிலும். அவள் ஒரு லேடியாம், நான் கன்ட்ரியாம். அல்லது அவள் ஒரு மிகப் பழைய அறிவுஜீவியாம், இந்தப் படங்களை விமரிசித்துத்தான் தனக்கென ஒரு ஹோதாவை உருவாக்கிக்கொள்ள வேண்டுமென்பது அவளுக்கில்லையாம். நானோ முந்தா நாளிலிருந்தோ போன வாரத்திலிருந்தோ அறிவுஜீவியாகியிருப்பவனாம். (அல்லது அப்படி ஆகியிருப்பதாக நினைப்பவனாம்.) அதுதான் மிக அதிகமாக அலட்டிக் கொள்கிறேனாம்.

நான், அவள் எனக்கு அணிவித்த அந்தச் சட்டையைத் திமிறாமல் அணிந்துகொண்டேன். பார்க்கப் போனால் எனக்கு அணிவித்த எந்தச் சட்டைக்குமே நான் எப்போதும் மறுப்புத் தெரிவிக்கவில்லை. அவர்களுடைய – இந்தப் பெண்களுடைய – அந்தரங்க உலகத்தினுள் நுழைய இதுதான் பாஸ்போர்ட் என்பது என்னுடைய வாழ்க்கையின் இந்தக் கட்டத்துக்குள் எனக்குத் தெரிந்து போயிருந்தது. பங்கஜம் மாமிக்கு, உடம்பு பற்றிய முதிர்ந்த பிரக்ஞையும் உணர்ச்சிப் பக்குவமும் இல்லாத, ஆனால் ஸ்பரிசத்துக்காக ஏங்குகிற ரெண்டுங்கெட்டான், ஒரு சௌகரியமான உப்புக்குச் சப்பாணி; மாலாவுக்கு அல்சேஷன்; இப்போது, பிரேமாவுக்கு, budding intellectual in search of a master.

அல்லது mistress?

எங்களுடைய பரஸ்பர வேடங்கள், பெருமளவுக்குக் கணக்கு ப்ரொபசரின் புன்னகையைச் சார்ந்துதான் வடிவம் பெற்றனவென்பதை இப்போது நினைத்துப் பார்க்கும்போதுதான் உணர்கிறேன். ஷொட்டுக் கொடுக்கும் புன்னகை. பரிவாகக் கண்சிமிட்டி ஊக்குவிக்கும் நூற்றுக்கணக்கான சின்னஞ்சிறு அசைவுகள், பாவனைகள். (சபாஷ், சுயசிந்தினையுள்ள நவீனயுகப் பிரஜைகளே. சபாஷ், மூடமரபுகளைக் காலடியில் நசுக்கித் துவைக்கும் விடுதலை பெற்ற ஆன்மாக்களே.)

ப்ரொபசரின் பிரியத்துக்குரிய இரண்டு இளம் தான்தோன்றிகள்.

அவர் உயர்த்திப் பிடித்திருக்கும் பிஸ்கெட்டைக் கவ்வுவதற்காகப் போட்டி போட்டுக்கொண்டு எம்பிக் குதிக்கும் இரண்டு நாய்க் குட்டிகள்.

பிரேமா அந்த பிஸ்கெட்டின் போதை தலைக்கேறியவளாய், எப்போதும் என்னைவிட வேகமாகவும் உயரமாகவும் குதித்த வண்ணமிருந்தாள். அவள்பால் என்னுள் உருவாகிவந்த ஒரு புரிபடாத கவர்ச்சியினால் உந்தப்பட்டு அவளுடைய நன்மதிப்பைப் பெறும் ஆசையினால் நானும் அவளுடன் அந்த பிஸ்கட்டுக்காக குதித்தேன். ஆனால் மற்றபடி ப்ரொபசரின் பிஸ்கட் எனக்கு எந்தவிதமான விசேஷத் திருப்தியையோ மகிழ்ச்சியையோ அளித்ததாகச் சொல்ல முடியாது. இவருடைய பிஸ்கட் எனக்கெதற்காக என்றுதான் தோன்றியது...

ப்ரொபசரின் வீட்டில் நிலவிய பொதுவான சூழ்நிலை பிஸ்கெட் சூழ்நிலை இல்லை. இட்டிலி, உப்புமா, சூழ்நிலைதான், மடி, தீட்டு சூழ்நிலைதான். இந்தச் சூழ்நிலையின் இறுக்கத்தில் முழுதும் அவிந்து விடாமல் தன்னை மீட்டுக்கொள்ளும் ஒரு முயற்சியாகத்தான் போலும், அவர் எங்களைப் போன்றவர்களுக்கு ஒரு ‘பிஸ்கெட் மாமா’வாக விளங்க முயன்றார். தன்னுடைய மரபுக்கெதிரான திமிறலை, நவீன உந்துதல்களைத் திருப்திப்படுத்திக்கொள்வதற்கு எங்களை ஒரு proxyஆக உபயோகப்படுத்த முயன்றார். ஆனால்

இதெல்லாம் அப்போது தெளிவாக இல்லையென்று வைத்துக் கொள்ளுங்கள். சரியான அத்தைப் பாட்டி, என்றுதான் அவரைப் பற்றி நினைத்துக்கொண்டேன்; ஒரு பிரம்மச்சாரிப் பையனையும் கன்னிப் பெண்ணையும் சேர்ந்தாற்போலப் பார்த்தால் உடனேயே அவர்களைக் கணவன் மனைவியாக உருவகம் செய்துகொள்கிற பழமையான 'இன்ஸ்டிங்க்'ட்டின் கைதி: ஆனால் மற்றவர்களிடம் காட்டிக்கொள்ள விரும்புவதென்னவோ தன்னை ஸார்த்ர்–இன் வாரிசாக!

ப்ரொபசரின் மனைவி ஒரு சராசரித் தமிழ்ப் பிராமண மனைவி 'ஆம்படையாள்'. இந்த நூற்றாண்டின் நாகரிக முன்னேற்றத்தின் மேலோட்டமான பாதிப்புகள், ஒரு பெரிய நகரத்தின் cosmopolitanism பல வருடங்களாக அவள் மேல் நெருடி நெருடி ஏற்படுத்தியுள்ள பாதிப்புகள் ஆகியவற்றினால் சற்றே புடமிடப்பட்டிருந்தாலும், இந்த coating ஐச் சுரண்டிப் பார்த்தால் தன்னுடைய பாட்டியிடமிருந்தோ அந்தப் பாட்டியின் பாட்டியிடமிருந்தோ அதிகம் வேறுபடாதவள். என்மீது அவளுக்கு ஒரு விசேஷ வாத்ஸல்யம். இதற்கு என் பெயரே ஒரு காரணமாயிருந்திருக்கலாம். அவளைப் போன்றவர்களின் மிரட்சியைக் கலைத்து, சௌஜன்யத்தை உருவாக்கும் பெயர். ஏன், என்னுடன் ஒப்பிடும்போது தான் முன்னேற்றத்தின், நவீனத்துவத்தின், உச்சாணித் தட்டில் இருக்கிறோமென்ற மாயையைக்கூட ஏற்படுத்தும் பெயர். "ஏம்ப்பா ராமு, ஒரு நாள் உங்க அம்மாவைக் கூட்டிக்கொண்டு வரப்படாதோ?" என்று என்னிடம் அடிக்கடி சொல்லுவாள். நான் நினைத்துக்கொள்வேன்: ஆமாம் ராமுவின் அம்மா நிச்சயம் ஏதாவதொரு அலமேலுவாகவோ பரிமளமாகவோ இருப்பாளென்று நினைக்கிறீர்கள். அவளுடன் ஒப்பிடும்போது நீங்கள் எவ்வளவு நவீனமானவரென்று உங்களைத் திருப்திப்படுத்திக்கொள்ளவும் உங்கள் கணவனுக்கு நிரூபித்துக் காட்டவும் விரும்புகிறீர்கள்; அல்லது, என் அம்மாவை உபசரித்து கௌரவித்து அவளுடைய அன்புக்குப் பாத்திரமாவதன் மூலம் உங்கள் மாமியாருக்குப் பழிப்புக் காட்ட விரும்புகிறீர்கள். அல்லது, ப்ரொபசர் எனக்கு 'பிஸ்கெட்' கொடுக்க விரும்புவதுபோல, நீங்கள் என் அம்மாவுக்கு 'பிஸ்கெட்' கொடுக்க விரும்புகிறீர்கள்..

ஆனால், மேலுக்கு, "அவசியம் கூட்டிக்கொண் வருகிறேன்" என்று நான் சொல்லுவேன், பிரியமாகத் தடவிக் கொடுக்கப்பட்டவுடன் மகிழ்ச்சியுடன் வாலையாட்டுகிற நாயினுடையதைப் போல முகத்தை வைத்துக்கொண்டு..

இந்தத் தடவிக்கொடுத்தலும் வாலாட்டலும் பிரேமாவின் எரிச்சலைக் கிளப்பும். ப்ரொபசரின் மனைவிபால் அவள் மனத்தில் எப்போதும் கனன்றவண்ணமிருந்த வெறுப்பும் பகையும் இதனால் மேலும் தூண்டப் பெறும். "She is a pig" என்பாள். "A nice fat, domesticated pig." அந்த pigஐச் சீண்டுவதற்காகவே ப்ரொபசரின் வீட்டுக்கு வரும் தருணங்களில் மிகவும் திட்டமிட்டு அதி நவீன பாணியில் உடையணிந்து வருவாள். ஆங்கிலத்தில் பொரிந்து கொட்டுவாள். உரத்த, அதிர்ச்சியூட்டும் பாவனைகளையும் சிரிப்பையும் மேற்கொள்ளுவாள். ப்ரொபசரின் மனைவி, எதிர்பார்ப்புக்கிணங்க. இதையெல்லாம் பார்த்து மிரண்டு போவாள்; மிகையாகவும் தவறாகவும் புரிந்துகொண்டு, மனைவியென்ற முறையில் தன் உரிமைகளையும் ஹோதாவையும் அனாவசியமாக அடிக்கோட்டிட்டுக் காட்ட முற்பட்டு பிஸ்கெட்டுகளை ஒரு நொடியில் தயிர் வடையாக மாற்றி ப்ரொபசரை அவமானப்படுத்துவாள். ஒரு முறை காலேஜில், ஏதோ கலை நிகழ்ச்சி முடியும்போது இரவில் வெகு நேரமாகிவிட்டதால் நானும் பிரேமாவும் பக்கத்திலேயே இருந்த ப்ரொபசரின் வீட்டில் இரவு தங்கி, காலையில் கிளம்பிப் போவதாக முடிவு செய்தோம். சாப்பாடு முடிந்து, பேச்சு ஓய்ந்து, படுக்கிற நேரம் வந்தது. ப்ரொபசர், அப்பாவித்தனமாக, பிரேமா தன் மனைவியுடன் படுத்துக்கொள்ளலாமென்றும், அவர் என்னுடன் முன் அறையில் படுத்துக்கொள்வதாகவும் கூறினார். பிரேமா உடனே உரக்கச் சிரித்து, "I am not a pervert" என்றாள், தானும் எங்களிருவருடன் முன் அறையில் படுத்துக் கொள்வதாகவும் எல்லாரும் படுத்துக்கொண்டே சர்ச்சை செய்து கொண்டிருக்கலாமென்றும் சொன்னாள். பிறகு, என்னை நோக்கிக் கேலியாக ஆள் காட்டி விரலை உயர்த்திக் காட்டி, "ராம்! எனக்குத் தெரியும், நீ ஒரு பிளடி ஹோமோ என்று. ஸோ, ப்ரொபசரை உன்னிடமிருந்து ஷீல்ட் பண்ணுவதற்காக, நான் அவர் பக்கத்தில் படுத்துக் கொள்கிறேன். நீ இந்த

ஓரத்தில்" என்றாள். அவ்வளவுதான்! ப்ரொபசரின் மனைவி ஏதேதோ பயங்கரக் காமக் களியாட்டங்களைக் கற்பனை செய்துகொண்டு ரௌத்திராகாரமானாள். "அதெல்லாம் இந்த வீட்டில் வைத்துக்கொள்ள வேண்டாம்," என்றாள். தன்னை அவ்வளவு முட்டாளென்று நினைக்க வேண்டாம், என்றாள். தானும் முன் அறைக்கு வந்து படுத்துக்கொள்ளப் போவதாகக் கூறினாள். ப்ரொபசர் தலையில் அடித்துக்கொண்டு, "சரி; இவா ரெண்டு பேரும் இங்கே படுத்துக்கட்டும் நானும் நீயும் உள்ளே படுத்துக்கலாம்" என்றார். ப்ரொபசரின் மனைவியின் சீற்றம் இதனால் மேலும் அதிகமாகியது. காச்சு மூச்சென்று கத்தத் தொடங்கினாள். அவருக்கு மூளை, கீளை சரியாக இருக்கிறதா, இல்லையா? அவர்கள் இருவருக்கும் எவ்வளவு வயதாகிறது, தெரியுமல்லவா? ஏதாவது எக்கச்சக்கமாக நடந்தால் நாளைக்கு அவர்களுடைய பெற்றோர்களுக்கு யார் பதில் சொல்வது? காலேஜில் அவருடைய கண் பார்வைக்கு அப்பால், எல்லோரும் எதையாவது செய்துவிட்டுப் போங்கள்; ஆனால் இங்கே அதெல்லாம் வேண்டாம். இத்தியாதி. ப்ரொபசரின் பொறுமையெல்லாம் பறந்து, அவரும் கத்தத் தொடங்கினார். எதெல்லாம் செய்கிறார்கள் அவர்கள், காலேஜில்? என்ன சொல்ல விரும்புகிறாள் அவள்? நிர்வாணமாய் நடனமாடுகிறார்கள் என்றா? ஒருவரோடொருவர் மாற்றி மாற்றிப் படுக்கையில் உருளுகிறார்கள் என்றா? மூளை கெட்டுப் போயிருப்பது அவருக்கில்லை, அவளுக்குத் தான். இருந்தால்தானே கெடுவதற்கு? மூளை இல்லாத ஜன்மம்; மூளையில்லாத குடும்பம். ஆமாம், அவர்கள் குடும்பத்திலேயே யாருக்கும் மூளை கிடையாது. எங்கேயோ ஒரு ஸ்டுபிட் கிராமத்திலே பிறந்து, அங்கேயே இடிச்ச புளிமாதிரி உட்கார்ந்துகொண்டு, வெற்றிலையைக் குதப்பிக் கொண்டு, சீட்டாடிக்கொண்டு அல்லது அப்பளமும் வடாமும் இட்டுக்கொண்டு, சாணியால் மெழுகிக் கொண்டு, தெருவில் போகிறவர்களையும் போகாதவர்களையும் பற்றி வம்பு பேசிக்கொண்டு, கோவிலுக்கும் ஆற்றங்கரைக்கும் போகிற சாக்கில் எவன் எத்தகைய சும்பன், எவனுடைய ஆசாரம் கெட்டுப் போயிற்று, எவள் தாலியறுத்தாள், எவள் வெட்கங்கெட்டுப் போனாளென்று துப்புத் தேடி

அலைந்துகொண்டிருப்பவர்களுடைய வம்சத்தில் வந்தவளுக்கு என்ன மூளை இருக்கும்? இருந்தாலும் அது எந்த லெவலில் இருக்கும்? இத்தியாதி.

ஆனால் கடைசியில் வெற்றி பெற்றதென்னவோ ப்ரொபசரின் மனைவிதான். ப்ரொபசரையும் என்னையும் படுக்கைகளுடன் மாடிக்கு அனுப்பி, மாடிக்குச் செல்லும் கதவையும் தாழிட்டுக்கொண்ட பிறகுதான் அவள் நிம்மதியடைந்தாள் – கற்பின் வெற்றி. அதன் பிறகு பல தினங்களுக்கு, இந்தச் சம்பவத்தைப் பற்றிப் பலரிடம் சொல்லிச் சிரித்தவண்ணமிருந்தோம், நானும் பிரேமாவும். கல்லூரி முழுவதும் இது பரவிவிட்டது...

பாவம், ப்ரொபசர்.

இன்னொரு பாவமும் இருந்தார், அப்போதைய எங்கள் வட்டத்தில், பிரேமாவின் பாஷையில், இன்னொரு Pig Keeper. அவர்தான் எழுத்தாளர் கம் – இன்டலெக்சுவல் – கம் – விமரிசகரான சங்கர ராமபத்ரன். இவரை நான் முதன்முதலாக ப்ரொபசரின் வீட்டில் தான் சந்தித்தேன். அவர் இன்னாரென்று ப்ரொபசர் தெரிவிக்க நான் அவர் கையைப் பிடித்துக் குலுக்கினேன். "இவருடைய எழுத்துகளையெல்லாம் பத்திரிகைகளில் படித்திருப்பாய்!" என்றார் ப்ரொபசர். "எந்தப் பத்திரிகைகளிலே?" என்றேன். ப்ரொபசர் நான் கேள்வியும் பட்டிருக்காத பத்திரிகைகளின் பெயர்களைச் சொன்னார். "குமுதத்தில் எழுதறதில்லையா?" என்றேன். ராமபத்ரன் உடனே குளித்துவிட்டுக் கோவிலுக்குப் போய்க்கொண்டிருக்கும் பழங்காலத்துப் பிராமணரொருவர் எதிரே வரும் பறையனை எப்படிப் பார்த்திருப்பாரோ அப்படி என்னைப் பார்த்துவிட்டு, இத்தகைய ஒருவனுடைய கையைக் குலுக்க வைத்துத் தன்னைப் பிரஷ்டப்படுத்திவிட்டதற்காகக் குற்றஞ்சாட்டும் பார்வையொன்றை ப்ரொபசர் மீது வீசினார்.

பிற்பாடு பிரேமாவிடமிருந்து ராமபத்ரனுடைய எழுத்தின் சிறப்புகளைப் பற்றி நான் அறிந்துகொண்டேன். தன்னுடைய கதைகள், கட்டுரைகள் மூலம் தமிழர்களுக்கு shock treatment கொடுக்க ராமபத்ரன் முயன்று வருவதாக பிரேமா சொன்னாள். தமிழர்களுடைய அசட்டுத்தனம்,

கயவாளித்தனம் ஆகியவற்றை அழுத்தமாக நையாண்டி செய்யும் படைப்புகளை அவர் உருவாக்கி வருகிறாராம். தம் கட்டுரைகளில் தமிழ்நாட்டில் நிலவும் கலை, இலக்கிய வறுமையைப் பற்றிக் காரசாரமாக விவாதித்து, தமிழனின் உறங்கும் ரசனையை உசுப்பிவிட முயன்று வருகிறாராம்... மொத்தத்தில் தமிழனை அவன் கிடந்துழலும் சாக்கடையிலிருந்து உய்விக்க வந்துள்ள ஒரு அவதார புருஷன் அவர்...

பிரேமாவிடமிருந்த ராமபத்ரனுடைய 'கட்டிங்க்ஸ்' சிலவற்றை இரவல் வாங்கிச் சென்று, ஒரு இரவு முழுவதும் உட்கார்ந்து படித்தேன். தமிழன் தற்சமயம் தன்னைச் சூழ்ந்துள்ள அமைப்புகளையெல்லாம் இடித்துத் தரைமட்டமாக்காத வரையில் அவனுக்கு விமோசனமில்லை, என்பதே அவருடைய எழுத்துகளினூடே ஓடிய இடையறாத சரடு. ஒரு கட்டுரை இவ்விதம் முடிவடைந்திருந்தது: தமிழ் நாட்டிலுள்ள பத்திரிகை ஆஃபீஸ்களையெல்லாம் கொளுத்த வேண்டும்; இப் பத்திரிகைகளில் எழுதுகிறவர்களைத் தூக்கிலிட வேண்டும். தமிழ் சினிமாப் படங்களுடன் சம்பந்தப்பட்டுள்ள யாவரையும் கண்டதுண்டமாக வெட்டி, உப்பு மிளகாய்ப் பொடி தூவி மீன்களுக்கு உணவாகக் கடலில் எறிய வேண்டும்.

மற்றொரு கட்டுரை என் கவனத்தைக் கவர்ந்து. வி.எஸ்.வி. டைரக்ட் செய்த ஒரு திரைப்படத்தைப் பற்றிய கட்டுரை. தமிழ்நாட்டின் ஒரே டைரக்டர் என்று வி.எஸ்.வியையும், தமிழ்நாட்டின் ஒரே திரைப்படம் என்று அந்தப் படத்தையும் புகழ்ந்து தள்ளியிருந்தார் ராமபத்ரன். நான் முன்பொரு முறை மார்னிங் ஷோவில் பார்த்து, புரியாமல் தவித்த அதே படம்தான். எல்லாரையும் திட்டித் தள்ளும் ராமபத்ரன் இந்தப் படத்தை மட்டும் எப்படி இவ்வளவு புகழ்ந்திருக்கிறார் என்று எனக்கு ஆச்சரியமாக இருந்தது. அந்தக் கட்டுரையை நாலைந்து தடவைப் படித்தேன். பிறகு அந்தப் படத்தை இன்னொரு தடவை, முடிந்தால் பிரேமாவுடன், பார்க்க வேண்டுமென்று முடிவு செய்தேன்.

அத்தகைய ஒரு சந்தர்ப்பம் விரைவிலேயே வாய்த்தது.

4

எங்கள் காலேஜிலேயே, கல்ச்சரல் சொஸைட்டியின் ஆதரவில், 'ஒரு குடும்பத்தின் கதை'யை – அதுதான் வி.எஸ்.வியின் அந்தப் படத்தின் பெயர் – காட்டுவதற்கு ஏற்பாடு செய்யப்பட்டது.

இதற்கு முக்கிய காரணகர்த்தாவாக இருந்தவன், அந்த வருடம் கல்ச்சரல் சொஸைட்டியின் காரியதரிசியாக இருந்த மூர்த்தி. மூர்த்திக்கு இந்த ஐடியாவை அளித்தது கணக்கு ப்ரொபசர் என்றும் கணக்கு ப்ரொபசருக்கு இந்த ஐடியாவை அளித்தது ராமபத்ரன் என்றும் நம்பத் தகுந்த வட்டாரங்களிலிருந்து வந்தது.

அல்லது மூர்த்தி தானே நேரடியாக ராமபத்ரனிடமிருந்து அந்த ஐடியாவைப் பெற்றிருக்கலாம்; அதுவும் சாத்தியந்தான். ராமபத்ரனின் அன்புக்கும் நன்மதிப்புக்கும் உரிய சிஷ்யர்களில் ஒருவனாக அவன் ஆகிவிட்டிருந்தாகப் பலர் என்னிடம் சொல்லியிருந்தார்கள். முதலில், மாலை வேளைகளிலும் லீவு நாட்களிலும் அவன் மர்மமாக மறைந்து விடத் தொடங்கியபோது நான் வேறு ஏதேதோ 'ரொமாண்டிக்' காகக் கற்பனை செய்துகொண்டேன்: சரி, ஐயாவுக்குக் கடைசியில் தைரியம் வந்து அந்த மலையாளப் பெண்ணுடன் ஊர் சுற்றுகிறான் போலிருக்கிறது என்று நினைத்தேன். பிறகுதான் உண்மைத் தகவல் ஒரு ஆன்ட்டி– கிளைமாக்ஸ் போல என்னை வந்து எட்டியது....

ஆனால் மூர்த்தியைப் பொறுத்தவரையில் ராமபத்ரனின் சிநேகமும் கடாட்சமும் அவன் வாழ்வின் மிகப் பெரிய 'கிளைமாக்ஸா'க விளங்கியதென, ஓரிரு சந்தர்ப்பங்களில் – அவர்களுடைய அந்தரங்கமான 'வட்டத்தில்' பார்வையாளனாக இருக்க நேர்ந்த சந்தர்ப்பங்களில் நான் புரிந்துகொண்டேன். மூர்த்தி தான் எப்போதோ எழுதிய கதையொன்றை ராமபத்ரனிடம் காண்பித்தபோது, அதில் மேதையின் பொறி தென்படுவதாக அவர் பாராட்டினாராம். அன்றிலிருந்து தன் மேதைமையைப் புரிந்துகொண்ட ஒரே மகா மேதையாக அவன் ராமபத்ரனை வழிபடத் தொடங்கியிருந்தான்.

அந்தச் சமயத்தில் எங்கள் காலேஜிலிருந்த 'இலக்கியப் பிச்சு'களிடையே (நான் இவர்களில் ஒருவனில்லை) ராமபத்ரனைப் பற்றி ஒன்றுக்கொன்று முழுவதும் மாறுபட்ட இரு வேறு அபிப்பிராயங்கள் நிலவின. ஒரு சாரார் (இவர்களில் பிரேமாவும் அடக்கம்) ராமபத்ரனை ஒரு பிறவி மேதையாக, அவதார புருஷனாக வழி பட்டார்கள்; இலக்கியம், கலை சம்பந்தமாக அவர் வாயிலிருந்து உதிரும் வைர மொழிகளையும் பிளாட்டினம் மொழிகளையும் சேகரித்து வைத்துக்கொள்வதில் இன்பமும் பெருமையும் அடைந்தார்கள். இன்னொரு சாரார், ராமபத்ரன் வெற்று வேட்டு, சுத்த ஹம்பக் என்றார்கள். தன் சொந்த வாழ்க்கையின் கோபங்கள், எரிச்சல்கள், ஏமாற்றங்கள் ஆகியவற்றைத்தான் அவர் தம் கட்டுரைகளில் கலை, இலக்கிய glamour boys, அவர்கள் புழங்கும் சூழ்நிலை ஆகியவற்றின் பால் திசை திருப்பிவிட்டு ஒரு catharsis ஐ உருவாக்கிக் கொள்கிறாரென்றும், இதை ஒரு 'புனிதமான கோபமாக' எண்ணி மயங்குவதைப் போல மடத்தனம் வேறில்லையென்றும், பகல் வேளைகளில் குமாஸ்தாவாக எல்லாருக்கும் சலாம் போட்டுக் கொண்டு இருப்பவன் மாலையில் பஜனை ஸமாஜ் செகரட்டரியாகப் பட்டை பட்டையாக விபூதியுடன் எல்லோரையும் அலட்சியமாகப் பார்ப்பது போலத்தான் இதுவும் என்றும் இவர்கள் சொன்னார்கள். இதில் எந்தச் சாரார் சொல்வது நிஜமென்று எனக்குத் தெரியவில்லை. அந்த அளவு இலக்கியப் பொது

அறிவு எனக்கு இல்லை. ஆனால் ஒரு தடவை மூர்த்தியுடன் ராமபத்ரன் வீட்டுக்குப் போயிருந்தபோது, அவருடைய மனைவியின் 'லெவலை'ப் பற்றி பிரேமா சொன்னது நிஜந்தான் என்பதை உணர்ந்தேன். எனக்கு அவள் மீதும் ராமபத்ரன் மீதும் மிகவும் அனுதாபமாக இருந்தது. தான் தன் மனைவியின் சராசரித்தனத்தின் கூட்டாளி இல்லை, தான் அவளைவிட நாசூக்கான ருசிகளும் தேட்டங்களும் உள்ளவன் என்று சதா நிரூபித்தவண்ணமிருப்பது ராமபத்ரனுக்கு ஒரு obsessionஆக ஆகியிருக்க வேண்டுமென்று என் பெரியப்பாவிடம் இதைப் பற்றி ஒரு சர்ச்சை செய்துகொண்டிருந்தபோது அவர் கூறியதை இங்கே எழுதுவது பொருத்தமாயிருக்கும். "தன் ருசிகளின் மேன்மையை. நாசூக்கை நிரூபிக்கும் obsessionனின் தீவிரமே அவரை அவருடைய கட்டுரைகளில் நாசூக்கின்மையின் எல்லைக்கு இட்டுச் சென்று விடுகிறதென்பது எவ்வளவு விசித்திரமானது, துக்ககரமானது!" என்றார் பெரியப்பா. "ஸோ ராம், beware of a marriage without companionship."

பெரியப்பா, கணக்கு ப்ரொபசரைப்போல, எல்லாவற்றையும் கடைசியில் கல்யாணத்திலும் கம்பானியன்ஷிப்பிலும்தான் கொண்டு நிறுத்துவார். அவரைச் சுற்றிலும் பல அசடுகள் அல்லது துரதிர்ஷ்டசாலிகள் தோழமையற்ற கல்யாணங்களில் சிக்கித் தவிக்கையில் இவர் மட்டும் ஒரு 'இலட்சியத் திருமண'த்தைச் சாதிக்க முடிந்தது பெரியப்பாவுக்கு ஒரு haloவை அளித்திருந்ததென்றால், ப்ரொபசருக்கு அவருடைய தோழைமையற்ற திருமணம் ஒரு சிலுவையை அளித்திருந்தது; ராமபத்ரனுடன் அவர் பகிர்ந்துகொண்ட சிலுவை. ப்ரொபசரும் ராமபத்ரனும், முறையே மாணவர்களின் திமிறலையும் அமெச்சூர் கலைஞர்களின் திமிறலையும் ஆதரித்து ஆசி வழங்குவதன் மூலம் தமக்கென "அல்ட்ரா மாடர்ன்" பிம்பத்தை வழங்கிக்கொண்டார்கள், தத்தம் சிலுவையை மறக்க முயன்றார்கள். சிஷ்யர் பட்டாளமொன்றை உருவாக்குவதன் மூலம். தம் தனிமையை விரட்ட முயன்றார்கள்...

ஆனால் நான் சொல்லத் தொடங்கியது வி.எஸ்.வியையும் அவருடைய படத்தையும் பற்றி. 'ஒரு குடும்பத்தின் கதை' எங்கள் கல்லூரியில் திரையிடப்படவிருந்த

அன்று, வி.எஸ்.வியையே முக்கிய விருத்தினராக அழைப்பதற்கு மூர்த்தி மிகவும் முயன்று, அதில் வெற்றியும் கண்டான்.

குறிப்பிட்ட நாளும் வந்தது. குறிப்பிட்ட நேரமும்...

வி.எஸ்.வியுடன் வழக்கம்போல ஒரு சிறு பட்டாளமே வந்தது. அதில் ராவின் அம்மாவும் அடக்கமாயிருந்தாள். காலேஜ் வாசலில் வி.எஸ்.வியை வரவேற்பதற்காக வேறு சில மாணவர்களுடன் நின்றிருந்த என்னைப் பார்த்ததும் கச்சிதமாக ஒரு புன்னகை வீசினாள். அந்தப் புன்னகையை வாங்கிக்கொண்டு நான் 'ரியாக்ட்' செய்யுமுன்னரே அவள் பார்வை என்னைவிட்டு அகன்றுவிட்டிருந்தது.

ஆடிட்டோரியத்துக்குள் நான், பிரேமா, ராவ் மூவரும் சேர்ந்தாற் போல அமர்ந்தோம். மேடை நிகழ்ச்சிகளைப் பற்றிய விமரிசனங்களைப் பரிமாறிக்கொண்டோம். முதலில் எங்கள் பிரின்ஸிபால் சில வார்த்தைகள் பேசினார். வி.எஸ்.விக்கு அறிமுகம் தேவையில்லை என்றார். தற்சமயம் அவருடைய படங்கள் மக்களிடையே மிகவும் செல்வாக்குப் பெற்று விளங்குகின்றன. சினிமா மிகவும் சக்தி வாய்ந்த மக்கள் தொடர்பு சாதனம் (ஹியர், ஹியர்). இதைக் கையாளுபவர்களின் பணியும் பொறுப்பும் மகத்தானது, குறிப்பாக நம்முடையது போன்ற ஒரு சமூக அமைப்பில் (ப்ரேவோ!). வி.எஸ்.வி. இந்தப் பொறுப்பை முழுமையாக உணர்ந்த ஒரு டைரக்டர். அவருடைய பழைய படங்களை நான் பார்த்ததில்லை. ஆனால் கடைசியாக எடுத்த இரண்டு படங்களையும் பார்த்திருக்கிறேன். யார்தான் பார்க்கவில்லை? அதிலும், 'ஒரு மனைவியும் ஒரு காதலியும்' என்ற படத்தை? அவர் ஒரு சேரத்தந்த கோபுர கலைஞரல்லவென்பதை இப்படங்கள் உணர்த்துகின்றன. இந்நாட்டு மக்களின் ஆன்மாவை உணர்ந்து, அந்த ஆன்மாவுடன் பேச முயல்கின்றன அவருடைய படங்கள், அவர் பணி சிறக்கட்டும்.

பிறகு வி.எஸ்.வி பேசினார். பிரின்ஸிபாலின் பாராட்டுக்களுக்குத் தன் நன்றியைத் தெரிவித்துக்கொண்டார். இளைஞர்களே, இன்னும் வரிகள், சுருக்கங்கள் விழாத உங்கள் முகங்கள் எனக்கு மகிழ்ச்சியை அளிக்கின்றன என்றார். அவற்றில் நான் காண்பது இந்நாட்டில்

ஒளிமயமான எதிர்காலத்தை. சிறு வயதில் என் முகத்தைக் கண்ணாடியில் பார்த்துக்கொண்டது நினைவு வருகிறது. என் எதிர்காலத்தைப் பற்றிக் கனவுகள் கண்டது நினைவு வருகிறது. எல்லாக் கனவுகளும் பலித்துவிடுவதில்லை ஆனால் கனவு காண்பதில் தவறில்லை. உங்கள் முகங்கள், என்னுள் ஓராயிரம் கனவுகளைத் தோற்றுவிக்கின்றன... உங்கள் மனத்தில் என்னென்ன எண்ணங்கள் ஓடுகின்றன. உங்கள் கவலைகள், ஏக்கங்கள், துயரங்கள். மகிழ்ச்சிகள் என்னென்ன எல்லாவற்றையும் அறிந்துகொண்டுவிட வேண்டுமென்று என்னுள் ஒரு குறுகுறுப்பு. அது ஒரு வேதனையாகக்கூட இருக்கலாம். யாரைப் பார்த்தாலும் எனக்கு இந்த வேதனை தோன்றுகிறது. ஒரு காலத்தில் என்னுடைய சொந்த வாழ்க்கையின் கவலைகளும் வேதனைகளும் தான் எனக்குப் பெரிதாக இருந்தன. இப்போது அப்படியில்லை. இப்போது நான் மற்றவர்களுக்காகக் கவலைப்படத் தொடங்கியிருக்கிறேன். என் சமீபத்திய படங்கள் என் முந்தைய படங்களிலிருந்து மிகவும் வேறுபடுவது இதனால்தான். இந்த வித்தியாசங்களைப் பலரால் ஏற்றுக்கொள்ள முடியவில்லை என்பதை நான் அறிவேன். நான் 'சமரசம் செய்துகொண்டுவிட்டதாக' இவர்கள் சொல்கிறார்கள். ('ராமபத்ரன்' என்று பிரேமா என் காதில் கிசுகிசுத்தாள்). உண்மையில், இவர்களுடைய கொள்கைகளுடன் நான் சமரசம் செய்துகொள்ள மறுத்துவிட்டதையே இவர்கள் இவ்வாறு குறிப்பிடுகிறார்கள். பிரின்ஸிபால் சொன்னதுபோல, நான் ஒரு சேரத்தந்த கோபுரக் கலைஞனாக இருக்க விரும்புகிறவனல்ல. நம்முடைய ஏழை நாட்டில் கலைஞர்கள் ஒரு சேரத்தந்த கோபுரத்தில் வசிப்பது பொருத்தமுமல்ல, நியாயமுமல்ல. நான் குடிசையில் வசிக்க விரும்புகிறேன்... இல்லையில்லை, திறந்தவெளியில் வசிக்க விரும்புகிறேன் (கைத்தட்டல்). நான் உங்கள் எல்லோருடனும் நீங்கள் வசிக்கிற இடங்களிலெல்லாம் வசிக்க விரும்புகிறேன், வாழ விரும்புகிறேன். உங்களுடன், உங்களில் ஒருவனாகவே, என் படங்களின் மூலம் உறவாட விரும்புகிறேன்."

வி.எஸ்.வி. உட்கார்ந்தார். பலத்த கைதட்டல். எனக்கு முன் வரிசையில் இருந்த ராமபத்ரன், மூக்குக் கண்ணாடியைக்

கழட்டி ஃபூ, ஃபூ என்று அதில் ஊதி, சாவகாசமாகத் துடைக்கத் தொடங்கினார். கணக்கு ப்ரொபசரின் விசேஷ அழைப்பை ஏற்று அவர் அன்று அங்கே பிரசன்னமாயிருந்தார். அவர் உட்கார்ந்திருந்ததை வி.எஸ்.வி பார்த்திருப்பாரோ ஒருவேளை?

பிறகு படம் தொடங்கியது. முன்பு நான் மார்னிங் ஷோவில் இந்தப் படத்தைப் பார்த்ததைப் பற்றிக் குறிப்பிடுகையில் அதனுடைய கதைச் சுருக்கத்தைத் தந்துவிட்டபடியால் மறுபடி இங்கே அதைப் பற்றி எழுத வேண்டாமென்று நினைக்கிறேன். படக்காட்சிக்குப் பிறகு மாணவர்களின் கேள்விகளுக்கு வி.எஸ்.வி. பதிலளிப்பார் என்று நிகழ்ச்சி நிரலில் கூறப்பட்டிருந்தது. இதற்காகவென்றே நிகழ்ச்சியை பிற்பகல் இரண்டு மணிக்கே துவங்க ஏற்பாடு செய்திருந்தார்கள்.

படக் காட்சியின்போது, நான் வழக்கம்போல, சில்லறையான அம்சங்களைப் பற்றி விமரிசித்து, அதன் மூலம் பிரேமா, ராவ் இருவருடைய இண்டலெக்சுவல் தோரணையையும் சீண்டி, அவர்களுடைய எரிச்சலைத் திருப்தியுடன் கவனித்தேன்.

படம் முடிந்தது. கேள்விகள் தொடங்கின. 'ஒரு குடும்பத்தின் கதை'தான் வி.எஸ்.வியின் படங்களிலேயே மிகச் சிறந்ததெனத் தானும் மற்றும் பலரும் கருதுவதாக ஒரு மாணவன் தெரிவித்தான். நம் நாட்டில் பொதுவாகக் காணப்படும் தோழமையற்ற திருமணங்களின் உள்ளார்ந்த சோகம், கற்பு ஒரு சிலுவையாகச் சுமக்கப்படுதல், ஆகியவற்றை இப்படம் நுட்பமாக விமரிசிக்கிறது. பெண்தான் ஒடுக்கப்படுபவள்; ஆண் அவளை அடக்கியாளும் ராட்சஸன். என்னும் மிக எளிமைப்படுத்தப்பட்ட ஸென்டிமென்டல் பார்வையை இப்படம் தவிர்த்திருப்பதும் அவனுக்குப் பிடித்திருந்தது. ஆணை வெறும் வழிபாட்டுக்குரிய ஒரு கடவுளாக்கி, இதை வெளியுலகுக்கான ஒரு முகப்பாக வைத்துக்கொண்டு – ஆனால் உண்மையில் தம் சிறுமைகள், பலவீனங்கள், துவேஷங்கள் ஆகியவற்றில் எக்கணமும் திளைத்துக்கொண்டும், தாழ்வு நவிற்சியினால் ஆணைப் பல

நுண்ணிய முறைகளில் அவமதித்து, தண்டித்துக்கொண்டும், ஆணுடைய உலகம் வேறு பெண்ணுடைய உலகம் வேறு, என்னும் மரபுவழிப் போதனையில் ஊறியதால் திருமணத்தில் தோழமை என்கிற ஒன்றையே எதிர்பார்க்காதவர்களாக (எனவே அதற்கு முயலாதவர்களாக) வக்கிரப் படுத்தப்பட்டுவிட்ட நம் இந்தியப் பெண்மையின் ஒரு தெளிவான சித்திரம் இந்தப்படம். இந்தப் படத்துக்கான இன்ஸ்பிரேஷன் என்னவோ? ஒரு வேளை, வி.எஸ்.வியின் சொந்தத் திருமண வாழ்க்கையும் இவ்வாறு மோசமாகத்தான் இருந்ததோ?

"நான் பதிலுக்கு உங்களை ஒரு கேள்வி கேட்கலாமா?" என்றார் வி.எஸ்.வி., அந்த மாணவன் உட்கார்ந்ததும். அவன் ஒப்புதலுக்கு அடையாளமாகத் தலையசைத்ததும் "உங்களுக்குக் கல்யாணம் ஆகிவிட்டதா? என்று கேட்டார்.

"இன்னும் இல்லை."

"அப்படியானால் உங்கள் தீர்க்கதரிசனத்தை நான் பாராட்டுகிறேன்" என்றார் வி.எஸ்.வி. எல்லோரும் சிரித்தார்கள். "ஆஃப் கோர்ஸ். கேள்வி ஞானமாகவும் இருக்கலாம்" என்று வி.எஸ்.வி. தொடர்ந்தார் "இந்தப் படம் கொஞ்சம் நிறையவே சர்ச்சை செய்யப்பட்டிருக்கிறது. பலருக்குப் புரியாததைத் தாம் மட்டும் புரிந்துகொள்வதில் சிலருக்கு ஒரு 'கிக்' ஏற்படுகிறது... சூப்பர் இண்டலெக்சுவல்களுக்காக ஒரு படம் எடுத்ததில் எனக்கும் அந்தச் சமயத்தில் மிகவும் கர்வமாகவும் திருப்தியாகவும் இருந்தது. ஆனால்.." வி.எஸ்.வி. தோள்களைக் குலுக்கிக்கொண்டார். "அது ஒரு தவறான அணுகுமுறையென நான் பிறகு உணர்ந்தேன். நான் ஒரு பெரிய நீதிபதியாக பாவித்துக் கொண்டு தீர்ப்பு வழங்கியதும், என்னுடைய புத்திசாலித்தனத்தை அடிக்கோடிட்டுக் காண்பித்ததும் சற்றே குழந்தைத்தனமானதாக இப்போது தோன்றுகிறது."

உடனே முன் வரிசையிலிருந்து ஒரு குரல்: "கலைஞனுக்குப் புத்திசாலித்தனம் இருக்கக்கூடாதென்று சொல்கிறீர்களா?"

"தான் ஒரு புத்திசாலி என்று அவன் உரக்கச் சொல்லக் கூடாது, என்று சொல்கிறேன். அது ஒரு இன்ஸெக்யூரிட்டியைக் காட்டுகிறது அல்லவா?"

"நீங்கள் இந்தப்படத்தை எடுத்தபோது 'இன்ஸெக்யூராக' இருந்தீர்களா?"

"லுக், நீங்கள் இந்தக் கேள்வியைக் கேட்பதுகூட ஒரு இன்ஸெக் யூரிட்டியின் விளைவாக இருக்கலாம்.. ஒரு show-off, புரிகிறதா? சும்மா, உங்கள் நண்பர்கள் மத்தியில் ஒரு ஹோதாவைப் பெறுவதற்காக. அப்படியிருக்கும் பட்சத்தில், இந்தக் கேள்வி – பதில் வெறும் சடங்காகிப்போகிறது, அல்லவா? சரி. நீங்கள் நிஜமான ஆர்வத்துடனேயே கேட்டிருப்பதாக வைத்துக்கொள்ளலாம். ஒரு கலைஞனின் சொந்த வாழ்க்கை அனுபவங்களுக்கும் அவனுடைய கலைப் படைப்பில் சித்தரிக்கப்படும் அனுபவங்களுக்குமிடையேயுள்ள உறவைப் பற்றிப் பலருக்கு ஆர்வம் உண்டாவது இயற்கை..."

வி.எஸ்.வி. இந்த இடத்தில் ஒரு குட்டி லெக்சர் அடித்தார். எந்த ஒரு கலைஞனுடைய படைப்புகளும் அவனுடைய வாழ்க்கையில் நடந்த சில சம்பவங்களின் வெறும் புகைப்படப் பதிவுகள் அல்ல, என்று விளக்கினார். வாழ்க்கையின், மனிதர்களின், சில தன்மைகளை, சில இயல்புகளை விளக்குவதற்கு அவன் தன் அனுபவங்களை வெறும் உதாரணங்களாகக் கொள்கிறான். அல்லது அவன் தேடலில் ஈடுபட்டிருப்பதாகக் கொள்ளலாம் – வாழ்க்கையில் ஒரு அர்த்தத்துக்காக, ஒரு ஒழுங்குக்காக, பொதுவான சில அடிப்படைகளுக்காக.. அவனுடைய அனுபவங்களே அவனுக்கு ஒரு கைத்தடி, ஒரு டார்ச் லைட். இந்த டார்ச் லைட் பற்றிய ஆராய்ச்சியைவிட, அவனுடைய தேடலைப் புரிந்துகொள்ளும் முயற்சியே பொருளுடையதும் பயன் தருவதுமாகும்.

அவருடைய பேச்சில் பாதியை நான் கவனிக்கவில்லை. பாதி எனக்குப் புரியவில்லை. கடைசியில் அவர் என்னதான் சொல்ல விரும்பினார் – கலைஞன் தன் படைப்புகளைச் சொந்த அனுபவத்திலிருந்து உருவாக்குகிறானா, இல்லையா?

அவருடைய திருமண வாழ்க்கை மோசமானதாக இருந்ததா, இல்லையா?

ஒன்றுமே தெரியவில்லை, அவருடைய பேச்சிலிருந்து. மழுப்பலில் மன்னன்!

திடீரென்று பிரேமாவும் எழுந்து 'ஒரு மனைவியும் ஒரு காதலியும்' என்ற படத்தை விளாசினாள். இந்தப்படத்தில் கணவனல்லாத ஆணுடன் நேசம் கொண்டு அவனுக்காக உலகம் முழுவதுடனும் போராடுவேனென்று சொல்கிற பெண் கடைசி ரீலில் கணவனிடமே திரும்பி வந்து விடுவது வழக்கமான தமிழ் சினிமா ஹிப்போக்ரசியாக இருக்கிறது, என்றாள்.

"அவள் தன் காதலனுடன் கைகோர்த்துக்கொண்டு தொடு வானத்தை நோக்கி ஓடுவதுபோலக் காட்டி முடித்திருக்க வேண்டும். அல்லவா?"

"ஆமாம்."

"லுக், மிஸ் – மிஸ்தான், இல்லையா?"

"ஆமாம்."

"மிஸ், அப்படி முடிந்திருந்தால் உங்களைப் போன்றவர்கள் மிக உற்சாகமாகப் படத்தைப் புகழ்ந்திருப்பீர்கள்தான்; ஆனால் என்னைப் பொறுத்தவரையில் அது உங்களைப் போன்றவர்களுடன் செய்துகொள்கிற ஒரு 'சமரசமாக'த்தான் இருந்திருக்கும்...

"இப்போதைய முடிவுதான் பாக்ஸ் ஆபீஸுடன் செய்துகொண்டிருக்கிற சமரசமாகத் தோன்றுகிறது."

"இது ஒரு வழக்கமான இன்டலெக்சுவல் வசவு..." என்று வி.எஸ்.வி. சிரித்தார். "படத்தில் காட்டப்படுகிற பெண்ணின் குணச்சித்திரத்தை மிகவும் ஒட்டியதாகவே அவளுடைய முடிவு அமைந்திருப்பதாக நினைக்கிறேன்... தன் காதலனின்பாலிருந்த கவர்ச்சி, ஒரு வகை negative reaction தான், ஆளுங்கட்சியின் மேலுள்ள வெறுப்பினால் எதிர்க்கட்சிக்கு ஓட்டுப் போடுவது போலத்தான் என்பதை அவள் புரிந்து கொள்ளுகிறாள். 'பிரச்சினைகளிலிருந்து ஓடி

ஒளிவதல்ல, பிரச்சினைகளை நேருக்கு நேர் எதிர்கொள்வதே விவேகமானது என்பதை அவள் புரிந்துகொள்ளும்போது, அது இப்போதைய பிரச்சினையாகவே இருந்துவிட்டுப் போகலாமே என்று அவளுக்குப்படுகிறது.”

“இது வெறும் சாமர்த்தியமான சப்பைக்கட்டு.”

வி.எஸ்.வியின் பொறுமையெல்லாம் பறந்து, திடீரென்று மிகவும் உணர்ச்சிவசப்பட்டுப்போனார். “லுக். நான் எடுத்தாள்கிற பிரச்சினைகளை ‘அகாடெமிக்’காக அணுகாமல், அவரவர் அனுபவத்தின் பின்னணியில், நேர்மையுடன் அணுக வேண்டும்” என்றார். “கலைஞனின் ஹிப்போக்ரஸியைப் பற்றிப் பேசுகிறவர்கள், தாங்களும் ஹிப்போக்ரஸி இல்லாதவர்கள்தானா என்று சோதித்துப் பார்த்துக் கொள்ள வேண்டும். சொந்த வாழ்க்கையில் புரட்சிகரமாக எதையும் சாதித்திராதவர்களும், சந்தித்திராதவர்களும்தான் கலைப்படைப்புகளில் காரசாரமாக, புரட்சிகரமான அம்சங்களை நாடுகிறார்கள் – அப்போதுதானே இவற்றை ஆரவாரமாகப் புகழ்வதன்மூலம் தனக்கென ஒரு புரட்சிகரமான பிம்பத்தை உருவாக்கிக்கொள்ள முடியும் அதற்காக. இவர்களுடைய அனுபவங்களின் வறுமையையே இது காட்டுகிறது... இதுவும் ஒரு வகை எஸ்கேப்பிஸம்தான். இவர்களுக்காக நான் அனுதாபப்படுகிறேன். மிஸ், நான் உங்களைச் சொல்லவில்லை, பொதுவாகச் சொல்கிறேன்.”

“நானும் பொதுவாகத்தான் பேசினேன் ஸார்” என்றாள் பிரேமா. எல்லோரும் சிரித்தார்கள். இந்தச் சிரிப்பு ஓய்வதற்குள் திடீரென்று மூர்த்தி எழுந்து கேட்டான்.

“வி.எஸ்.வி. பிரச்சினைகளை அவரவர் அனுபவத்தின் பின்னணியில் அணுக வேண்டுமென்று சொல்கிறார். ஆனால் ‘மனைவியும் காதலியும்’ படத்தில் அவ்வாறு தான் செய்திருப்பதாக அவரால் சொல்ல முடியுமா?”

இந்தக் கேள்வியைத் தொடர்ந்து ஆடிட்டோரியத்தில் ஒரு மயான அமைதி நிலவியது. ‘மனைவியும் காதலியும்’ படத்தில் கதாநாயகியாக நடித்த மிஸஸ் ராவுக்கும் வி.எஸ்.விக்குமிடையே நிஜ வாழ்க்கையில் ஓரிரு வருடங்களாக

நிலவி வந்த நெருங்கிய தொடர்பு, சினிமாப் பத்திரிகைகள் மூலம் எல்லாருக்கும் தெரிந்த சங்கதி. வி.எஸ்.வி. மீது கூரிய, விஷம் தோய்ந்த கத்தியை மூர்த்தி வீசியது போலிருந்தது.

வி.எஸ்.வி. எதிர்பார்த்ததுபோலப் பதட்டமடையவில்லை. அமைதியாகப் புன்னகை செய்தார். "அந்தப் படம் என்னுடைய சுயசரிதை அல்ல" என்றார். "கலைப் படைப்புக்கும் கலைஞனின் வாழ்க்கைக்குமிடையேயுள்ள உறவின் நுட்பத்தைப் பற்றி நான் ஏற்கெனவே சொல்லியாயிற்று... இந்த உறவை மேலோட்டமாகப் புரிந்துகொள்ளக் கூடாது."

"உங்களுடைய படமும் ஒரு வகை எஸ்கேப்பிஸம்தான் என்று நான் சொல்கிறேன்" என்றான் மூர்த்தி.

வி.எஸ்.வியின் புன்னகை மாறவில்லை. "பாவம், நான் இவரையோ இவருக்குத் தெரிஞ்ச யாரையோதான் எஸ்கேப்பிஸ்ட்டுன்னு சொன்னதா நினைச்சு, இவர் அந்த வார்த்தையை மறுபடி என் மேலேயே எறியறார். ஏன் ஸார், நீங்களும் எஸ்கேப்பிஸ்ட்தான்னு எனக்குத் தோன்றுகிறது."

இதைத் தொடர்ந்து திடீரென, "ஸ்டுபிட் பாஸ்டர்ட்" "ஃபேக்!" "கிளவுன்!" எனப் பல கூச்சல்கள் எழுந்தன. எங்கிருந்தோ ஒரு அழுகல் தக்காளி பறந்து வந்து வி.எஸ்.வியின் முகத்தைத் தாக்கியது. மிஸஸ் ராவ் அவசரமாக அவருடைய உதவிக்காக எழுந்து சென்றாள். ஆனால் வி.எஸ்.வி. அவளை ஒரு பக்கமாக ஒதுக்கிவிட்டு, மைக்கில் கூறினார்: "இதை எறிந்தவருக்கு என் நன்றி. தன் உணர்ச்சிகளை மறைமுகமான கேள்விகளின் மூலம் தெரிவிக்காமல் நேரடியாகத் தெரிவித்த இவருடைய நேர்மையைப் பாராட்டுகிறேன்."

பிரின்ஸிபாலும் மற்றவர்களும் வி.எஸ்.வியை அவசரமாக வெளியே அழைத்துச் செல்லலானார்கள்.

5

அதற்கடுத்த வாரம் முழுவதும் வி.எஸ்.வியையும் அவருடைய தகுதியையும் பற்றி நாங்கள் அலசித் தீர்த்தோம். ராவ், தன்னைப் பற்றிக் கவலைப்பட வேண்டாமென்றும், நாங்கள் எதைப் பற்றிக் வேண்டுமானாலும் பேசலாமென்றும் தானாகவே முன் வந்து அபயமளித்தான் என்றாலும்கூட அவன் முன்னிலையில் அவனுடைய அம்மாவுக்கும் வி.எஸ்.விக்குமிடையேயிருந்த உறவைப் பற்றிப் பேச எங்களுக்கு நா எழவில்லை. அவன் இல்லாத சமயத்தில்தான் ஒரு நாள் அதைப் பற்றிப் பேசினோம்.

பிரேமாவும் மூர்த்தியும், 'ஒரு மனைவியும் ஒரு காதலியும்' படம் பற்றிய தம் கேள்விகளுக்கு வி.எஸ்.வி. சரியான பதிலளிக்காமல் மழுப்பிவிட்டதை மீண்டும் மீண்டும் சுட்டிக் காட்டியவாறிருந்தனர். நிஜ வாழ்க்கையில் மிஸஸ் ராவ் என்றைக்காவது தன் கணவன் காலடியில் போய் விழப் போகிறாளா? இல்லையே! பின் சினிமாவில் எதற்காக அப்படிக் காட்ட வேண்டும்?

"அவர்தான் அது சுயசரிதை இல்லை என்றாரே!" என்றேன் நான்.

அவர்கள் இருவரும் 'நீ ஒரு அப்பாவி' என்பதுபோல என்னை அனுதாபத்துடன் பார்த்தார்கள். "நிஜ வாழ்க்கையுடன் தொடர்பு கொண்டுள்ள வரையில்தான் ஒரு கலைப் படைப்பு அர்த்தமுள்ளதாகிறது. இந்தத் தொடர்பு

இல்லாததெல்லாம் வெறும் எஸ்கேப்பிஸம்" என்றாள் பிரேமா.

நான் ஒரு நிமிஷம் பேசாமலிருந்தேன். அப்போதெல்லாம், அவள் வாயிலிருந்து வரும் வார்த்தைகள் உண்மையில் அவளுடையனவா அல்லது ராமபத்ரனிடமிருந்து இரவல் வாங்கினவையா என்று தெரிந்துகொள்வதே கடினமாகிப்போயிருந்தது.

"நிஜ வாழ்க்கையென்று எதைச் சொல்கிறீர்கள்?" என்று மெல்லக் கேட்டேன். "நீங்கள் பார்த்தது நிஜமா அல்லது வி.எஸ்.வி. பார்த்தது நிஜமா?"

"இரண்டும்தான்."

"வி.எஸ்.வி. பார்த்தது நிஜம் இன்னதுதான் என்று நீங்களாகவே எப்படி ஒரு முடிவுக்கு வர முடியும்?"

"சாதாரணப் பொது அறிவு" என்றான் மூர்த்தி. எனக்குள் குப்பென்று ஆத்திரம் பொங்கியெழுந்தது. என்ன பொது அறிவைக் கண்டுவிட்டான் இவன்? தான் காதலிக்கும் பெண்ணுடன் இரண்டு வாக்கியங்கள் பேசத் துப்பில்லாமலிருந்தும் தான் ஒரு பெரிய ரொமான்டிக் ஹீரோ என்ற மயக்கத்தில் ஆழ்ந்திருப்பவன், வி.எஸ்.வி யின் காதல் வாழ்க்கையைப் பற்றியும் அவருடைய படங்களின் நேர்மையைப் பற்றியும் பெரிதாகப் பேச வந்துவிட்டான்!

"வி.எஸ்.வி. பற்றிய நிஜங்களை உணரும் அளவுக்கு உனக்குப் பொது அறிவு இருப்பதாகச் சொல்லும் நீ, வி.எஸ்.வியை மட்டும் தன்னுடைய சொந்த அனுபவங்களைப் பிரதி செய்யுமளவுக்கு மட்டுமே திறமை உள்ளவராக ஏன் நினைக்கவேண்டும் அல்லது எதிர்பார்க்க வேண்டும்?" என்றேன் நான். "அவரும், பிறர் பற்றிய நிஜங்களை உணர்ந்து, அதன் அடிப்படையில் ஒரு பொதுவான முடிவுக்கு வரக்கூடுமல்லவா? கலைஞனின் சொந்த அனுபவங்கள் அவனுடைய படைப்புக்கு ஒரு செறிவை அளிக்க உதவுகின்றன; அதே சமயத்தில், இந்த அனுபவங்களின் வெறும் விவரிப்பல்ல. அவற்றின் வாயிலாக வாழ்க்கையின் சில அடிப்படையான சரடுகளை இனங்காண அவன்

கைக்கொள்ளும் முயற்சியே அவன் படைப்பை உன்னத நிலைக்கு உயர்த்துகிறது."

மூர்த்தி, அலுப்புடன் தலையை ஆட்டியவாறு, "தெரியும், இன்று காலை டைம்ஸில் வி.எஸ்.வியுடன் வந்திருக்கும் பேட்டியை நானும் படித்தாயிற்று" என்றான். "ஓரிஜினலாக ஏதாவது சொல்ல இருந்தால் சொல்லு."

உன்னைப் போன்றவர்கள், உங்களுடைய சொந்த வேஷங்களை யாரும் கண்டுபிடித்துவிடக் கூடாதென்றுதான் பிறரை வேஷதாரிகள் என்று தூற்றியவாறிருக்கிறீர்கள்."

"நீதான் வேஷம் போடுகிறாய்!" என்றான் மூர்த்தி. "மிஸஸ் ராவ் காரணமாக வி.எஸ்.வியின்பால் உனக்கிருக்கும் பொறாமையையும் எரிச்சலையும் மறைப்பதற்காக அவருக்காகப் பரிந்து பேசுபவன் போல நடிக்கிறாய்."

நான் கடகடவென்று சிரித்தேன். "உன்னைப் போல நிறைவேறாத ஆசைகள் உள்ளுக்குள் மூடி வைத்துக்கொண்டு மறுகியவாறிருப்பவர்கள்தான் பிறர் மேல் எரிச்சல்படுகிறார்கள். நான் என் ஆசைகளை உடனுக்குடன் தீர்த்துக்கொண்டு விடுவதால் எனக்கு யார் மீதும் எத்தகைய எரிச்சலும் கிடையாது" என்றேன். (என் காஸனோவா பிம்பத்தை பிரேமாவின் முன்பாக வலியுறுத்துவதற்கு ஒரு வாய்ப்பு!)

"நீ ஒரு மகா பொய்யன்" என்றான் மூர்த்தி. "மாலாவிடமும் மாலாவின் அம்மாவிடமும் நீ செருப்படி வாங்கினதெல்லாம் எனக்குத் தெரியாதென்று நினைக்காதே."

"என்ன!" என்றேன் நான் ஆச்சரியத்துடன். ஆனால் மூர்த்தி மேலே பேசுவதாயில்லை. பிரேமாவின் முன்பு சொல்லியிருக்கக் கூடாத ஒன்றை அவன் வாய்தவறிச் சொல்லிவிட்டாற் போலிருந்தது.

நான் வேங்கையைப் போல அவன் மேல் பாய்ந்தேன். "சொல்லு! மாலா என்ன சொன்னாளென்று சொல்லு!" என்று அவன் கையைப் பிடித்து முறுக்கினேன். மூர்த்தியின் கோழைத்தனம் தெரிந்தது தானே! வலி தாளாமல் எல்லாவற்றையும் கக்கிவிட்டான். நான் மாலாவிடமும் மாலாவின் அம்மாவிடமும் தனித்தனியே, முறை கேடாக

நடக்க முயன்றேனாம். இருவரும் எனக்கு நன்றாக உதை கொடுத்து அனுப்பினார்களாம். இதை மாலா ராவிடம் சொல்லியிருக்கிறாள்; ராவ் மூர்த்தியிடம் சொல்லியிருக்கிறான்.

நான் அவன் மேலிருந்த பிடியைத் தளர்த்தி ஒரு கணம் குழம்பிப் போனவனாக நின்றேன். மாலாவின் மீது ஆத்திரம் ஆத்திரமாக வந்தது. கூடவே, அவளைப் போன்ற ஒரு பெண் தற்காப்புக்காக இவ்வாறு பொய் சொல்லுவாளென்பது எதிர்பார்க்கக்கூடியதுதானே என்றும் தோன்றியது. அடுத்து, ராவின் மீது ஆத்திரம் திரும்பியது. மாலா இப்படியெல்லாம் பேசியதாக அவன் என்னிடம் துளிக்கூடக் காட்டிக்கொள்ளவில்லையே! சரியான அமுக்கன்!

“ஸோ.. நான் ஒரு பொய்யன், அல்லவா?” என்றேன்.

“முரடனும்கூட” என்று மூர்த்தி தன் மணிக்கட்டைப் பிடித்து விட்டுக்கொண்டான். “ஆனால் இன்றையப் பெண்கள் முரட்டுத் தனத்தை விரும்புவதில்லை.”

“உன் போன்ற அமுமூஞ்சிகளைத்தான் விரும்புகிறார்கள்; இல்லையா?”

“..................”

நான் பிரேமாவைப் பார்த்தேன். அவள் கொட்டாவி விடுவது போலப் பாசாங்கு செய்து, “எனக்குத் தூக்கம் வருகிறது. போகலாம்” என்றாள்.

இருட்டத் தொடங்கியிருந்தது. நாங்கள் உட்கார்ந்திருந்தது எங்கள் காலேஜுக்குப் பின்புறமிருந்த மைதானத்தில்.

“நான் பொய்யன் என்றுதான் நீயும் நினைக்கிறாயா?” என்றேன் பிரேமாவிடம்.

“நான் நிறையப் பொய் சொல்வதுண்டு” என்றாள் அவள். “எனவே மற்றவர்களையும் நான் அரிச்சந்திரர்களாக நினைப்பது கிடையாது.”

மூர்த்தியின் முகத்தில் ஏளனச் சிரிப்பொன்று விளையாடியது. நான் என் வசமிழந்தேன், திடீரென்று

பிரேமாவை இறுகக் கட்டியணைத்துக் கொண்டு, அவளுடைய திமிறல்களைச் சட்டை செய்யாமல் நாலைந்து தடவை அவளை முத்தமிட்டேன். என் அணைப்புத் தளர்ந்ததும் அவள் படீரென்று என்னை விலக்கித் தள்ளி, 'பளார் பளார்' என்று என் கன்னத்தில் அறைந்து, "பிரின்ஸிபாலிடம் புகார் செய்கிறேன்" என்று ஆங்காரமாகக் கூறிவிட்டு வேகமாக நடந்து சென்றாள்.

"இப்போது திருப்திதானே?"

"எனக்கென்ன திருப்தி?"

"நான் இப்படிச் செய்து பார்க்க வேண்டுமென்றுதானே நீ விரும்பினாய்?"

"எனக்குப் புரியவில்லை, உன் பேச்சு."

"நீயும் ராவைப் போலத்தான். பிறருடைய காதல் விவகாரங்களைக் கண்காணிப்பதன் மூலம் பசியாறுகிற வர்க்கம். அதே சமயத்தில் உன்னுடைய இந்த இயல்பு குறித்து உனக்கே வெட்கமாகவும் இருக்கிறது; என்னிடமும் வி.எஸ்.வியிடமும் என்னென்ன குறைகள் இருக்கின்றன என்று கண்டுபிடித்து விமரிசிப்பதன் மூலம் உன்னைத் திருப்திப்படுத்திக்கொள்ள முயல்கிறாய்."

"என்னுடைய விமரிசனங்கள் எதையும் இப்போதைய சம்பவம் தவறாக நிரூபிக்கவில்லை."

"உன்னைப் போன்ற விஷயந்தெரியாத சின்னப் பாப்பாக்களிடம் இதைப் பற்றியெல்லாம் சர்ச்சை செய்துதான் என்ன பிரயோசனம்? மூன்றாம் மனிதர் முன்னிலையில் அணைக்கப்படும் எந்தப் பெண்ணும் இப்படித்தான் நடந்து கொள்வாள். உன்னுடைய வக்கிரப் புத்திக்கு இது பிடிபடாமல் போனது ஆச்சரியமில்லை. வி.எஸ்.வியின் படுக்கையறையில் என்ன நடந்ததென்று தெரிந்து கொள்வதற்காக அவருடைய படத்தைப் போய்ப் பார்க்கிற புத்திசாலிகளுடன் பொழுதைக் கழிக்கிறவன் நீ... ஒரு பெண்ணைப் பற்றி எனக்கு எந்தவிதமான இன்ஹிபிஷனோ ஹிப்போக்ரிஸியோ கிடையாதென்று காட்டத் தான் இப்போது அவளை முத்தமிட்டேன்... நீ

வேறு எந்தவிதமான முடிவுக்கு வந்தாலும் எனக்குக் கவலை யில்லை." இப்படிச் சொல்லி விட்டு நான் அவசரமாக அங்கிருந்து என் அறையை நோக்கி நடந்தேன். அங்கே தனிமையில் உட்கார்ந்து யோசிக்க யோசிக்க, எனக்கு என் மேலே வெறுப்பும் ஆத்திரமும் ஏற்பட்டது. சே! இப்படி அசட்டுத்தனமாக அவளை முத்தமிட்டிருக்க வேண்டாம். இப்போது மூர்த்தியின் மூலம் இந்தச் சம்பவம் கண், காது, மூக்குடன் காலேஜ் முழுவதும் பரவப் போகிறது. சே! அப்படி இந்தப் பிரேமாவின் மீது எனக்கு நிஜமான ஈடுபாடு இருந்தாலும் பரவாயில்லை. அதுவும் இருப்பதாகத் தெரியவில்லை.

மறுநாள் காலையில் ஹாஸ்டலில் தண்ணீர் சப்ளையில் ஏதோ தகராறு காரணமாக, குளிக்க நேரமாகிவிட்டது, கடைசியில் வகுப்புக்கும் நேரமாகிவிட்டது. இரண்டாம் வகுப்பையும் தவறவிடப் போகிறோமே என்று அவசர அவசரமாக வந்தேன். காலேஜ் கட்டிடத்தினுள் நுழைந்தேன். மாடிப்படிகளில் தாவியேறி, வகுப்பு இருந்த வராந்தாவினுள் திரும்பியவுடன் சட்டென்று என் நடை வேகம் தளர்ந்தது. வகுப்பெதிரே, வராந்தாவில், பிரேமா நின்றிருந்தாள். நான் வருவதைப் பார்த்ததும், சட்டென்று எதிர்த்திசையில் திரும்பி நின்றுகொண்டாள். வராந்தாவில் வேறு ஆள் நடமாட்டமே இல்லாமல் வெறிச் சென்று இருந்தது. அவளுடன் பேச்சுக் கொடுக்காமல் வேறு வழியில்லை.

"ஹலோ!" என்றேன், அவளெதிரே போய் நின்றுகொண்டு.

"ஹலோ" என்றாள், என் முகத்தைப் பார்க்காமல்.

"இன்னும் இரண்டாம் பீரியட் தொடங்கவில்லையா?" என்றேன்.

"இல்லை."

அரை நிமிஷ மௌனம். பிறகு, "நேற்று நடந்ததற்கு மன்னிப்புக் கோருகிறேன். ஐ ஆம் ரியலி ஸாரி" என்றேன்.

அவள் வெறுமனே தோள்களைக் குலுக்கிக்கொண்டாள், மறுபடி என் பக்கம் திரும்பாமலேயே.

இன்னொரு அரை நிமிஷ மௌனம்.

"நான் செய்தது தப்புதான்" என்றேன் நான், மறுபடி. "நான் அப்படிச் செய்திருக்க வேண்டாம்."

அவள் திடீரென்று என் பக்கம் திரும்பி கருணை நிரம்பிய புன்னகையொன்றை என் மீது வீசினாள். "இவ்வளவு வருத்தப்பட வேண்டியதில்லை நீ" என்றாள். "அத்தனை பெரிய குற்றமெதுவும் நீ செய்துவிடவில்லை."

கணகணவென்று மணி ஒலித்தது. அது ஒரு எச்சரிக்கைபோல எனக்குத் தோன்றியது. உள்ளே முதல் பீரியட் லெக்சரர் ஓய்கிற வழியாயில்லை...

"அப்படியானால் நீ பிரின்ஸிபாலிடம் புகார் எதுவும் செய்யப் போவதில்லையா?" என்றேன். எனக்குக் கொஞ்சம் ஏமாற்றமாகக் கூட இருந்தது. இரவெல்லாம் பிரின்ஸிபால் என்னை டிஸ்மிஸ் செய்வதாகவும், மாணவர்களிடையே நான் ஒரு ஹீரோவாக – ஒரு முத்தத்துக்காக எல்லாம் துறந்த தியாகியாக – விளங்குவதாகவும் கற்பனை செய்துகொண்டிருந்த எனக்கு அவள் பேச்சும் நடத்தையும் ஒரு ஆன்ட்டி–கிளைமாக்ஸாக இருந்தது. 'இப்படியும் ஒரு அசட்டுப் பிள்ளை இருக்குமோ!' என்ற பாவனை முகத்தில் தெறிக்க, அவள் தலையை மெல்ல இப்படியும் அப்படியுமாக ஆட்டினாள், ஒருக்காலும் மாட்டேனென்ற பொருளில்.

தொலைந்தேன் என்று நினைத்துக்கொண்டேன். அந்த முத்தத்தை இவள் ஒரு அஸ்திவாரக் கல்லாக எடுத்துக்கொண்டுவிட்டாள்... சரியாக அதே சமயத்தில்தான் இரண்டாவது பீரியட் எடுக்க வேண்டிய கணக்கு ப்ரொபசரும் வந்து சேர்ந்தார், கையில் அட்டென்டன்ஸ் ரிஜிஸ்தரும் சாக்பீஸுமாக. இருவரும் பவ்யமாக குட்மார்னிங் சொன்னோம். "வெரி குட்மார்னிங்" என்றார் அவர். பிறகு "வெளியில் எதற்காக நிற்கிறீர்கள் இரண்டு பேரும்? வகுப்புக்குள் லவ் லட்டர் ஏதாவது எக்ஸ்சேஞ் செய்து வெளியே துரத்தப்பட்டீர்களா, என்ன" என்று கேட்டு, தன் ஹாஸ்யத்தைத் தானே ரசித்துக்கொண்டவராகப் பெரியதாகச் சிரித்தார்.

"லேட்டாக வந்தோம்" என்று பிரேமாதான் பதில் சொன்னாள்.

"ஓ, ஐ ஸீ!" என்றார் அவர் "இரவில் வெகு நேரம் கண் விழித்துப் படித்துக்கொண்டிருந்திருப்பாய் – எனவே காலையில் எழுந்திருக்க நேரமாகி, தொடர்ந்து எல்லாமே லேட்டாகியிருந்திருக்கும் – அப்படித் தானே?" என்று கேட்டார்.

பிரேமா சட்டென்று இந்தத் துரும்பைப் பற்றிக்கொண்டு. "ஆமாம்" என்றாள்.

"ஐ நோ, ஐ நோ" என்று ப்ரொபசர் தலையை மேலும் கீழுமாக ஆட்டினார். "நேற்றைய பாடத்தைச் சரியாகப் படித்துப் புரிந்து கொள்ளும் முயற்சியில், இன்றைய பாடம் நழுவிப் போகிறது – Isn't it an irony? நிஜ வாழ்க்கையிலும்கூட இப்படித்தான் ஆகிறது, பெரும்பாலும்.

ப்ரொபசர் காலை வேளையில் (வீட்டுச் சூழலின் hangover முற்றும் கலையாத நிலையில்) பழுத்த வேதாந்தியாக மிளிருவதும், மாலை ஆவதற்குள் ஜெர்ரி லூயிஸாக (அல்லது குறைந்தபட்சம் பி.ஜி.ஓட்ஹவுஸாக) மாறிப் போவதும் எங்களுக்குப் பழக்கப்பட்ட சமாசாரம். நாங்கள் அவருடைய அறிவுச் சுனையில் மென்மேலும், சளி பிடிக்குமட்டும், நனையத் துடிக்கும் ஒரு தீவிர பாவத்தை முகத்தில் தருவித்துக்கொண்டு அவரையே பார்த்தோம்.

ஆனால் ப்ரொபசர் என் கண்களிலும் இதழோரங்களிலும் மிளிர்ந்த கேலியைக் கவனித்துவிட்டார்; நான் நடிப்பில் போதிய சிரத்தை காட்டத் தவறிவிட்டேன்.

"அது சரி – ஆனால் ராம்சேஷுக்கு எப்படி லேட்டாயிற்று" என்று அவர் கேட்டார். "நீ ஒன்றும் இராத்திரி கண் விழித்துப் படிக்கிற டைப்பெல்லாம் இல்லையேப்பா! அல்லது பிரேமாவின் சில கெட்டபழக்கங்கள் உனக்கும் வந்துவிட்டனவா?".

நான் இரண்டு தடவைகள் இருமி. "உடம்பு சரியில்லை" என்று சுருக்கமாகக் கூறினேன். இந்தப் பதில் அவருடைய வேதாந்தம். ஹாஸ்யம் எல்லாவற்றுக்கும் முற்றுப் புள்ளி

வைத்தது. என்ன கோளாறென்று விசாரித்தார். ஏதோ ஜூரம் மாதிரி இருக்கிறதென்றேன். "பின்னே ரெஸ்டு எடுத்துக்கொள்ளேன்" என்றார். கணக்கில் நான் ஏற்கெனவே அட்டெண்டன்ஸ் ஷார்ட் என்றேன். "டோன்ட் பாதர்" என்று அவர் அபயம் அளித்தார். "போய் ரெஸ்டு எடுத்துக் கொள், அட்டெண்டன்ஸ் நான் கொடுக்கிறேன்."

நான் பிரேமாவைப் பார்த்துப் பலவீனமாக ஒரு புன்னகை செய்துவிட்டு, அங்கிருந்து நடையைக் கட்டினேன். பிரச்சனைகளை இன்று சந்திக்காவிட்டாலும் நாளை சந்தித்துத்தானே ஆக வேண்டுமென்பது நன்கு தெரிந்திருந்தும், நாளைப் பாடு நாளைக்கு என்று அலுப்புடன் நினைத்தவாறு அறைக்குப் போய் நிம்மதியாக ஒரு தூக்கம் போட்டேன்.

இரவுச் சாப்பாட்டின் போது, டைனிங் ஹாலில் என்னருகே ராவ் வந்து உட்கார்ந்தான். "நேற்று ஏதோ நடந்ததென்று கேள்விப்பட்டேன்" என்றேன்.

"என்ன நடந்தது?" என்றேன்.

"அது உனக்கே தெரியும்" என்றான் அவன். அவன் உதடுகள் இலேசாகத் துடித்தன. "நீ என் நண்பனென்று நினைத்தேன்" என்றான்.

"அஃப்கோர்ஸ் நான் உன் நண்பன்தான்."

"பின் ஏன் இப்படிச் செய்தாய்?"

"எப்படிச் செய்தேன்? நீ என்ன சொல்ல வருகிறாயென்று எனக்குப் புரியவில்லை."

"பிரேமாவை நீ நேற்று முத்தமிட்டாயாம். நிஜம்தானே அது?"

நான் தோள்களைக் குலுக்கிக்கொண்டேன். "ராவ்! நீ என்ன எதிர்பார்க்கிறாய்? நான் உன்னை முத்தமிடவேண்டுமென்றா?"

"விளையாடாதே. ஐ ஆம் வெரி ஸீரியஸ்" என்றான் ராவ். "ஐ ஆம் இன் லவ் வித் பிரேமா."

"ரியலி?"

“ஆமாம்” என்றான் ராவ். அவன் முகத்திலிருந்த தீவிர பாவம் எனக்குச் சிரிப்பை உண்டு பண்ணியது. எனவே அவன் முகத்தைப் பார்ப்பதைத் தவிர்த்தேன். “வெல். ஆல் தி பெஸ்ட்” என்றேன்.

“நீ என் நண்பனாயிருந்தால் இனி அவள் வழிக்குப் போகாதே”.

“லிஸன் ராவ், எனக்குப் பிரேமா மீது எத்தகைய விசேஷ ஈடுபாடும் கிடையாது. ஸோ, ப்ளீஸ் ரிலாக்ஸ். ஆனால் பிரேமாவிடமும் நீ ஒரு வார்த்தை சொல்லிவிடுவது நல்லது.”

“என்னவென்று?”

“உன்னைத் தவிர வேறு யாருடனும் அவள் பேசக்கூடாதென்றும் பழகக்கூடாதென்றும், அப்படியெல்லாம் செய்தால் நீ அவளைக் கல்யாணம் செய்துகொள்ள மறுத்து ‘டூ’ விட்டுவிடுவாயென்றும்.

ராவ் என்னை எரித்துவிடுவதுபோலப் பார்த்துவிட்டு தடாலென்று நாற்காலியைப் பின்னால் தள்ளி எழுந்து சென்றான்.

6

ஆரம்பத்திலிருந்தே, பிரேமாவிடம் நான் வேண்டியதெல்லாம் ஒரு லேசான சீண்டல், ஒரு 'பொய் விளையாட்டு' அவ்வளவுதான். மாலாவால் தூக்கியெறியப்பட்டதால் ஏற்பட்ட ஜாக்கிரதையுணர்வு ஒரு காரணம். பிரேமாவின் தோற்றம் அந்த அளவு மயக்கத்தையளிப்பதாக இல்லாமலிருந்தது மற்றொரு காரணம்.

மாலா ஒரு கவர்ச்சியான பொய் என்றால், பிரேமா ஒரு கவர்ச்சியில்லாத நிஜம். பொய்யுடன் நிஜ விளையாட்டு விளையாடிய பிறகு, நிஜத்துடன் பொய் விளையாட்டு விளையாட விரும்புவது நியாயம்தானே?

ஆனால் கணக்கு ப்ரொபசர் ஒரு பக்கமும், ராவும் மூர்த்தியும் மற்றொரு பக்கமும் இந்த விளையாட்டின் பொய்மையை – அந்தப் பொய்மையின் நுட்பமான இன்பங்களை – குலைத்தவண்ணமிருந்தார்கள்.

சிறு குழந்தைகள் தனியே அமர்ந்து சொப்பு விளையாட்டு விளையாடும்போது திடீரென்று நாலைந்து பெரியவர்கள் அதில் கலந்துகொள்ள வந்தால் அந்தக் குழந்தைகளுக்கு எப்படி இருக்கும்? அப்படித்தான் எனக்கும் இருந்தது. நான் பிரேமாவை முத்தமிட்டது ஒரு பெரிய தவறு. இந்தத் தவறை நோக்கி என்னைப் பிடித்துத் தள்ளியவர்கள் இவர்களெல்லாம்தான். தவறு என்றால் ஒழுக்கக்கேடு என்ற அர்த்தத்தில் சொல்லவில்லை. நோக்கமற்ற, எனவே நேர்மையற்ற, ஒரு வெளிப்பாடு என்ற அர்த்தத்தில் சொல்கிறேன்.

நேர்மை என்றால் விளையாட்டு மரபுகளைக் காப்பாற்றுகிற நேர்மையைச் சொல்கிறேன்.

பொய் விளையாட்டுக்குக்கூட சில மரபுகள் உண்டல்லவா?

ஆணுக்கும் பெண்ணுக்குமிடையே பொய், சாகசம், தளுக்கான பரஸ்பரக் கிண்டல்களும் சீண்டல்களும் ஈகோ உடைப்புகளும் ஆகியவற்றின் மூலம் உருவாகிற ஒரு 'மாஜிக்'கை இவர்களால் புரிந்துகொள்ள முடியவில்லை. இந்த மாஜிக் ஒரு ஆணுக்கும் ஒரு பெண்ணுக்குமிடையே உருவாகலாம், உருவாகாமலும் போகலாம். என்பது புரியவில்லை. இவர்களுக்குப் புரிந்ததெல்லாம் ராம்சேஷ் ஓர் ஆண் என்பதும், பிரேமா ஒரு பெண் என்பதும் மட்டும்தான். பொதுவாக இவர்களுடைய சிந்தனை ஓட்டம், அந்தக் கட்டத்தில் இப்படியாகத்தான் இருந்திருக்க வேண்டும். ராம்சேஷ் ஒரு படே கில்லாடி. பிரேமாவோ ஒரு angel. அந்த ராஸ்கல் அவளிடம் ஏதாவது 'ராங்' பண்ணிவிடாமல் பார்த்துக்கொள்ள வேண்டும். அஃப்கோர்ஸ், பயல் இப்போது மனந்திருந்தி இந்த angel உடன் புதிய அத்தியாயம் ஒன்றைத் (கொட்டு மேளத்துடன்) தொடங்க விரும்பினால், that's a different thing ஆனால் இவனை ஜாக்கிரதையாக 'வாச்' பண்ணியவாறிருக்க வேண்டும். அவள் சம்பந்தமாக இவனுடைய நோக்கம் எத்தகையதென்பதை 'ஸ்டடி' பண்ணியவாறிருக்க வேண்டும்.

இவர்களுடைய இத்தகைய சிந்தனையோட்டம் அவர்களுடைய பேச்சுகள், செயல்கள் மூலம் பிரேமாவை நுட்பமாகப் பாதித்ததோ, அல்லது என்ன இழவோ தெரியவில்லை, பிரேமாவுக்குத் திடீரென்று தன்னைப் பற்றிய ஒரு 'ஏஞ்ஜல் காம்ப்ளக்ஸ்' உருவாகிவிட்டது. தான் ஒரு 'ஏஞ்ஜல்'தானென்று அவள் நிஜமாகவே நம்பத் தொடங்கிவிட்டாள். எனவே, அவளுடைய கடமை ராம்சேஷ் போன்ற ஒரு கெட்டவனைக் கடைத்தேற்றுவதுதானே தவிர, ராவ் போன்ற ஒரு நல்லவனுக்குத் தன்னை அளித்து வீணடித்துக்கொள்வதல்ல என்று நினைக்கத் தொடங்கினாள்.

நான் என் பங்குக்கு, அவளுடன் இருக்கும்போதெல்லாம் ரவுடி போல உணரத் தொடங்கினேன். எனவே அவளைத் தவிர்க்க முயன்றேன். ஆனால் அவளோ நான் விலக விலக என்னுடன் நெருக்கமாக ஒட்டிக்கொள்ள விழைந்தாள்.

ராவ் போன்ற ஒருவனின் சிநேகிதமல்ல, என் போன்ற ஒருவனின் சிநேகிதம்தான் அவளுக்கு அவளுடைய சிநேகிதிகளிடையே ஒரு 'அல்ட்ரா மாடர்ன்' பிம்பத்தையளித்ததென்பதும் ஒரு காரணமாயிருக்கலாம்.

ஒரு போக்கிரியின், காஸனோவாவின் காதலி. ஹவ் எக்ஸைட்டிங்! அவளுள்ளிருந்த ஏஞ்ஜல் என்னைத் தன் ஆளுகைக்குட்படுத்திக் கொள்ள எந்த அளவு பரபரத்தாளோ, அதே அளவு அவளுள்ளிருந்த அதி நவீன, சமூக மரபுகளையும் விமரிசனங்களையும் எட்டி உதைக்கிற வனிதை என் போக்கிரித்தனமான கரங்களில் சிறைப்படவும் துடித்தாள்.

நாங்களிருவரும் அவரவர் கையில் ஒரு மாலையை வைத்துக் கொண்டு, அதை மற்றவர் கழுத்தில் போடலாமா வேண்டாமா என்று தயங்குவதைத் தன் தீட்சண்யமான அறிவினால் தாம் புரிந்துகொண்டு விட்டது போலவும், இந்தத் தயக்கத்தைப் போக்குவது அனுபவசாலியான தன்னுடைய கடமை என்பது போலவும் கணக்கு ப்ரொபசர் நடந்துகொள்வார். அவர் அடிக்கடி, என்னிடமும் பிரேமா விடமும் தனித்தனியாகவோ, அல்லது நாங்களிருவரும் அவருடன் சேர்ந்திருக்கும்போதோ, எங்களிடம் கீழேயுள்ளவை போன்ற பொன் மொழிகளை உதிர்த்தவாறு இருப்பார்;

1. எதிரெதிர் இயல்புகளுள்ள ஆணுக்கும் பெண்ணுக்குமிடையே நடக்கிற திருமணங்களே அதிக வெற்றியடைய முடியும்.

2. குணந்தான் முக்கியமே தவிர, வெளித் தோற்றமல்ல. குணமும் நல்ல தோற்றமும் பெரும்பாலும் சேர்ந்து அமைவதில்லை.

3. குறைகளே இல்லாத, நமக்குச் சகலவிதங்களிலும் திருப்தி தருகிற, ஆண் அல்லது பெண் ஒரு இலட்சியக் கனவு. ஏதோ ஒரு கட்டத்தில் யாராவது ஒருவருடன்

அவருடைய சில குறைகளை மன்னித்துச் சமரசம் செய்து கொள்ளத்தான் வேண்டும்.

4. ஈகோ விரட்டுகிற பாதையில் செல்வதன் மூலமாக அல்ல, சகிப்புத் தன்மையை வளர்த்துக்கொள்வதன் மூலமாகவே வாழ்க்கையில் உண்மையான இன்பம் பெற முடியும் – மன்னிக்கிறவர்களே மன்னிக்கப்படுவார்கள், ஏற்றுக்கொள்ளப் படுவார்கள்.

இத்தியாதி.

பிரேமாவுக்கு 'ஏஞ்ஜல் காம்ப்ளெக்ஸ்' என்றால் ப்ரொபசருக்கு 'சகிப்புத் தன்மை – கம் – கருணை காம்ப்ளெக்ஸ்'. உலகமனைத்தையும் அரவணைத்து ஆசி வழங்கும் ஒரு வகைப் போப்பாண்டவர்போல அவர் தன்னை பாவித்துக்கொள்வதாக அடிக்கடி தோன்றியது. அவருடைய சூழலின் கசப்பான உண்மைகளிலிருந்து விடுவிக்கும் ஒரு வடிகாலாகவும் இந்தப் பாவனை பயன்பட்டிருக்கலாம்.

அவர் எல்லா மனிதர்களிடமிருந்த குறைகளையும் – தன் மனைவியின் குறைகள் உட்பட – மன்னித்து ஏற்றுக்கொள்கிறவர். எவ்வளவுக் கெவ்வளவு ஒருவரிடம் குறைகள் இருக்கிறனவோ, அவ்வளவுக்கவ்வளவு அவருடைய சேர்க்கை இவருடைய ஈகோவுக்கு நல்லது.

ராம்சேஷின் போக்கிரித்தனம், ராமபத்ரனின் புடமிடப்படாத முரட்டு மேதைமை, பிரேமாவின் அனாசாரமான போக்குகள் ஆகிய யாவற்றையும் விஷத்தை விழுங்கிய சிவபெருமான்போல ஜீரணித்துக்கொள்ளக்கூடிய மகான் அவர். அல்லது, மல்லிகையும் ரோஜாவும் வளர்க்கிற சாதாரண மட்டத்தைக் கடந்து, சப்பாத்திக் கள்ளியை வளர்க்கிற அதி நாசூக்கான ரசனை மட்டத்தை எய்தியவர்.

Collector of oddities.

ஆமாம். அவர் ஒரு சாதாரணத் தயிர் வடை இல்லை, தன் மனைவியின் கணவர் மட்டுமே இல்லை.

ஆச்சா! இவருக்கு இந்த விதமான பாவனையென்றால் ராமபத்ரனுக்கு வேறுவிதமான பாவனை. தான் ரசித்து

ஏற்றுக்கொள்ளக் கூடிய எதுவுமே தன் சூழலில் இல்லாதது போல பாவனை.

இவர் வேறெங்கோ பிறந்திருக்க வேண்டியவர் தப்பிப்போய் இங்கே வந்து பிறந்துவிட்டாராம். இப்போது இந்தச் சூழலுடன் போராடியவாறே இறப்பதுதான் அவருடைய மகத்தான தலைவிதியாம். சூழலே சரியில்லாதபோது, மனைவி போன்ற சில்லறை விஷயங்களைப் பற்றி நினைப்பதும் வீண் அல்லவா?

A trivial thing. Really. அவருடைய கவலைகளும் கோபங்களும் இத்தகைய விஷயங்களுக்கு மிக மிக உயர்ந்த மட்டங்களில் சுழலுபவை.

அவர் தவறான சீதோஷ்ண நிலையில் தப்பிப் பிறந்துவிட்ட சப்பாத்திக் கள்ளி.

எனவே, இருவரும் நகமும் சதையும்போல் ஆன ரகசியம் இது தான், என்று நான் ஒருவாறு புரிந்துகொண்டேன்.

ஒரு தடவை ப்ரொபசருக்கும் ராமபத்ரனுக்குமிடையே என்னைப் பற்றி நிகழ்ந்த சம்பாஷணையின் ஒரு பகுதி தற்செயலாக என் காதில் விழுந்தது –

கல்லூரியின் ஆண் டாய்லெட்டுக்குள் அங்கிருந்த ஒரு 'கியூபிக்கிள்'ளுக்குள் நான் இருப்பதை அறியாதவர்களாக, அவர்கள் பேசிக் கொண்டபோது, எனக்கும் பிரேமாவுக்குமிடையேயுள்ள ஜோடிப் பொருத்தத்தைப் பற்றி ப்ரொபசர் ராமபத்ரனைக் கேட்டிருக்க வேண்டும். அவருடைய வாக்கியத்தின் கடைசிப் பகுதி மட்டும்தான் என் காதில் விழுந்தது. அதிலிருந்து நான் ஊகித்துக்கொண்டேன். "வெல், எனக்குத் தெரியாது" என்றார் ராமபத்ரன். "எனக்கு இந்த விஷயத்தில் குறிப்பிட்ட ஒரு அபிப்ராயம் இருப்பதாகச் சொல்ல முடியாது."

"அட. சும்மா ஒரு பேச்சுக்காக கேக்கிறேன்யா, நான் என்ன நீர் சொல்றதைப் பிரிண்ட் பண்ணப் போறேனா? உமக்கு என்ன தோண்றதுன்னு கேட்டேன், அவ்வளவுதான்" என்றார் ப்ரொபசர். (ப்ரொபசர் ராமபத்ரனைப் போல இன்றி, ஒரு நாளைக்குச் சில மணி நேரங்களாவது தன்

புனிதத் தோரணை, பாவனைகளைக் கழட்டி வைத்து ரிலாக்ஸ் பண்ணுவார். இது அவரிடம் எனக்குப் பிடித்த ஒரு விஷயம்.)

ஆனால் ராமபத்ரன், இலேசில் மசிந்து கொடுப்பதாக இல்லை. அவர் தன் புனிதமான பாவனைகளிலிருந்து தனக்கு ஒரு நிமிஷமும் ரிலாக்ஸேஷன் அனுமதித்துக்கொள்ளாத கடமை வீரர் ஆயிற்றே "என்ன சொல்வதென்று தெரியவில்லை." "சொல்வதற்கு என்ன இருக்கிறது." "என்னவென்று சொல்வது நான்" என்று இப்படி ஏதேதோ (செய்திப் பத்திரிகை நிருபர்கள், ரேடியோ, டெலிவிஷன் நிருபர்கள் ஆகியோர் முன்னிலையில் 'மத்தியக் கிழக்கு' நிலைமை பற்றிக் கேட்கப்பட்ட அமெரிக்க ஜனாதிபதிபோல) பீடிகை வாக்கியங்களை உதிர்த்தவாறிருந்தாரே தவிர தம்முடைய கருத்தைச் சட்டென்று சொல்வதாக இல்லை. நானோ, 'கியூபிக்கிள்'ளினுள் உட்கார்ந்து உட்கார்ந்து பொறுமையிழந்து கொண்டிருந்தேன். சங்கிலியை இழுத்து விட்டு வெளியே வரத் துடித்துக்கொண்டிருந்தேன். அவர்கள் அங்கே அவ்வாறு பேசிக்கொண்டிருந்தபோது (அதுவும் என்னைப் பற்றி) திடீரென்று அவர்களெதிரே தோன்றவும் பிடிக்கவில்லை.

பிறகு ராமபத்ரன் சொன்னார், "பிரேமா தன் சூழலின் மரபு சார்ந்த, கொச்சையான பாதிப்புகளிலிருந்து விடுபட்டுவிட்ட ஒரு liberated individual ஆனால், ராமசேஷனைப் பற்றியும் நீங்கள் அவ்வாறு சொல்ல முடியுமா?"

"நீங்கள் அவனுடைய 'எக்ஸ்பிளாய்ட்ஸ்' பற்றிக் கேள்விப்பட்டதில்லை போலிருக்கிறது!" என்றார் ப்ரொபசர்.

"தெரியும்" என்றார் ராமபத்ரன். "எனக்கு எல்லாம் தெரியும். ஆனால் வெறும் நிகழ்ச்சிகளிலிருந்து – அதைவிட மோசம், அந்த நிகழ்ச்சிகளைப் பற்றி உங்களுக்கு எட்டிய தகவல்களிலிருந்து – நீங்கள் எந்த முடிவுக்கும் வர முடியாது. நான் சொல்வது அடிப்படையான சென்ஸிபிலிட்டி பற்றியது. ஆட்டிட்யூட் பற்றியது. ராமசேஷன் 'காஸனோவா' என்றே வைத்துக்கொள்வோம். ஆனால் அதன் லாஜிக் என்ன என்றும் நீங்கள் யோசிக்க வேண்டும். இது அவனுடைய

சூழலின் 'ஸெக்ஸ் இன்ஹிபிஷன்'களிலிருந்து விடுபட்ட ஒரு நிலைமையைக்' குறிக்கிறதா, அல்லது ஸெக்ஸ் பற்றிய ஒரு நிரந்தரமான குற்ற உணர்ச்சியிலிருந்து தன்னை விடுவித்துக்கொள்ளும் தற்காலிக அரை வேக்காட்டு முயற்சிகள்தாமா? உங்களுக்குப் புரிகிறதா நான் சொல்வது?"

"யெஸ், வெரி இன்டரெஸ்டிங்."

"ஸோ, பிரேமாவின் நவீன ஸென்ஸிபிலிடி ராமசேஷனைப் பாதிக்கப் போகிறதா அல்லது ராமசேஷின் சந்தேகத்துக்கிடமானதாகத் தோன்றும் சில ஆட்டிட்யூட்ஸ் பிரேமாவையும் சிறைப்படுத்தப் போகின்றனவா, என்பதுதான் பிரச்சனை."

"ஃபன்டாஸ்டிக்! இது ஒரு ஹ்யூமன் காமெடி" என்றார் ப்ரொபசர்.

"ஆர் யூ ஷ்யூர் இட் வோன்ட் பீ எ டிராஜெடி?" என்றார் ராமபத்ரன்.

இருவரும் டாய்லெட்டைவிட்டு வெளியேறுவதன் அடையாளமாக, பேச்சுக் குரல்கள் திடீரென்று தேய்ந்து மறைந்தன.

நான் சங்கிலியை இழுத்துவிட்டு, அதுவரை என்னைக் கவ்வியிருந்த ஒரு உணர்ச்சி இறுக்கத்திலிருந்து விடுதலை பெற்றவனாக வெளியே வந்தேன்.

நான் ஒரு கதாபாத்திரமாக உணர்ந்தேன்.

கணக்கில் ப்ரொபசராகயிருந்தவரும், இலக்கியத்தில் ப்ரொபசராகத் தம்மை பாவித்துக்கொண்ட மற்றவரும், வாழ்க்கையில் ப்ரொபசர்களான ஒரு பொதுவான பிம்பம் அணியத் துடிப்பதை உணர்ந்தேன்.

நானும் பிரேமாவும் வாழ்க்கை பற்றிய அவர்களுடைய சில கருத்துகளைக் கூர்மைப்படுத்த உதவும் வெள்ளைச் சுண்டெலிகள்.

அதற்கு ஒரு வாரம் முன்புதான் வி.எஸ்.வி. 'டைம்ஸ்' பேட்டியில் கூறியிருந்த கருத்துகளுக்கு ஒரு பதில்போல, ராமபத்ரன் ஒரு சிறு பத்திரிகையில் ஒரு நீண்ட கட்டுரை

எழுதியிருந்தார். வி.எஸ்.வியின நிஜ வாழ்க்கை, அவருடைய கலைப் படைப்புகள், இரண்டையும் ஆதியோடந்தம் அலசி, வி.எஸ்.விக்கு நிஜத்தை உணருகிற நேர்மையும் தீட்சண்யமும் உலகத்தின் மிகச் சிறந்த திரை இயக்குநர்களுடன் வைத்து மதிக்கத்தக்க கலையாற்றலும் இல்லவே இல்லை என்று நிரூபிக்க முயன்றிருந்தார்.

வி.எஸ்.வி. 'தமிழ் நாட்டின் மற்றொரு தவப் புதல்வர்' என்று அவர் கிண்டல் செய்து, இத்தகைய தவப் புதல்வர்களின் தகுதியைப் பார்க்கப் பார்க்க, தமிழ்நாட்டினரின் தவ வலிமையில் தமக்கு நம்பிக்கை குறைந்து வருவதாக எழுதியிருந்தார்.

எனக்கு வழக்கம்போல அந்தக் கட்டுரையில் முக்கால்வாசி புரியவில்லை. ராமபத்ரனுடைய எரிச்சல் மட்டும்தான் புரிந்தது.

எனக்கும் வி.எஸ்.விக்குமிடையே எங்கோ, ஏதோ ஓர் ஒற்றுமை இருப்பதும் புலப்பட்டது.

நாங்களிருவருமே இன்டலெக்சுவல்களின் வெள்ளைச் சுண்டெலிகள்.

கூடவே, சரியாகப் புலப்படாத வேறு ஏதோ ஒன்று..

எனக்கு வி.எஸ்.வியை மற்றொரு தடவை பார்க்க வேண்டும் போலிருந்தது.

பிரேமா வழக்கம்போல, ராமபத்ரனுடைய கட்டுரையைப் படித்து மெய்சிலிர்த்துப் போனாள். வி.எஸ்.விக்கு அவர் சரியான முறையில் சூடு கொடுத்துவிட்டதாகப் பாராட்டினாள்.

அவள் ஏற்கெனவே என்னுடைய குறைகளை இட்டு நிரப்பும் கடமையுள்ள ஒரு வாழ்நாள் துணைவிபோல, இன்டலெக்சுவல் துறையில் எங்களிருவருக்குமாகச் சேர்ந்து முடிவுகள் எடுக்கும் பொறுப்பு தன்னுடையது என்பதுபோல நடந்துகொள்ளத் தொடங்கியிருந்தாள்.

அவளுடைய கருத்துகளை நான் வெட்டிப் பேசினால், குழந்தையின் விஷமங்களைப் பொறுமையுடன்

சகித்துக்கொள்கிற ஒரு பாவம் அவள் முகத்தில் வரத் தொடங்கியது.

அந்தப் பாவத்தைப் பார்க்கும்போதெல்லாம். அவளை 'ஏஞ்ஜல்' ஆக்கியிருப்பவர்கள் மீது எனக்குக் கோபமும் எரிச்சலும் வரத் தொடங்கியது.

'ஏஞ்ஜல் காம்ப்ளெக்ஸுடன் ஒரு 'புதுமைப் பெண் காம்ப்ளெக்ஸும் அவளுக்கு ஏற்பட்டுவிட்டிருந்தது. பாரதியின் புதுமைப் பெண்ணின் புதிய, திருத்தப்பட்ட பதிப்பு.

அவள் எப்போது பார்த்தாலும் ராமபத்ரனின் மனைவி, கணக்கு ப்ரொபசரின் மனைவி போன்றவர்களின் குறைகளை அலசி விமர்சித்த வண்ணமிருப்பாள். ராமபத்ரன்பாலும் ப்ரொபசர்பாலும், அவர்களுடைய துரதிர்ஷ்டமான திருமணங்கள் குறித்து அனுதாபம் தெரிவித்தவாறு இருப்பாள்.

அதாவது மரபுவழிப் பெண்மை எவ்வளவு மோசமானது, அது எத்தகைய ஒரு தண்டனையாக ஒருவனுக்கு அமையக்கூடும் என்பதை நான் உணர வேண்டுமாம். அவளைப் போன்ற ஒருத்தியே எனக்கு ஏற்றவள் என்ற முடிவுக்கு வர வேண்டுமாம்.

ஓர் அறிவுஜீவி, ஓர் ஏஞ்சல்.

ப்ரொபசர்தான் சொல்லிவிட்டாரே, வெளிக் கவர்ச்சியும் குணமும் இணைந்து அமைவதில்லையென்று!

அவளிடம் கவர்ச்சி குறைவு; எனவே, அவள் ஒரு அரிய குணவதி, ஒரு ஏஞ்ஜல்.

லாஜிகல்!

எனக்குச் சலித்துப் போய்விட்டது போங்கள். அவளுடன் சாலையில் நடந்து செல்கையில் நான் மரங்கள், மலர்கள், பட்சிகள், நீலவானம், மேகங்கள் என்று இயற்கைக் காட்சிகளில் ஆசிரயம் புகத் தலைப்பட்டேன்.

இயற்கை எளிமையானது. இயற்கை அழகானது.

என் அப்பாவைப் போல, எனக்கும் இயற்கையில் ஈடுபாடு வளரத் தொடங்கியது.

7

"ஏ, புதுமைப் பெண்ணே!"

பெரியப்பா பெரியம்மாவை அடிக்கடி இவ்வாறு கேலியும் செல்லமும் கலந்த தோரணையில் கூப்பிடுவார். எனக்கு பாரதியாரையும் அவருடைய படைப்புகளையும் பற்றி எந்த அளவுக்குத் தெரியுமோ, அந்த அளவுக்குத்தான் (அல்லது அதைவிடவும் குறைவாக) பெரியப்பாவுக்கும் அவரைப் பற்றித் தெரியும். அதாவது புதுமைப் பெண் என்பவள் எப்படியிருப்பாளென்று பாரதி ஏதோ எழுதியிருக்கிறாரென்று தெரியும், அவ்வளவுதான். எங்கோ எப்போதோ கேட்ட ஓரிரண்டு 'பாரதி தின' சொற்பொழிவுகளிலிருந்து கிரகித்துக்கொண்ட இந்தத் தகவலை ஆதாரமாகக்கொண்டு, அவர் புதுமைப் பெண், புதுமைப் பெண் என்று இந்தச் சொற்றொடரைச் சும்மாவாவது பெரியம்மா மீது எறிந்தவாறிருப்பார் – ஏ புதுமைப் பெண்ணே, காப்பியில் சீனி போதவில்லை; புதுமைப் பெண்ணே, என் முதுகிலே கொஞ்சம் ஐயடக்ஸ் தடவிவிடுகிறாயா? புதுமைப் பெண்ணே உன் கையிலே தோலுரிதல் இன்னும் சரியாகலை போலிருக்கே? புதுமைப் பெண்ணே, சாம்பாரிலே கத்திரிக்காய் வெந்தது போறாது போலிருக்கேடி!

இத்தியாதி.

இதெல்லாம் நான் அவர்களைப் பார்க்கப் போகிற சந்தர்ப்பங்களில் என்னுடைய மனோரஞ்சகத்துக்காக

அவர் காட்டுகிற விளையாட்டு. பெரியம்மா பாரதியைக் கண்டாளா, திருவள்ளுவரைக் கண்டாளா! நான் இந்தச் சமயங்களில் தமிழிலக்கிய மேற்கோள்கள், குறியீடுகளைப் பெரியப்பாவுடன் பகிர்ந்துகொள்ளும் ஒரு பெரிய தமிழ்ப் பண்டிதன் போல உணருவேன்.

"புதுமைப் பெண் சமைப்பதைப் பற்றி பாரதி ஏதாவது சொல்லியிருக்கிறாரா?" என்று கேட்பேன்.

"நான் இப்போது பாரதியாரைப் பற்றி எதுவும் சொல்லவில்லையே!" என்பார் பெரியப்பா.

"எனக்கென்னவோ அந்தச் சொற்றொடரைக் கேட்டால் பாரதியார் ஞாபகம்தான் வருகிறது.'

"ஐ கான்ட் ஹெல்ப் இட்" என்பார் பெரியப்பா. "வார்த்தைகளும் அவற்றைச் சார்ந்த அர்த்தங்களும் எந்த ஒருவருடைய ஏகபோக உரிமையுமல்ல. மேலும்..." என்று ஓர் இடைவெளி கொடுத்து விட்டுத் தொடர்ந்து சொல்வார்: "மேலும், பாரதியாரைப் பொறுத்த வரையில் புதுமைப் பெண் ஒரு வெறும் கனவு. எனக்கோ, புதுமைப் பெண் ஒரு ரியாலிடி. அன்லைக் பாரதி, புதுமைப் பெண்ணுடன் படுக்கையிலிருந்து பாத்ரூம் வரையில் எல்லாம் பகிர்ந்துகொண்டு வருகிறவன் நான். ஐ கான் டெல் பாரதி எ திங் ஆர் டூ எபௌட் புதுமைப் பெண்."

இதற்குள் சம்பாஷணையின் போக்கைப் புரிந்துகொண்டு "நீங்கள் ஒரு புதுமைப் பெண்ணுக்குத் தகுதியானவரல்லவென்று எனக்குச் சில சமயங்களில் தோன்றுகிறது" என்பாள் பெரியம்மா.

பெரியப்பா உடனே சளைக்காமல், "எனக்குக்கூட சில சமயங்களில், நீ அப்படியொன்றும் 'புதுமைப் பெண்' அல்லவென்று தோன்றுகிறது என்பார்.

பெரியப்பா, பெரியம்மாவினுடைய இத்தகைய வேடிக்கை பேச்சுகளெல்லாம் நான் என் அறையில் தனியே அமர்ந்திருக்கும் சமயங்களில் எனக்கு நினைவு வந்தவண்ணமிருக்கும். அல்லது தனியே 'உணருகிற சந்தர்ப்பங்களில், அதாவது பிரேமாவுடன் இருக்க

நேர்ந்த சந்தர்ப்பங்களில் அவளுடைய பாவனைகள் என்னை வெறுப்புக் கொள்ளச் செய்த சந்தர்ப்பங்களில். அப்போதெல்லாம் நானும் என் பெரியப்பா பாணியில் நினைத்துக்கொள்வேன் – ஹும்! பெரிய புதுமைப் பெண் வந்துவிட்டாள்!

முன்பே சொன்னதுபோல, அவளுடைய அனாசாரமான பாணிகளும் பாவனைகளும், தன் புத்திசாலித்தனத்தை அடிக்கோடிட்ட வாறே இருக்கும் தன்மையும், அவளுடைய கவர்ச்சியின்மை காரணமாக அவளை யாரும் அசட்டை செய்யாமலிருப்பதற்காக அவள் கையாளும் உபாயங்களென நான் உணர்ந்திருந்தேன். இந்த உணர்வு என்னுடைய கவர்ச்சியான தோற்றத்தையும், அதைச் சார்ந்த சில இயல்பான ஈர்ப்புகளையும் போக்குகளையும் பற்றி என்னைக் குற்ற உணர்ச்சி கொள்ள வைத்தவண்ணமிருந்தது. இதனால் அவளுடன் இருக்கும் சமயங்களில் என்னால் இயல்பாக இருக்க முடியாமல் போயிற்று. சாலையில் அவளுடன் நடந்து செல்லும்போது எதிரே அழகிய தோற்றமோ வடிவமோ கொண்ட யாராவது பெண்கள் வர நேர்ந்து, அவர்கள் பக்கம் என் பார்வை இழுபடும். இதை அவள் உடனே கவனித்து, “நல்ல body இல்லை?” என்பாள். நான் உடனே செயற்கையான அசிரத்தையுடன் சூள் கொட்டிவிட்டு, ஆமாம், ஆனால் உடம்பு இருந்தால் போதுமா என்ன?” என்பேன். “கரெக்ட்” என்று அவள் உரக்க ஆமோதிப்பாள். நான் அவள் மீதுள்ள அனுதாபங் காரணமாகப் பொய் சொன்னது குறித்து என்னையே வெறுத்துக் கொள்வேன். உண்மையில், மாலாவுடன் இருந்தபோதெல்லாம் ‘உடம்பு முக்கியமில்லை’ என்று எவ்வளவுக் கெவ்வளவு எனக்குத் தோன்றியதோ, அவ்வளவுக்கவ்வளவு பிரேமாவுடன் இருக்கும்போதெல்லாம், ‘உடம்புதான் முக்கியம்’ என்று எனக்குத் தோன்றிக்கொண்டிருந்தது.

சினிமாவுக்கோ டிராமாவுக்கோ அவளுடன் போனாலும் இதே கதைதான். கவர்ச்சிகரமான நடிகையர் (அதுவும் கவர்ச்சிகரமான உடைகளில்) தோன்றுகிற கட்டங்களில் நான் மறுபடி ஒரு செயற்கையான அசிரத்தையை அபிநயிக்க வேண்டி வந்தது. எனக்குக் கொஞ்சம் கொழுக்மொழுக்கென்று

இருக்கிற நடிகைகளைத்தான் பிடிக்கும். ஆனால் பிரேமாவோ இத்தகைய நடிகைகளைத்தான் மிக அதிகமாகக் கிண்டல் செய்வாள். அவளை வருந்தச் செய்ய வேண்டாமென்று இந்தக் கிண்டலில் நானும் கலந்துகொள்வேன். ஆனால் எத்தனை தடவைகள்தான் ஒருவன் இப்படி தன்னைத்தானே ஏமாற்றியவாறு இருக்க முடியும்? ஒரு கட்டத்துக்குப் பிறகு, அவளுடன் சினிமாவுக்குப் போக நேரும்போதெல்லாம் திரையில் பெண்களே தோன்றாமலிருக்க வேண்டுமென்று பிரார்த்தித்துக்கொள்ளத் தொடங்கினேன். 'கிரேட் எஸ்கேப்', 'லாரன்ஸ் ஆஃப் அரேபியா', போன்ற நடிகைகளே இல்லாத சினிமாக்களுக்கு மட்டுமே அவளுடன் செல்ல முயன்றேன். ஆனால் இந்தியப் படங்களைப் பொறுத்தவரையில் பெண்களே இல்லாத சினிமாக்கள் அபூர்வமாக இருந்தன. அவள் என்னுடன் பார்க்க விரும்பியதோ இந்தியப் படங்கள்தான். அவள் வார்த்தைகளில், "சேர்ந்து சிரித்துக் கொம்மாளமடிப்பதற்கு." ஆனால் உண்மையில், அவள் அந்த மெலோ ட்ராமாவில் தன் காயங்களை அலம்பிக்கொள்வதற்கு. எனக்கு அவ்வளவு காயங்கள் இல்லாததால் எனக்கு இந்தப் படங்கள் தலைவலியைத்தான் ஏற்படுத்தின. இந்தப் படங்களின் நடிகர்கள்பால் எனக்கு வழக்கமாக ஏற்படுகிற இகழ்ச்சியும் வெறுப்பும் இந்தக் கட்டத்தில் மேலும் அதிகமாயின. எனக்கு நடிப்பதற்கு சான்ஸ் கிடைத்தால் இந்த முட்டாள்களைவிட நன்றாகச் செய்வேன்... சே! இந்த ஜனங்கள் ஏன் மூளைகெட்டுப் போய் இவங்க மூஞ்சியை மறுபடி மறுபடி பார்க்க வருகிறார்கள்? என்கிற ரீதியில் ஏதேதோ எண்ணமிட்டவாறு இருப்பேன். நடிகைகளையாவது பார்த்து ரசிக்கலா மென்றால், ஏற்கெனவே சொன்னதுபோல, அந்த ரசிப்பிலும் முழுமையாக ஈடுபட முடியாத நிலைமை. பிரேமாவைப் போல, சினிமாவைப் பார்த்துக்கொண்டிருக்கும் இதர ரசிகர்களைவிட நான் புத்திசாலி என்ற பெருமையிலும் என்னால் திளைக்க முடியவில்லை. இந்தப் பெருமை எனக்கு முன்பே திகட்டிப் போயிருந்தது. "யாரைவிட யார் புத்திசாலி?" என்று தோன்றத் தொடங்கியிருந்தது. 'மெலோ ட்ராமா'வின் உரத்த தொனிகளும் பாணிகளும் பிடிக்காத நாசூக்கானவர்களாகப்

பாசாங்கு செய்துகொண்டு ஆனால் உண்மையில் எங்கும் எதிலும் 'மெலோட்ராமா'வையே நாடிக் கிளர்ச்சி பெற விரும்பும் பிரேமா, ராமபத்ரன் போன்றவர்களைவிட, 'மெலோ ட்ராமா' என்ற வார்த்தையே தெரியாதவர்களும் இந்த அறியாமையைப் பற்றிக் கவலைப்படாதவர்களும் எவ்வளவோ தேவலை என்று தோன்றத் தொடங்கியிருந்தது.

சுருக்கமாக, மாலாவுடன் சினிமாவுக்குச் சென்ற தருணங்களில் எப்படி நான் திரையில் ஓடும் காட்சிகளைப் பெரும்பாலும் கோட்டை விட்டேனோ, அப்படியேதான் பிரேமாவுடன் சென்ற தருணங்களிலும் கோட்டைவிட்டேன். ஆனால் வெவ்வேறு காரணங்களால்–

இப்படி ஒரு தடவை ஒரு சினிமாவுக்குப் பிரேமாவுடன் சென்ற நான் பாதிப் படத்தில் சலித்துப் போய் சிகரெட் குடிப்பதற்காக வெளியே வந்தேன். நான் சிகரெட்டை வாயில் வைத்துப் பற்ற வைக்கும் சமயத்தில், திடீரென்று "இன்னொரு சிகரெட் இருக்கிறதா?" என்று குரல் கேட்டது. பரிச்சயமான குரலாயிருக்கிறதே, என்று ஆச்சரியத்துடன் திரும்பிப் பார்த்தேன்.

பெரியப்பா!

என் முகத்துக்கு வியப்பும் மகிழ்ச்சியும் ஒளியூட்டுவதை பெரியப்பா திருப்தியுடன் கவனித்து, கடகடவென்று சிரித்தார். "ஸோ, இதுதான் நீ படிக்கிற லட்சணமா?" என்றார்.

நானும் பதிலுக்குச் சிரித்து, அவரிடம் சிகரெட் பாக்கெட்டை நீட்டினேன். "நீங்கள் ஜேம்ஸ் பாண்டாகப் போயிருக்க வேண்டியது" என்றேன்.

"ஏன்?" என்றவாறு அவர் சிகரெட்டைப் பற்ற வைத்துக் கொண்டார்.

"இப்படி எதிர்பாராத தருணங்களில் திடீர் திடீரென்று தோன்றுகிறீர்கள், அல்லவா?"

அவர், தலையை மேலும் கீழுமாக ஆட்டியவாறு "ஆமாம்.. உன் போன்ற கிரிமினல்கள் என் பார்வைக்குத்

தப்பி எதுவும் செய்ய முடியாது... So, what mischief are you up to, now?" என்றார்.

"எதுவுமில்லை."

"தனியாகவா வந்தாய்?"

"இல்லை; கூட ஒரு பெண் இருக்கிறாள்."

"யாரு அந்த... அவ பேரென்ன, போன தடவை உன்கூட வந்தாளே?"

"அவளில்லை. இவள் இன்னொருத்தி."

"பலே! அடிக்கடி மாறிக்கொண்டேயிருக்கும் போலிருக்கிறது."

"ஜஸ்ட் இன்னஸன்ட் ஃப்ளர்ட்டேஷன்ஸ், பெரியப்பா."

"ஐ நோ, ஐ நோ. யூ ஆர் தி மோஸ்ட் இன்னஸன்ட் பாய் இன் தி வோர்ல்ட்."

பிறகு பெரியப்பா, நேற்றைக்குத்தான் தாம் பம்பாயிலிருந்து ஆபீஸ் வேலையாக வந்ததாகவும், இங்கே இன்னும் ஒரு வாரம் இருப்பாரென்றும் கூறினார். கூட பெரியம்மாவும் வந்திருக்கிறாள். வழக்கம்போல அவரை இழுத்துக்கொண்டு சினிமா பார்க்க வந்திருக்கிறாள். "நல்ல சினிமாப் பைத்தியம், உங்க பெரியம்மா. நாளைக்கு வேற எவனோ ஒரு சினிமா டைரக்டரைப் பேட்டி காணப் போகிறார்களாம். அதற்கும் அவர் கூடவரவேண்டுமென்று பிடிவாதம் பிடிக்காமலிருக்க வேண்டும்."

"எந்த சினிமா டைரக்டர்?" என்றேன், ஒரு புதிய ஆர்வத்துடன்.

"அதுதான், இப்ப எவனோ தமிழிலே கொஞ்சம் 'டிஃபரண்ட்டா' எடுக்கிறானாமே... யு.எஸ். ஆரோ, ஆர்.எஸ்.யூவோ ஏதோ ஒரு funny name...."

"வி.எஸ்.வி."

"ஆ, கரெக்ட் வி.எஸ்.வி.... அவனைப் பேட்டி காணப் போகிறாளாம், 'விமன்ஸ் வொர்ல்ட்' பத்திரிகைக்கு இப்போ அவள்தான் சினிமா நிருபர். அந்த ஹோதாவிலே..."

"ஆனால் பெரியம்மாவுக்கு அவ்வளவு தமிழ் தெரியுமா என்ன?" என்றேன் நான் ஆச்சரியத்துடன்.

"இங்கிலீஷ்லேதானே எழுதப் போறா.."

"இல்லை, ஐ மீன், படம் தமிழிலேதானே இருக்கும்."

"எனக்குத் தெரியுமே தமிழ், நன்றாக!" என்று பெரியப்பா கண் சிமிட்டினார். இருவரும் சேர்ந்து விழுந்து சிரித்தோம்..

அடுத்த நாள் பெரியம்மா வி.எஸ்.வியைப் பேட்டி காண்பதற்காகச் செல்லும்போது, பெரியப்பாவைவிடத் தமிழறிவு, சினிமா அறிவு இரண்டும் எனக்கு அதிகமிருப்பதாக அவளுக்குப் பட்டதால் என்னைத் தன்னுடன் அழைத்துச் சென்றாள். நான் மிக முக்கியமானவனாக உணர்ந்தேன். அதே சமயத்தில் இந்த முக்கியத்துவம் குறித்த விசேஷ நெருடல் எதுவும் இன்றி இயல்பாகவும் உணர்ந்தேன். பெரியம்மாவுக்கு எல்லாத் துறைகளிலுமே தான் நவீன அறிவும் புத்திசாலித்தனமும் உள்ளவளில்லையென்று ஒப்புக்கொள்கிற துணிச்சலும் தன்னம்பிக்கையும் இருந்தன. புத்திசாலித்தனம் (அல்லது நவீனத்துவம்) அவளுக்கு எப்போதுமே தேவைப்படுகிற ஓர் ஊன்றுகோலாக இருக்கவில்லை.

"பெரியம்மா, நீங்கள் ஒரு டிபிகல் மாமியாகிக்கொண்டு வருகிறீர்கள்" என்கிற ரீதியில், அதை அவள் வசவாக எடுத்துக்கொள்ள மாட்டா ளென்ற நம்பிக்கையுடன், நான் அவளுடன் பேச முடிந்தது.

"உங்காத்து மாட்டுப் பெண்ணாக வந்து சேர்ந்தேனல்லவா!" என்று பெரியம்மா பதில் சொல்வாள். இருவருமாகச் சேர்ந்து அட்டகாசமாகச் சிரிப்போம்.

பெரியம்மாவுடன் இருக்கும்போது என் சூழலைப் பற்றிச் சிரித்துக் கொண்டு, அதே சமயத்தில் அந்தச் சூழலைப் பற்றி எந்த விதத்திலும் அவமானகரமாக உணராமல் என்னால் இருக்க முடிந்தது.

எனக்கும் சரி, அவளுக்கும் சரி, அந்த சிரிப்பையே ஓர் ஊன்று கோலாகக் கொள்கிற 'காம்ப்ளெக்ஸ்' இல்லை.

வி.எஸ்.வியைப் பார்ப்பதற்காக டாக்ஸியில் செல்லுகையில் பெரியம்மா என்னிடம், முந்தின தினம் சினிமா தியேட்டரில் என்னுடன் அவள் பார்த்திருந்த பிரேமாவைப் பற்றி விசாரித்தாள். நான் பிரேமாவைப் பற்றிய சுருக்கமான தகவல்களைக் கூறினேன். "அவளைக் கல்யாணம் செய்துகொள்ளப் போகிறாயா?" என்று பெரியம்மா கேட்டாள்.

"நான் இன்னும் சம்பாதிக்கவே ஆரம்பிக்கவில்லை. என் அப்பா அத்தனை பணக்காரரும் இல்லை; என்னை எந்தப் பெண் கல்யாணம் செய்து கொள்வாள்?" என்றேன்.

"ஆனாலும் கல்யாணத்தைப் பற்றிய ஏதோ எதிர்பார்ப்புகள் மனதில் இருக்குமல்லவா?"

நான் தோள்களைக் குலுக்கிக்கொண்டேன்.

"ஐ மீன், ஆர் யூ இன் லவ்?"

"எனக்கு வர வர இந்த வார்த்தைக்கு என்ன அர்த்தமென்றே தெரியவில்லை."

பெரியம்மா என்னை அனுதாபத்துடன் பார்த்தாள். "லவ் இஸ் காம்ப்பாடிபிலிடி, டுகெதெர்நெஸ், பீயிங் அக்ஸெப்டட் ஃபார் வாட் யூ ஆர்!"

"லவ் இஸ் ஜஸ்ட் புல் ஷிட்" என்றேன்.

பெரியம்மா மறுபடி என்னை அனுதாபத்துடன் பார்த்தாள். "யூ நோ, பெரியப்பா உன்னை ஏதோ பெரிய காஸனோவா என்று நினைக்கிறார். ஆனால் நான் அதை நம்பவில்லை. ஐ திங்க் யுவர் பிராப்ளம் இஸ், யூ ஆர் நாட் எ காஸனோவா."

எனக்குப் பெரியம்மாவை இறுக அணைத்துக்கொள்ள வேண்டும் போலிருந்தது.

"ஐ திங்க் நீ வேண்டுவது, மிகையான ஜோடனைகளற்ற சாதாரண, பழைய பாணி அன்புதான் என்று... அஃப்கோர்ஸ், இதைப் புரிந்து கொள்கிற அளவு உனக்கு வயசாகவில்லை."

"என்னை எந்தப் பெண்ணும் புரிந்துகொள்வதில்லை, அதுதான் இப்போதைக்கு என் பிரச்சனை."

"ஆனால் அவ்வாறு புரிந்து கொள்ளப்பட, நீ உன்னைத் திறந்து வைத்துக்கொள்ள வேண்டுமல்லவா?"

"என்னைப் புரிந்துகொள்ளாதவர்களிடம் என்னைத் திறந்து காட்டினால் அவமானம்தான் மிஞ்சுகிறது."

"இது ஒரு விஷச் சுழல்."

"யாரும் யாரையும் புரிந்துகொள்ள விரும்புவதில்லை. இப்போதெல்லாம் பிறக்கும்போதே எல்லாரும் புத்திசாலிகளாகப் பிறக்கிறார்கள்."

"நீ கூடத்தான், இல்லை?" என்று பெரியம்மா சிரித்தாள்.

வி.எஸ்.வியின் வீட்டை நாங்கள் அடைந்தபோது அவர் அங்கே இல்லை. சமையல்காரன் போலத் தோன்றிய ஒருவன் காப்பியும் பிஸ்கெட்டும் கொடுத்தான். காத்திருக்கச் சொன்னான்.

எங்களெதிரே சுவரில் ராவின் அம்மாவின் ஒரு பெரிய புகைப்படம் – 'மனைவியும் காதலியும்' படத்தின்போது எடுத்த 'ஷாட்டாக' இருக்கவேண்டும் – மாட்டப்பட்டிருந்தது.

"இவருடைய ஸன் என்னுடைய கிளாஸ்மேட்" என்று நான் பெரியம்மாவிடம் பெருமையுடன் அறிவித்தேன். இத்தகைய ஒரு சந்தர்ப்பத்தில் ராவ் என்னுடைய சிநேகிதன் என்று பெருமையுடன் சொல்லிக்கொள்ளலாம்தானே!

"அப்படியா!" என்றாள் பெரியம்மா. "நீ அவர்கள் வீட்டுக்குப் போயிருக்கிறாயா?"

"நிறைய."

"இவளுடன் பேசியிருக்கிறாயா?" என்று புகைப்படத்தைச் சுட்டிக் காட்டிக் கேட்டாள்.

"ஓ யெஸ்."

"இஸ் ஷீ நைஸ்?"

"வெரி நைஸ்!"

"வி.எஸ்.வியும் அப்படித்தான் நினைக்கிறாரென்று தோன்றுகிறது. இல்லை?"

"ஆமாம்."

"வன்டர் வெதர் தே ஆர் கோயிங் டு மாரி?"

பெரியம்மா, உங்களுக்குக் கல்யாணத்தைத் தவிர வேறு சிந்தனையே கிடையாதா?"

"கல்யாணம் பண்ணிக்கொள்வதில் ஒன்றும் தப்பில்லையே!"

"பண்ணிக்கொள்ளாமலிருப்பதிலும் தப்பில்லையே!"

பெரியம்மா தோள்களைக் குலுக்கிக்கொண்டாள். வாயில் மணி ஒலிக்கும் சத்தம் கேட்டுக் சமையல்காரன் ஓடிப் போனான். சற்று நேரங்கழித்து வி.எஸ்.வி. அறையினுள் வந்தார்.

"ஹலோ! காக்க வைத்ததற்கு மன்னியுங்கள். என்னுடைய புதிய படத்துக்கான பின்னணி இசைத் தடம் பதிவாகிக்கொண்டிருக்கிறது. அதை மேற்பார்வையிட வேண்டியிருக்கிறது. வெல், வாட் வில் யூ ஹாவ்?"

"ஏற்கெனவே நாங்கள் காப்பி சாப்பிட்டாயிற்று.'

"என்னுடன் இன்னொரு தடவை சாப்பிடுங்கள்" என்று வி.எஸ்.வி. சமையல்காரனை அழைத்து மூன்று காப்பி கொண்டுவரச் சொன்னார். "தொடங்கலாமா?" என்றார்.

"உங்களுடைய புதிய படத்தைப் பற்றிச் சொல்லுங்கள்" என்றார் பெரியம்மா.

"அது கவர்ச்சிகரமான தோற்றமுள்ள ஒருவனின் பிரச்சனை பற்றியது. சிறு வயதிலிருந்தே அவனுடைய கவர்ச்சியான தோற்றங்காரணமாகப் பலர் அவன்பால் ஈர்க்கப்பட்டு வந்திருக்கிறார்கள். அதே காரணத்தினால் வேறு பலர் அவனை வெறுத்தும் வந்திருக்கிறார்கள். ஆனால் அவன்பால் கொள்ளும் இந்தப் பரிவு அல்லது வெறுப்புக்கு அவர்கள் தத்தம் ஈகோவைத் திருப்திப்படுத்திக்கொள்ளும் வகையில் வெவ்வேறு சமாதானங்களைக் கூறியும் வந்திருக்கிறார்கள். ஒரு கட்டத்தில் இது அவனால் மேலும் தாளமுடியாத ஒன்றாகி விடுகிறது. கடைசியில்,

வெவ்வேறு மனிதர்கள் வெவ்வேறு உருவகங்களின் ஒரு கவர்ச்சியான குறியீடுதானா நாம் என்று அவன் ஆயாசம் கொள்கிறான். பின் நான் உண்மையில் யார்? ஸோ, ஒரு நாள் அவன் தன் முகத்தை வேண்டுமென்றே குரூரப்படுத்திக் கொள்கிறான். இப்போது என்ன ஆகிறதென்றால், வெவ்வேறு மனிதர்களின் அனுதாபத்துக்குரிய ஒரு பாத்திரமாக அவன் ஆகிறான். அவனுடைய தோழமை ஒவ்வொருவருக்கும் அவரவருடைய மனிதாபிமானத்தின் உரைகல்லாய்ப் போகிறது. குரூபியான பிறகும் கடைசியில் போலியான உறவுகளே அவனுக்கு வாய்க்கின்றன. அவன் கடைசியில் தற்கொலை செய்துகொள்கிறான்."

"இட் இஸ் வெரி இன்டரஸ்டிங். அப்படியானால் மனித உறவுகள் யாவுமே போலியான அடிப்படைகளைச் சார்ந்தவை என்று நீங்கள் கூற வருகிறீர்களா?"

"லுக், வாழ்க்கையைப் பற்றிய இறுதியான உண்மைகளை உதிர்க்கும் ஒரு oracle அல்ல நான். I just shuffle some possibilities and deal. உங்கள் அனுபவங்களைப் பொறுத்து அது உங்களில் சில எதிரொலிகளை உருவாக்கலாம், அல்லது உருவாக்காமலும் போகலாம்."

வி.எஸ்.வி. இப்படியே மிக கவனமாக அகப்பட்டுக் கொள்ளாமல், விட்டுக் கொடுக்காமல், பதில் கூறியவண்ணமிருந்தார். ஆனால் கடைசியில் ராமபத்ரன் அவரைப் பற்றி எழுதியுள்ள விமரிசனங்களைப் பற்றிக் கேள்வி கேட்கப்பட்டவுடன் (நான் இதைப் பற்றி முந்தின நாள் பெரியம்மாவுக்கு நன்றாகப் போதித்து வைத்திருந்தேன்) அவருடைய நிதானம் சற்றே ஆட்டம் கண்டது.

"ராமபத்ரன் ஒரு ஸைகலாஜிகல் கேஸ்."

"அப்படியென்றால்?"

"நத்திங் ப்ளீஸ். அதை நீங்கள் ரிப்போர்ட் செய்ய வேண்டாம். நான் இதைப் பற்றி எதுவும் சொல்ல விரும்பவில்லை."

சில நிமிடங்கள் சங்கடமான மௌனம் நிலவியது. சரி கிளம்ப வேண்டியதுதான் போலிருக்கிற என்று நான்

நினைத்த சமயத்தில் வி.எஸ்.வி. திடீரென்று மறுபடி பேசினார்:

"சரி, ஆல் ரைட். அதைப் பற்றியும்தான் நான் வாயை மூடிக் கொண்டிருப்பானேன்? அதைப் பற்றியும் சொல்கிறேன். விமரிசனம் என்பது சிலருக்கு ஒரு வியாதி, சிலருக்கு ஒரு fad... ஒரு ஈகோ டிரிப். யூ நோ, கலைஞனைவிடத் தங்களை எப்போதும் புத்திசாலிகளாக நிரூபித்துக்கொள்ள முயலும் சாகஸம். பாவம், யார் யாருக்கோ எந்தெந்தவிதமான ஊன்றுகோல்களோ தேவைப்படுகின்றன. 'ஒரு குடும்பத்தின் கதை'யை விமரிசித்த ராமபத்ரன் தம்மைப் பற்றிய மிகையான பாவனைகளற்ற நார்மல் மனிதர், தன் சூழலின் சில பிரதிபலிப்புகளைத் திரையில் கண்டவுடன் அதைப் பாராட்டுகிற தெளிவும் நேர்மையும் அவருக்கு அப்போது இருந்தது. ஆனால் இன்று ராமபத்ரன் தன்னைப் பற்றிய சில மிகையான, செயற்கையான பாவனைகளுக்கு முழுவதும் பலியாகியிருப்பவர். He is no longer able to relate himself to the ordinary every day experiences around him in a frank manner. அவருடைய விமரிசனங்கள் எல்லாமே வெறும் போலி.

அடடே, கடைசியில் வி.எஸ்.வியும் சிலரிடம் அன்பு செலுத்தும், சிலரை வெறுக்கும் ஒரு சாதாரண மனிதர்தான். நாங்கள் அவருக்கும், அவருக்கு நாங்களும் சலித்துப் போனோம், விடை பெற்றுக்கொண்டோம்.

நாங்கள் வீதிக்கு வந்தபோது மிஸஸ் ராவும் காரில் வந்து இறங்கினாள். "இவள்தான்" என்றேன் நான் பெரியம்மாவிடம்.

8

பெரியப்பாவும் பெரியம்மாவும் வந்துவிட்டுப் போய் ஒரு மாதம் ஆகியிருக்கும்; ஒரு நாள் மாலை மூர்த்தி திடீரென்று கையில் இரண்டு இன்விடேஷன் கார்டுகளுடன் என் அறைக்கு வந்தான். ஒரு கார்டை என்னிடம் காண்பித்து, எனக்கு அவனுடன் அந்த நிகழ்ச்சிக்கு விருப்பமிருந்தால் உடனே கிளம்புமாறு கூறினான். அன்று மாலை வி.எஸ்.வியின் புதிய படத்தின் 'ரஷ் பிரிண்ட்' ஒன்றை, ஸ்டூடியோவில், பொறுக்கியெடுத்த சில பத்திரிகையாளர்கள், பட விநியோகஸ்தர்கள், நண்பர்கள் ஆகியோருக்காகப் போட்டுக் காட்ட ஏற்பாடாகியிருந்தது. அந்த நிகழ்ச்சிக்கான இன்விடேஷன்களே அவை.

"ராவைக் கூட்டிக்கொண்டு போகவில்லையா?" என்ற கேள்வி என் நாக்கு நுனி வரையில் வந்துவிட்டது. "அட லூஸே! என்று என்னை நானே வைதுகொண்டு, அவசரமாக அந்தக் கேள்வியை வாய்க்குள்ளே நசுக்கி விழுங்கிவிட்டேன். இந்த அழைப்பு ராவுக் கெதிரான ஓட்டுதான் என்பது பிரத்தியட்சமாகத் தெரியும்போது, இதைப் பற்றி அவனிடம் என்ன விசாரிப்பு வேண்டிக் கிடக்கிறது? நான் மூர்த்தியை இறுகத் தழுவிக்கொண்டு, "நீதான் என்னுடைய சிறந்த நண்பன்" என்றேன். அறையில் எங்கேயோ பதுக்கி வைத்திருந்த Benson & Hedges சிகரெட் பாக்கெட்டிலிருந்து அவனுக்கு ஒரு சிகரெட் அளித்து, நானும் ஒன்று பற்ற வைத்துக்கொண்டேன். நகரத்தின் மிக முக்கியமான இரண்டு

புள்ளிகளாக உணர்ந்தவாறு இருவரும் ஸ்டூடியோவுக்குக் கிளம்பினோம்.

மூர்த்தி போகிற வழியெல்லாம் ராவைத் திட்டிக்கொண்டே வந்தான். ராவின் நன்மதிப்பைப் பெறுவதற்காக இவன் அவனிடம் 'முத்த நிகழ்ச்சி'யைப் பற்றி வத்தி வைக்கப்போக, பலன் விபரீதமாகியிருக்க வேண்டுமென்று ஊகிக்க எனக்கு அதிக நேரமாகவில்லை. அந்த நிகழ்ச்சியைத் தன்னுடைய ஆண்மைக்கு நேர்ந்துள்ள ஒரு அவமதிப்பாக எண்ணுகிறவன் ராவ். மூர்த்தி அந்த அவமதிப்பின் ஒரு சாட்சியாக இருந்தவன். கண்ணில் படுகிறபோதெல்லாம் தவிர்க்க முடியாதவாறு அந்த அவமதிப்பை நினைவூட்டியவாறு இருப்பவன். எனவே மூர்த்தியின் முகத்தில் விழிப்பதையே ராவ் நிறுத்தியிருந்தால் அதில் ஆச்சரியப்பட என்ன இருக்கிறது? இதைப் பற்றி யோசிக்க யோசிக்க, எனக்கு என்னைப் பற்றி அலாதியான தன்னிறைவும் கர்வமும் ஏற்பட்டது. ராவை மண்ணைக் கவ்வச் செய்துவிட்டோம் என்ற கர்வம். அவனுடைய பணத்திமிருக்காக அவனைத் தண்டித்து விட்ட திருப்தி. அவன் ஒரு பணக்காரனாயிருப்பதால் மட்டுமே பிரேமாவைப் போன்றவர்கள் அவனுக்காக 'நோன்பு' இருப்பார்களென்று மனப்பால் குடித்தானல்லவா? இப்போது தெரிந்து கொள்ளட்டும், பெண்கள் உலகத்தில் உண்மையில் செலாவணியாகிற பண்டம் எதுவென்று! இப்போது தெரிந்துகொள்ளட்டும், ராம்சேஷ் வெறும் கதாநாயகனின் நண்பனல்லவென்று. அப்படி இருக்க வேண்டிய அவசியம் அவனுக்கு இல்லையென்று!

பிரேமாவின் காதலனாக இருப்பது எனக்கு ருசிக்கவில்லையென்றாலும், அவளுடைய காதலனாக என்னைச் சிலர் நினைத்துக் கொ:ண்டு, அதன் மூலம் என் இன்டலெக்சுவல் பிம்பத்துக்குக் கிடைத்த ஒத்தடம் சில சமயங்களில் வேண்டித்தான் இருந்தது! எப்படி என் பெரியம்மா எனக்கு அணிவித்த (ஒரு பெண்ணின் நிஜமான) 'நேசத்துக்காக ஏங்குகிற' சிலுவை எனக்கு வேண்டியிருந்ததோ, அதேபோல.

ஒரு இடத்தில் நேசம் கிடைப்பதாக நினைத்துக்கொள்வதும், இன்னொரு இடத்தில் இது கிடைக்கவில்லையென்று

நினைத்துக் கொள்வதும், இரண்டுமே அவரவருடைய மனமயக்கங்கள்தாமோ, என்றும் ஒரு சமயம் தோன்றியது.

'நம்பினால் சாமி நம்பாவிட்டால் கல்லு' என்று என் பாட்டி சொல்வாளே, அதுபோல.

பெரியப்பாவுக்கு பெரியம்மாதான் சாமி.

அவளிடமிருந்து கிடைப்பதுதான் நேசம், காதல் எல்லாம்.

நம்பினவர்களுக்குத்தான் கிடைக்கும்.

ஆனால் நான் யாரையும் நம்ப முடியவில்லையே, என்ன செய்ய!

எனக்கு யாரு சாமியோ, தெரியவில்லை!

தெரியாத வரைக்கும் சாமி இல்லை, சாமி இல்லையென்றுதான் மனது ஆங்காரமாகக் கூச்சலிடுகிறது.

நேசம் இல்லை. காதல் இல்லை. எல்லாம் மாயை.

காதல் மாயை.

காதலென்ன, மனித உறவுகள் யாவுமே மாயைதான், என்றது வி.எஸ்.வியின் புதிய படம்.

அந்தப் படம் என்னை ஒரு உலுக்கி உலுக்கிவிட்டது.

உறவுகள் வெறும் பிம்ப வேட்டைகளே தவிர வேறில்லை என்று அவருடைய படம் சொல்லாமல் சொல்லிற்று – அவரவருக்குச் சாதகமான பிரதிபிம்பங்களுக்கான வேட்டை.

நம்மைப் பற்றிச் சரியாகவோ தவறாகவோ நாம் உருவாக்கிக் கொள்ள ஓர் உருவத்தை ருசுப்படுத்தும், கவர்ச்சிகரமானதாக்கிக் காட்டும் ஒரு கண்ணாடிக்கான தேடல்.

நிஜத்துக்கான தேடல் அல்ல, பெரும்பாலும் பொய்க்கான தேடல்.

சுய பிரதிபலிப்புக்களைத் தவிர்க்கிற ஓர் உறவு சாத்தியந்தானா என்று அவருடைய படம் ஒரு பக்கம்

கேட்பதாகத் தோன்றியது: மறுபக்கம், அவ்வாறு தவிர்ப்பது அவசியத்தானா என்று கேட்பதாகவும் தோன்றியது.

பிறரிடையே நாம் பெறுகிற நம் பிரதிபிம்பங்கள் சரியானதாகவோ தவறானதாகவோ, திருப்திகரமானதாகவோ அதிருப்திகரமானதாகவோ இருக்கலாம். எப்படியிருந்தாலும் இந்தப் பிரதிபிம்பங்களை நாம் அழித்துவிட முடியுமா என்ன?

தவறான பிரதிபிம்பங்களில் மோசம் போகாமலிருக்க அந்தப் பிரதிபிம்பங்களிலிருந்தே ஓடி ஒளிவதுதானா ஒரே வழி?

அதாவது மனிதர்களிடமிருந்தே?

முகத்தை மாற்றிக்கொண்ட பிறகும்கூட வி.எஸ்.வியின் கதாநாயகனால் இந்தப் பிரதிபிம்பங்கள் விளைவிக்கும் குழப்பத்திலிருந்து விடுபட முடியாமல் போகிறது.

படம் முடிந்த பிறகு பார்க்க வந்திருந்தவர்களில் பலர் உடனடியாகக் கலைந்து செல்லாமல் அங்கேயே, ஸ்டூடியோ தியேட்டரை அடுத்திருந்த புல்வெளியில், சிறு சிறு குழுக்களாக நின்று பேசிக் கொண்டிருந்தார்கள்.

ஓரிடத்தில் வி.எஸ்.வியும் ராவின் அம்மாவும், எனக்குத் தெரியாத இன்னும் இருவரும் நின்றுகொண்டிருப்பதைப் பார்த்தேன். நாங்கள் தவிர்க்கமுடியாமல், அவர்கள் இருந்த திசையில் நடக்கத் தொடங்கினோம். அவர்களுக்குப் பத்தடி தூரத்தில் போய் நின்று கொண்டு, ‘பட்டிக்காட்டான் யானை பார்த்தது போல’ அவர்கள் பேச்சு, பாவனைகளை ஆச்சரியத்துடன் பார்த்துக்கொண்டிருந்தோம்.

வி.எஸ்.வி. ராவின் அம்மாவிடமும், ராவின் அம்மா வி.எஸ்.வியிடமும் யாசித்ததும் பெற்றதும் எத்தகைய பிரதி பிம்பங்களை? இருவருமே வசீகரமான தோற்றமுள்ளவர்கள். அந்த வசீகரத்தின் பரஸ்பர அங்கீகரிப்புதானா, அவர்களை ஒட்ட வைக்கும் பிசின்?

ஆனால் நானும் வசீகரமான தோற்றமுள்ளவன்தானே! மாலாவின் வசீகரத்துடன் ஓர் இணைப்பை உருவாக்கிக்கொள்ள என்னால் ஏன் முடியாமல் போயிற்று?

மாறாக, என் வசீகரத் தோற்றம் அவளுக்கு எரிச்சல் மூட்டி, என்னைப் பழி வாங்கும் ஓர் வெறியை அவளுக்கு ஊட்டியது போலல்லவா இருந்தது?

நம்மிடம் உள்ள ஒரு பிளஸ் பாயிண்ட் மற்றவரிடமும் இருந்து விடும்போது, இருவருக்குமே அது ஒரு பிளஸ் பாயிண்ட்டாக இல்லாமல் போவதால் ஏற்படுகிற எரிச்சல்.

அப்படியானால், வி.எஸ்.வியும் ராவின் அம்மாவும் ஒருவரையொருவர் பழிவாங்கத் தருணம் பார்த்துக்கொண்டிருப்பவர்கள்தானா? தம் கவர்ச்சிகரமான தோற்றங்களைச் சார்ந்த பிரதிபலிப்புகள் பற்றிய ஒரு பொதுவான பரிசோதனையின் பங்குதாரர்கள்தாமா?

ராவின் அம்மாவின் மூலம் வி.எஸ்.வி. ஒரு பாதுகாப்புணர்வையும், வி.எஸ்.வி. மூலம் ராவின் அம்மா ஒரு புதிய கலையுலக ஹோதாவையும் அனுபவித்து வருவதால் இருவருமே ஒருவர்பால் ஒருவர் நன்றி பாராட்டக் கடமைப்பட்டவர்கள் என்பதும் உண்மைதான்.

எனவே, பரஸ்பர அனுகூலங்களும் நன்றி பாராட்டுதல்களும் தான் நேசத்தின் (ஆண் – பெண் நேசம் உட்பட) அடிப்படைகளென்று பொருளா?

இத்தகைய கொடுக்கல் – வாங்கலைத்தான் எதிரெதிர் இயல்புகளின் இலட்சிய சங்கமமாக ப்ரொபசர் குறிப்பிட்டாரா?

நானும் மூர்த்தியும், வெகு நேரம் 'யானை பார்த்தவாறு' நின்று கொண்டேயிருந்தோம்.

திடீரென்று மூர்த்தி நான் சிறிதும் எதிர்பாராத ஒரு காரியத்தைச் செய்தான். அவர்களுடைய பேச்சில் ஒரு இடைவெளி ஏற்பட்ட போது, வி.எஸ்.வியை நோக்கி வேகமாகச் சென்று அவர் கையைப் பிடித்துக் குலுக்கினான். "படம் ரொம்ப நன்றாயிருந்தது, ஸார். என் பாராட்டுகள்" என்றான். அவன் கூடவே சென்ற எனக்கு ஒரே ஆச்சரியம்; இந்த மூர்த்திக்கு என்ன ஆகிவிட்டது?

ராமபத்ரனுக்குத் தெரிய வந்தால் அவனை நன்றாகக் கோபித்துக் கொள்ளப் போகிறார் என்று நினைத்தேன்.

ஒருவேளை, அவன் இதுவரை ஆழமாக ஆய்ந்து பார்க்காத பிரதிபலிப்புகள் பற்றி, சீச்சீ, இந்தப் பழம் புளிக்கும், என்ற ரீதியில் ஆறுதல் பெற அந்தப் படம் உதவியிருக்கலாம்.

ஒரு வேளை, அழகும் ஒரு சாபக்கேடுதான் என அந்தப் படம் அவனுக்குக் கூறி, நல்ல வேளையாகத் தான் கண் கூசவைக்கும் அழகனல்லவென்று ஆறுதலும் தெம்பும் பெற உதவியிருக்கலாம். வி.எஸ்.வி தலையை இலேசாகச் சரித்து, அவனுடைய பாராட்டை ஏற்றுக்கொண்டார்.

மிஸஸ். ராவ் என்னை அடையாளம் கண்டுகொண்டு, ஒரு புன்னகையை வீசினாள். "ஹவ் ஆர் யூ?" என்றாள். "ஃபைன்" என்றேன்.

"உனக்குப் படம் பிடித்திருந்ததா?"

"ஃபன்டாஸ்டிக். ஆனால் முடிவு மட்டும் எனக்குப் பிடிக்கவில்லை."

"அதாவது தற்கொலை, அல்லவா?"

"ஆமாம்... அதை என்னால் ஏற்றுக்கொள்ள முடியவில்லை."

'அது ஸிம்பாலிக்கானது' என்று எங்கள் பேச்சைக் கேட்டுக் கொண்டிருந்த வி.எஸ்.வி. குறுக்கிட்டார். அவரும் என்னை அடையாளம் கண்டுகொண்டிருந்தார்.

மூர்த்தி அதுவரை அந்த முடிவை வேறெப்படிப் புரிந்து கொண்டிருந்தானோ, ஆனால் அவர் அப்படிச் சொன்னதும். அப்படித்தான் அவனும் ஏற்கெனவே புரிந்துகொண்டது போலவும், ஆனால் 'இவர்களைப் போன்றவர்களுக்கு இது கொஞ்சம் கடினந்தான்' என்பது போலவும், புத்திசாலித்தனமாகத் தலையை ஆட்டினான்.

"ஈகோவின் மரணத்தையே அது குறிக்கிறது" என்று வி.எஸ்.வி. தொடர்ந்தார். "ஈகோவை அழித்துக்கொள்வதன்

மூலம்தான் தூய, ஆரோக்கியமான உறவுகளை நிர்மாணிக் முடியும்."

"இஸ் இட் ப்ராக்டிகல் – ஈகோவை அழித்துக் கொள்வதென்பது..."

"ஐ திங்க் ஸோ!"

"ஆனால், ஈகோ அழியும்போது உறவுகளுக்கான தேவையும் துடிப்பும்கூட அழிந்துவிடுமல்லவா?" என்றான் மூர்த்தி.

"யூ ஆர் ரைட் – தாட்ஸ் வெரி குட்" என்றார் வி.எஸ்.வி. "ஆனால் பெர்ஃபெக்ட்வாகுவம் என்று ஒன்று இல்லாதது போலவே, முழுமையாக ஈகோவே இல்லாத ஒரு நிலை என்பது கிடையாது – குறைந்த பட்சம், நம்மைப் போன்றவர்களுக்கு, ஈகோவின் மரணம் என்று சொல்வது 'ரிலேடிவ்'வானது. ஈகோவின் ராட்சஸப் பிடியிலிருந்து விடுபடுவதையே அவ்வாறு சூசுகமாகக் குறிப்பிட்டேன். இன் ஃபாக்ட், படத்தில் வருகிற காரெக்டர் தன் ஈகோவை முழுமையாகக் களைந்தெறிவதால் அவனுக்குச் சமூகம் விதிக்கிற தண்டனை அவனுடைய மரணம், என்று கொள்ள வேண்டும். பிறரும் அவனளவு பக்குவத்தை அடையாததால் அவர்களுடைய ஈகோக்கள் அவனை ஆழமாக வடுப்படுத்தி, இறுதியில் கொன்றேவிடுகின்றன. மீண்டும் ஸிம்பாலிக்காக... அவனுடைய உள்ளுணர்வின் பக்குவத்தை, பிறர் மேல் தன்னைத் திணிக்காத பரிவை, பிறருடன் பகிர்ந்துகொள்ளும் முயற்சியில் அவன் தோற்றுப் போகிறான், தூக்கியெறியப்படுகிறான் என்ற அர்த்தத்தில் அவன் இறக்கிறான். இது ஒரு paradox." இந்த இடத்தில் வி.எஸ்.வி. சற்றுச் சிரித்தார். பிறகு சொன்னார்: "சொற்களைவிட வெறும் பிம்பங்களே தூய்மையானவை, இல்லையா? அதனால்தான் சினிமாவை எனக்குப் பிடிக்கிறது."

நாங்கள் ஹாஸ்டலுக்கு திரும்பும் வழியெல்லாம். வி.எஸ்.வியின் கருத்துகளைவிடவும், அத்தனை பெரிய டைரக்டராக இருந்ததும் அவர் மிக சகஜமாக எங்களுடன்

உரையாடிய அன்பையும் பணிவையும் பற்றித்தான் அதிகம் பேசிக்கொண்டோம். அவருடைய அத்தகைய பிம்பம்தான் 'சிறந்த ரசிகர்கள்' என்ற எங்கள் ஈகோவுக்கு ஆறுதலளித் தது போலும்! "எங்க பெரியம்மாவுடன், அன்றைக்குப் போயிருந்ததால், நானும் ஒரு சினிமாக் கிரிடிக் என்று அவர் நினைச்சிருப்பார் போலிருக்குடா!" என்று, அவருடைய அன்பும் பணிவும் ஏதோ ஒரு உள்நோக்கம் கொண்டவையாயிருக்கலாம், சாதுரியமான வேஷங்களாயிருக்கலாம் என்ற சந்தேகத்தை நான் எழுப்பினேன்.

ஆனால் இரண்டு நாள் கழித்துப் பிரேமாவைச் சந்தித்தபோது, என் நிச்சயம் கரைந்து வி.எஸ்.வியின் கருத்துகளும், அவற்றைச் சார்ந்த பல சந்தேகங்களும் என் உள்ளுணர்வில் குடையத் தொடங்கின.

'இவளைப் போன்ற ஒருத்திதான் எனக்கு ஏற்றவளோ? நான் ஒருவேளை உண்மையைச் சந்திக்க மறுத்து ஓடிக் கொண்டிருக்கிறேனோ?' என்பது போன்ற சந்தேகங்கள்.

என்னுடைய எத்தகைய பிரதிபிம்பத்தை – ஒரு வேளை மிகத் தவறான ஒரு பிரதிபிம்பத்தை – நான் தேடிக்கொண்டிருக்கிறேன்? இந்தத் தேடல் என்னை எங்கே கொண்டுவிடப் போகிறது?

அமெரிக்கன் லைப்ரரியில் திருப்பிக் கொடுக்க வேண்டியிருந்த சில புத்தகங்களுடன் கிளம்பியவன், காலேஜ் வாசலில் பிரேமாவின் பார்வையில் இடறி நின்றேன். எங்கே என்றாள். சொன்னேன். உடனே தானும் வருவதாக அவளும் என்னுடன் ஒட்டிக்கொண்டாள்.

லைப்ரரியில் சுமார் இரண்டு மணி நேரம் கழித்த பிறகு. அருகிலிருந்த ஐஸ்கிரீம் பார்லரில் ஆளுக்கு ஒரு 'ஸாஃப்ட்டி' வாங்கிக் கொண்டு, அதைத் தின்றவாறே நடந்தோம். சாலையின் முனையில் இருந்த பார்க்கில் போய் உட்கார்ந்தோம். பிரேமா ஏதோ 'போர்' அடித்தவாறே இருந்தாள். நான் வழக்கம்போல சுற்றிலும் இருந்த இயற்கைக் காட்சிகளை ரசிக்கலானேன்.

ஓர் அழகிய வண்ணத்துப்பூச்சி பறந்து வந்து என் காலருகில் உட்கார்ந்தது. நான் அதைப் பிடிக்க யத்தனிக்கையில் சட்டென்று பறந்து போயிற்று. சற்றுத் தள்ளியிருந்த ஒரு செடியில் போய் உட்கார்ந்தது. "எக்ஸ்க்யூஸ் மீ!" என்று பிரேமாவிடம் சொல்லிவிட்டு, நான் எழுந்து மறுபடி அதைப் பிடிக்க முயல்வதற்காக அந்தச் செடியருகே சென்றேன். மறுபடி அது எனக்கு டிமிக்கி கொடுத்துச் சென்றது. அதோ, அதோ, அதோ...

அப்போதுதான் பக்கத்திலிருந்த ஒரு மரத்தடியில் யாரோ படுத்திருப்பதைப் பார்த்தேன். எனக்கு அந்த ஆள் மீது பொறாமையாயிருந்தது. "சே! இவனல்லவா புத்திசாலி!" என்று நினைத்தேன். குபீரென்று என் 'சாமியார் பிம்பம்' என்னை ஆட்கொண்டது. 'சே! நானும் இனிமேல் பொழுதுபோகவில்லையானால் பார்க்குக்கு வந்து பேசாமல் ஒரு மரத்தடியில் படுத்துவிட வேண்டும். போதும் இந்தப் பெண் ஜன்மங்களின் சகவாசம் என்று நினைத்தேன்.

அந்த ஆசாமியின் முகத்தைப் பார்க்கலாமென்று அருகே சென்றேன். அதே சமயத்தில் அந்த ஆசாமியும் என் பக்கமாகத் திரும்பிப் படுத்தான்.

என் அப்பா!

9

எனக்கு என்ன பேசுவதென்று தெரியவில்லை. ஏதாவது பேசுவது உசிதமாயிருக்குமாவென்றும் தெரியவில்லை. ஒருவிதக் குழப்பத்துடன் அவரையே பார்த்துக்கொண்டு நின்றேன். அதற்குள், என் அப்பா என்னைப் பார்த்துச் சிரித்தவாறே எழுந்து உட்கார்ந்தார். "உட்காரேன்" என்றார். உட்கார்ந்தேன். சில நிமிடங்கள் மௌனம். பிறகு, "இன்னிக்கு நல்ல வெய்யில்" என்று அவரே மறுபடி பேசினார்.

"ஆமாம்" என்றேன்.

"நீ எங்கே இவ்வளவு தூரம்?"

"லைப்ரரிக்கு வந்தேன்."

"யு.எஸ்.ஐ.எஸ்ஸா?"

"ஆமாம்."

"காலேஜ் இல்லையா இன்னிக்கு?"

"காலையிலே மூணு தியரி பீரியட்ஸ் மட்டும் இருந்தது. அதை அட்டெண்ட் பண்ணிட்டு வரேன்."

"ஓ!"

சரசரவென்று உலர்ந்த இலைகள் மேல் ஒரு அணில் ஓடி வந்தது. அப்பாவின் கவனம் அங்கே சென்றது. அணில் அங்குமிங்குமாக ஓடி, நின்று, ஓடி, மீண்டும் மரத்தின் மேல் ஏறி மறைவது வரை அதையே பார்த்துக்கொண்டிருந்தார்.

பிறகு ஒரு பெருமூச்சுடன் என்னைப் பார்த்தார். "என்ன கவலையில்லாத வாழ்க்கை!" என்றார்.

"ஆமாம்" என்றேன்.

'ஹூம்!' என்று அப்பா மறுபடி பெருமூச்சுவிட்டார்.

"நீ எப்படி இங்கே வந்தாய்?" என்றேன்.

"ஆஃபீஸிலே போர் அடிச்சுது. இந்தப் பக்கம் என் ஃபிரண்டு ஒருத்தன் வேலை செய்யறான், அவனைப் பார்க்கலாம்னு கிளம்பி வந்தேன். வந்தப்புறம்தான் தெரிஞ்சுது, அவன் எங்கேயோ டூர் போயிருக்கிற விஷயம். சரி, இந்தப் பார்க்கிலே கொஞ்ச நாழி உட்கார்ந்திருப்போம்னு உட்கார்ந்தேன்."

அவர் இப்படிச் சொன்னவுடன் எனக்குச் சட்டென்று ஒரு விஷயம் ஞாபகத்துக்கு வந்தது. சில நாட்களுக்கு முன் மூர்த்தி என்னிடம் சொன்ன ஒரு விஷயம்: என் அப்பாவை வேறு ஏதோ பார்க்கில் பார்த்ததாக அவன் பேச்சோடு பேச்சாக அன்று சொல்லியிருந்தான். அப்போது அதைப் பற்றி நான் அதிகம் யோசிக்கவில்லை. ஆனால் இப்போது யோசிக்கத் தொடங்கினேன் – இவர் என்ன, அடிக்கடி வெவ்வேறு பார்க்குகளில் போய் உட்காரத் தொடங்கியிருக்கிறாரா? சட்டென்று இன்னொரு விஷயமும் நினைவில் நெருடியது. சென்ற ஆறேழு மாதங்களாக அவர் ஹாஸ்டல் பக்கமே வரவில்லையென்கிற விஷயம். முன்பெல்லாம் அடிக்கடி வருவாரே!

ஹாஸ்டலுக்கு வருவதற்குப் பதிலாகத்தான் இப்போது பார்க்குகளுக்குப் போய் உட்காருகிறாரா? எது அவரை முன்பு ஹாஸ்டலுக்கு அடிக்கடி வரச் செய்தது, இப்போது பார்க்குகளை நாடிச் செல்ல வைக்கிறது?

அவருக்கு என்ன ஆகிக்கொண்டிருக்கிறதென்று எனக்குப் புரியவில்லை. ஏதேதோ எண்ணிப் பயந்தேன். சே, அசட்டுத்தனமாக எதையாவது நினைத்துப் பயந்துகொள்ளக் கூடாதென்றும் நினைத்தேன்.

இதற்குள் பிரேமா என்னைத் தேடி அங்கே வந்தாள். நான் அவசரமாக அவளுக்கு என் அப்பாவையும், என்

அப்பாவுக்கு அவளையும் அறிமுகம் செய்து வைத்தேன். அவளுக்கும் லைப்ரரிக்கு வர வேண்டியிருந்ததால், இரண்டு பேருமாகச் சேர்ந்து வந்ததாக என் அப்பாவிடமும் விளக்கினேன். அப்பா, 'எதற்கு இந்த விளக்கம்?' என்பது போல என்னை ஒரு பார்வை பார்த்துவிட்டு, பிரேமாவைப் பார்த்து ஒரு புன்னகையை வீசி, "உட்காரும்மா" என்றார்.

அவள் உட்கார்ந்தாள்.

"நீயும் ஹாஸ்டலிலேதான் இருக்கியா?" என்றார் அப்பா.

"ஆமாம்" என்றாள் பிரேமா.

"லேடீஸுக்குத் தனியா ஹாஸ்டல் இருக்கு" என்று இன்னொரு அனாவசிய விளக்கம் என் வாயிலிருந்து நழுவி விழுந்தது.

"தெரியும்டா" என்றார் அப்பா. "எனக்கு அவ்வளவுகூடத் தெரியாதுன்னு நினைச்சியா?"

எனக்கு ஒரே சங்கடமாகப் போயிற்று. பிரேமாவின் முகத்தில் எக்களிப்புப் பரவ, என் முகத்தில் அசடு வழிந்தது.

பிரேமா என் அப்பாவின் கேள்விகளுக்கெல்லாம் 'சமர்த்தாக'ப் பதிலளித்தாள். அவளுக்குத் தெரியும், எங்கே துடுக்குத்தனம் பலிக்கும். எங்கே சமர்த்துத்தனம் பலிக்கும் என்று. அவளுடைய சமர்த்தினால் என் அப்பா தன்னம்பிக்கையும் உற்சாகமும் பெற்று, தொடர்ந்து அவள் மீது கேள்விகளை வீசினார். ஒரு கட்டத்துக்குப் பிறகு அது அவர் மட்டுமே பேசிக்கொண்டு போகிற 'தன்னுரையாக' மாறிப் போயிற்று : என்ன பண்ணப் போகிறாள் அவள், படிப்பு முடிந்ததும்? ரிஸர்ச் பண்ண போகிறாளா, குட், குட். அதற்கப்புறம் வேலைக்குப் போகப் போகிறாளா, வெரி வெரி குட். கல்யாணம்? பண்ணிக் கொள்ளப் போவதில்லையா? பேஷ்! புத்திசாலித்தனமான முடிவு. அவளுடைய சகோதர சகோதரிகளும் யாரும் இன்னும் பண்ணிக் கொள்ளவில்லையா? சபாஷ். வெரி இன்டலிஜெண்ட் ஃபாமிலி. வாழ்க்கையை உண்மையாக அனுபவிக்க விரும்புகிறவர்கள் கல்யாணம் செய்து கொள்ளக்கூடாது. என்ன இருக்கிறது, கல்யாணத்தில்? ஒன்றுமில்லை. ஒரு

காலத்தில் அவர் நினைத்துக்கொண்டிருந்தார்: கணவன், மனைவி இருவரும் தனிக்குடித்தனமாயிருந்தால் போதும், சந்தோஷமாயிருந்துவிடலாமென்று. மாமியார், மனைவியைத் தண்டிப்பதையும், அப்புறம் அதற்கெல்லாம் சேர்த்து மனைவி புருஷனைத் தண்டிப்பதையும் தவிர்த்துவிடலாமென்று நினைத்தார். இருவருமே நிறையப் படித்தவர்களாயிருந்தால் அத்தகைய கல்யாணங்கள் சந்தோஷமாயிருக்குமென்றும். ஆனால் அப்படியொன்றுமில்லை. அத்தகைய தம்பதிகளும் சந்தோஷமாயில்லை. இவனுடைய பெரியப்பா ஒருத்தன் இருக்கிறான். ஓ, அவள் பார்த்திருக்கிறாளா? வெரி குட். ஸோ, அவளுக்கு எப்படித் தோன்றியது? அவர்கள் சந்தோஷமாக இருக்கிற மாதிரி பட்டதா? Seemed alright ஆ? நல்லது, ஒரே தடவையில் யாரைப் பற்றி என்ன தெரிந்துகொள்ள முடியும்? தெரிவது அவர்களுடைய பாசாங்குதான். உலகத்துக்காகச் செய்கிற பாசாங்கு. இவனுடைய பெரியப்பா அதில் கெட்டிக்காரன், பாசாங்கு செய்வதில். அவனுடைய சக மட்டத்திலிருக்கிற மற்றவர்கள் எப்படி, அவனுடைய பெண்டாட்டியைப் போலவே ஒரு பெண்டாட்டியைக் கட்டிண்டு, கார், டி.வி., மண்ணாங்கட்டி என்று ஏதேதோ வாங்கி வீட்டிலே நிரப்பி, சந்தோஷமா இருக்கிறாப்பிலே பாசாங்கு செய்யறான்களோ, அப்படியேதான் இவனும் பாசாங்கு செய்யறான். ஆனால் எனக்குத் தெரியும், அவன் சந்தோஷமா இருக்கிற லட்சணம். வாய்க்கு ருசியா சாப்பாடு கிடையாது. இஷ்டம்போல வீட்டிலே இருக்க முடியாது, வெளியிலே போகவும் முடியாது. அவன் வீட்டிலே இருக்கலாம்னா இவள் வெளியில் போகலாம்னு சொல்லுவா. அவன் வெளியிலே போகலாம்னா இவள் வீட்டிலே இருக்கலாம்னு சொல்லுவா. இவனுக்கு ஒரு நாள் மனசு சரியில்லாமலிருந்து வீட்டிலே தன்பாட்டிலே ஏதாவதொரு புஸ்தகத்தையோ பத்திரிகையையோ புரட்டிண்டு உக்காந்திருக்கணும்னு தோணறதுன்னு வச்சுக்கோ, அன்னிக்குத்தான் அவள் திடீர்னு அரை டஜன் ஃபிரண்ட்ஸை வீட்டுக்குக் கூட்டிண்டு வருவா. அடுத்தாப்பலே அவன் ஒரு நாள் தன் ஃபிரண்ட்ஸைக் கூட்டிண்டு வந்தால் அன்னிக்குத்தான் இவளுக்குத் தலைவலி,

முதுகுவலியெல்லாம் வந்து சேரும். நான்தான் இருந்தேனே அவாத்திலே, இரண்டு வாரம்! எல்லா வேடிக்கையையும் பார்த்துண்டுதானே இருந்தேன். ஆமாம், மொத்தத்தில் கல்யாணம் பண்ணிக்கொள்ளாமல் இருந்துவிடுகிறது ரொம்ப உத்தமம்தான், சந்தேகமேயில்லை. ஆனால், நல்லவேளையாக உன் அப்பாவுக்கும் அம்மாவுக்கும், உன் தாத்தாக்களுக்கும் பாட்டிகளுக்கும் இந்த ஞானோதயம் ஏற்படாமலிருந்தது, இல்லையா? ஏற்பட்டிருந்தால், நீ பிறந்தே இருக்க முடியாதே! ஹ ஹ ஹ ஹ...

அப்பா பெரிதாகச் சிரிக்கத் தொடங்கினார். அத்தனை நேரம் பெரியப்பாவைப் பற்றி அவர் சொல்லிக் கொண்டிருந்தபோது, எதிர்த்துப் பேசினால் அவருக்கு எரிச்சல் அதிகமாகுமேயென்று நான் வாயை மூடிக்கொண்டிருந்தேன். ஏதேதோ பேச வேண்டுமென்று நினைத்து, ஆனால் பேசாமல் அவற்றையெல்லாம் விழுங்கியவாறிருந்தேன். ஆனால் இந்தக் கட்டம் வந்தவுடன் பேச வேண்டுமென்ற தினவை அதற்கு மேலும் என்னால் கட்டுப்படுத்திக்கொள்ள முடியாமல் ஆகிவிட்டது.

நான் சொன்னேன்: "கல்யாணம் ஆகாதவர்களுக்குக்கூடக் குழந்தைகள் பிறக்கின்றன அப்பா."

அப்பா ஒரு கணம் என்னை முறைத்துப் பார்த்தார், "ஏண்டா! ஏன் இன்னிக்கு இப்படி ஒரேயடியா அசடு வழிஞ்சிண்டே இருக்கே?" என்றார். "ஆபாசமாப் பேசாதே."

"ஆபாசமா என்ன பேசினேன்?"

"ஆபாசந்தான்... நான் என்ன சொல்றேன்னு புரிஞ்சுக்காம, உனக்குத்தான் ஏதோ தெரியும்னு காட்டிக்கிற மாதிரிப் படக்குனு என்னத்தையோ சொல்றயே, அந்தப் பாணியே ஒரு ஆபாசந்தான். என் சூப்பிரண்டு பேசற மாதிரிதான் இருக்கு, நீ பேசறது. நான் மெனக்கெட்டு ஒரு கேஸை ஆதியோடந்தம் எடுத்துச் சொன்னப் புறம், சொன்னது எதையும் கேட்டுக்காமல், மூளையிலே தங்க வைக்காமல், திடீர்னு தான்தான் புத்திசாலிங்கற மாதிரி சம்பந்தமில்லாத ஒரு தத்துப்பித்துக் கேள்வியைப் போடுவான் – நான் ஏதோ

ஒரு பாயிண்ட்டைத் தவறவிட்டுட்ட மாதிரியும், அவன்தான் அதைக் கண்டுபிடிச்சுட்ட மாதிரியும்! இந்த அசட்டுப் புத்திசாலித் தனத்துக்கு சபாஷ்போட மேலே நாலுபேர், கூஜா தூக்கறதுக்குக் கீழே நாலு பேர்...”

அப்பா தொடர்ந்து தன் சூப்பிரண்டைச் சிறிது நேரம் திட்டித் தீர்த்தார். வடிகட்டின முட்டாள்களை உயர்ந்த பதவியில் உட்கார வைக்கும் பொதுவான சாபக்கேட்டை நொந்துகொண்டார். கோழைகள், ஒருத்தன் மேலதிகாரின்னா உடனே அவன் குண்டியை நக்கச் சொன்னாலும் நக்கறவன்கள் என்று அவருடைய மட்டத் திலிருந்த இதர சக ஊழியர்களையும் திட்டினார். நம் தேசம் என்றைக்கும் உருப்படப் போகிறதில்லை என்று மேலே ஆகாயத்தைப் பார்த்தார். பிறகு குனிந்து எங்கள் முகங்களைப் பார்த்து “உங்கள் காலத்திலாவது இதெல்லாம் மாறுமோ என்னவோ” என்றார்.

“நிச்சயம் மாறும்” என்றாள் பிரேமா.

மாறட்டும். அப்போது சமுதாயத்தின் பிரஜைகளை இந்த உலகத்தினுள் கொண்டு வந்தவர்கள், என்ற சிறு பெருமையாவது எங்களுக்கு மிஞ்சுமல்லவா? (உலர்ந்த புன்னகையுடன்) நீங்கள் எங்களைப் பற்றி இகழ்ச்சியாக நினைத்துக்கொண்டாலும், நாங்கள் உங்களைப் பற்றி பெருமையாக நினைத்துக்கொள்ளலாம், அல்லவா?” “நாங்களும் உங்களைப் பற்றிப் பெருமையாகத்தான் நினைத்துக் கொள்வோம், அப்பா!” என்று கிட்டத்தட்ட அவருடைய தோரணையிலேயே நான் சொன்னேன்; சரித்திர முக்கியத்துவம் வாய்ந்த ஒரு நிகழ்ச்சியின், கருத்துப் பரிமாற்றத்தின், பிரதம பங்குதாரன் போன்ற தோரணை; ஒருவருக்காக ஒருவர் மட்டுமல்ல, உலகம் முழுவதிலும் (கல்யாணம் செய்துகொண்டோ, கொள்ளாமலோ, வேலையில் இருந்தோ, இல்லாமலோ) இருக்கிறவர்கள், இருக்கப் போகிறவர்கள் ஆகிய எல்லாருடனும் ஒரு உன்னதமான தரிசனத்தைப் பகிர்ந்துகொள்கிற புனித வேட்கையால் ஆட்டிப் படைக்கப்பட்டவர்கள் போல.

“ஒண்ணே ஒண்ணு உங்களுக்குச் சொல்கிறேன். வாழ்க்கையின் முன்பு பணிவா இருக்கணும்” என்று அப்பா தொடர்ந்தார். “ஒவ்வொரு நிமிஷமும் பணிவா இருக்கணும். வாழ்க்கையை ஜெயிச்சுடலாம்னு நினைக்கப்படாது. வாழ்க்கையை யாராலும் ஜெயிக்க முடியாது, ஆமாம். இதை எப்பவும் நன்னா ஞாபகம் வச்சுக்குங்கோ. வாழ்க்கையை யாராலும் ஜெயிக்க முடியாது.”

எதையோ எதிர்பார்க்கிறவர்போல, அவர் எங்கள் முகங்களைக் கூர்ந்து பார்த்தார். நாங்கள் எதுவும் பேசவில்லை. அவரே பேசட்டுமென்றிருந்தோம். ஆனால் திடீரென்று தன் ஆட்டத்தைப் பற்றிய பிரக்ஞையும் கூச்சமும் அவருக்கு உண்டாகி, சட்டென்று அடங்கிப் போனார். ‘வெளிச்சப்பாடு’ வந்தவன் கடைசியில் பலவீனனாகத் துவண்டுவிழுவதைப் போல, “நல்ல போர் அடித்துவிட்டேன், இல்லை?” என்றார் மன்னிப்புக் கோரும் குரலில். அவருடைய உடலின் அவயவங்கள் யாவும் கூச்சத்தினால் சுருங்குவது போலிருந்தது ஒடுங்கி ஒன்றுள் ஒன்று ஒளிவது போலிருந்தது. நான் ஏதாவது பேச யத்தனிக்குமுன் அவர் அவசரமாக எழுந்தார். “சரி, எனக்கு லேட்டாச்சு” என்று கிளம்பினார், நாங்களும் எழுந்து நின்றோம். “சரிம்மா. விஷ் யூ ஆல் தி பெஸ்ட்” என்று பிரேமாவிடம் சொல்லிவிட்டு அவர் வேகமாக நடந்து சென்றார். நாங்கள் இருவரும் அவர் பார்க்கைக் கடந்து செல்வதை, சாலையைக் கடந்து மறுபுறம் செல்வதை, பிறகு மறுசாரியில் நடக்கத் தொடங்குவதைப் பார்த்தவாறு அங்கேயே சற்று நேரம் நின்றிருந்தோம். பிறகு நாங்களும் வேறு திசையில் நடக்கத் தொடங்கினோம். ஆனால் என் இதயம் என்னவோ, என் அப்பாவுடன் நடந்துகொண்டிருந்தது.

“நைஸ் மேன்” என்றாள் பிரேமா.

“உம்?”

“யுவர் ஃபாதர்.. ஐ லைக் ஹிம் வெரி மச்.”

ஏனோ தெரியவில்லை, எனக்கு எரிச்சல்தான் வந்தது, இதைக் கேட்டதும். உன் தலை, என்று நினைத்தேன்.

உன் செர்ட்டிபிகேட்டை யார் கேட்டார்கள், என்றும் நினைத்தேன். இப்படி இன்னும் ஏதேதோ நினைத்தேன். ஒரு வேளை என் மனநெகிழ்ச்சியைப் புரிந்துகொண்டு, அந்த நெகிழ்ச்சியைத் தனக்குச் சாதகமாக்கிக்கொள்ளும் முயற்சியில் என் அப்பாவைப் புகழுகிறாளென்று நினைத்து எரிச்சல்பட்டேனா? கணக்கு ப்ரொபசரையும் ராமபத்ரனையும் போல, என் அப்பாவும் அவளுடைய 'புதுமைப் பெண்' பிம்பத்தினால் போதையடைந்து வாண வேடிக்கை காட்ட முயன்றதாகவும், அந்த வேடிக்கைக்கு அவள் அப்ளாஸ் வழங்குவதாகவும் நினைத்து எரிச்சல்பட்டேனா? எனக்கே தெரியவில்லை, எதனால் அந்த எரிச்சல் என்று.

சிறிது நேரம் மௌனமாக நடந்தோம். பிறகு மறுபடி அவள் பேசினாள், "யூ நோ, என்னுடைய அப்பாவை எனக்குப் பிடிக்கவே செய்யாது. ஐ ஹேட் ஹிம்."

நான் ஆத்திரத்தில் இறுகிப் போயிருந்த அவளுடைய முகத்தை வியப்புடன் பார்த்தேன். அந்த வியப்பில் ஒரு பயமும் கலந்திருந்தது.

"யெஸ். ஐ ஜஸ்ட் ஹேட் ஹிம்" என்றாள் அவள் மறுபடி. "என் அம்மா எவ்வளவு அழகு தெரியுமா - அவளுக்குப் போய் இப்படி ஒரு..."

அவள் தோள்களைக் குலுக்கிக்கொண்டாள்.

ஏன்? உன் அப்பா அழகாயிருக்க மாட்டாரா?"

"ஹூம்" அவள் உலர்ந்த சிரிப்புச் சிரித்தாள். "என்னைப் பார்த்தாலே தெரியவில்லையா?"

நான் சங்கடத்துடன் அவளைப் பார்ப்பதைத் தவிர்த்தேன். இப்போது அவள்மீது எரிச்சல் பட்டதற்காக என்னையே கடிந்துகொண்டேன். சட்டென்று அவள் தோளைச் சுற்றி என் கையைப் போட்டு என்னுடன் அணைத்தவாறு கூறினேன். "உன் அப்பா எப்படியோ, ஆனால் நீ எனக்கு இப்போது அழகானவளாகத்தான் தெரிகிறாய்."

அவள் ஒரு நொடிப்பு நொடித்தாள். அதே சமயத்தில் புகழ்ச்சியும் அணைப்பும் அவளுக்கு வேண்டித்தான்

இருந்தனவென்றும் அவளுடைய முகபாவம் உணர்த்தியது. எனக்கு அலாதியானதொரு மன நிறைவேற்பட்டது. அவள்பால் பாசம் பொங்கி வழிந்தது. 'பாவம்!' என்று நினைத்தேன்.

பாவம்!

திரும்பிச் செல்லும் வழியெல்லாம், பஸ்ஸில் தொடர்ந்து அவள் தோள் மீது கை போட்டுக்கொண்டும், அவள் பேசுவதற்கெல்லாம் சமர்த்தாக 'உம்' கொட்டிக்கொண்டும் நடுநடுவே சிரித்துக்கொண்டுமிருந்தேன். அவளைச் சிரிக்க வைப்பதற்கும் விசேஷ முயற்சிகள் எடுத்துக்கொண்டேன். என்னையும் என் அத்தையையும் மட்டும் வீட்டிலே விட்டுவிட்டு என் வீட்டிலிருந்த மற்றவர்கள் ஊருக்குப் போயிருந்த காலத்தில் எப்படி என் அத்தையை சந்தோஷமாக வைத்திருக்க முயன்றேனோ அதேபோல.

அப்போது என் அத்தையின் சந்தோஷத்தைப் பார்த்து எனக்கு ஏற்பட்ட தூய்மையான மனநிறைவு இப்போது இவளுடைய சந்தோஷத்தைப் பார்த்ததும் எனக்கு ஏற்பட்டது.

இந்த மனநிறைவுதான் காதலா? அப்படியானால்...

மிஸஸ் ராவை நடிகையாக்கி வி.எஸ்.வி. பெற்றுள்ள மனநிறைவு ஈகோவை உடைத்து, அதன் சத்தை மற்றவர்மேல் ஆவாஹனம் செய்துவிடல். யாராக இருந்தாலென்ன?

மாலா, பிரேமா... எல்லாரும் ஒன்றுதான்.

பஸ்ஸிலிருந்து இறங்கியதும், வழக்கம்போல அவளுடைய ஹாஸ்டல் கேட் வரை அவளைக் கொண்டு விடுவதற்காக, அவளுடன் நடந்து சென்றேன். திடீரென்று அவள் சொன்னாள்: "நீ ஒரு பயந்தாங்கொள்ளி."

"அப்படியா?" என்றேன்.

"ஆமாம். ராவுக்குக்கூட உன்னைவிடத் துணிச்சல் அதிகமாகி வருகிறது."

"ஓ, தாட் இஸ் குட்."

"நேற்று அவன் என்ன சொன்னான் தெரியுமா?"

"என்ன?"

"நான் மட்டும் சம்மதித்தால் எங்கேயாவது ஒரு ஹோட்டலில் டபுள் ரூம் புக் பண்ணுவதாகச் சொன்னான்."

ராவ் டபுள் ரூம் புக் பண்ணுவதற்காக ஹோட்டலுக்குப் போவதை நான் ஒரு கணம் கற்பனை பண்ணிப் பார்த்தேன். உடனே பக்கென்று சிரித்துவிட்டேன்.

"எதற்குச் சிரிக்கிறாய்?"

"ஆச்சரியம் தாங்காமல்தான்" என்றேன். "நீ சொல்லுவதுபோல ராவுக்குத் துணிச்சல் ரொம்ப அதிகமாகித்தான் விட்டது."

"ஆமாம். எல்லோரும் என்னடாவென்றால் அவன் ரொம்பச் சாது, அப்பாவி என்றெல்லாம் நினைத்துக் கொண்டிருக்கிறார்கள். அதேபோல, உன்னுடைய கேஸில், காலேஜிலே பியூன்கள் முதலாக நீ ஏதோ பெரிய காஸனோவா என்பதுபோலப் பேசுகிறார்கள். ஆனால் உண்மையில்.."

அவள் உதட்டைப் பிதுக்கி, கையை விரித்தாள். "நான் வெறும் ராமசேஷன்" என்றேன்.

"நீ ஒரு பயந்தாங்கொள்ளி."

"லுக், ராவிடம் வேறு என்ன இருக்கிறதோ இல்லையோ. நிறையப் பணம் இருக்கிறது. டபுள் ரூம் என்ன, ட்ரிபிள் ரூம்கூட அவனால் புக் பண்ண முடியும். என்னிடம் இருப்பதெல்லாம்..."

"என்ன?" என்றாள் அவள், விஷமமாக.

"அதுதான், பியூன்கள் ஏதோ சொன்னதாகச் சொன்னாயே"

"அதுகூட உன்னிடம் இருக்கிறதா என்றுதான் சந்தேகமாயிருக்கிறது."

நான் தோள்களைக் குலுக்கிக்கொண்டேன்.

"லிஸன்.. ஆளுக்குப் பாதியாகப் பிரித்துக்கொள்ளலாம்" என்றாள்.

"எதை?" என்று நான் திடுக்கிட்டவன் போலக் கேட்டேன்.

அவள் சிரித்து, "ரூம் வாடகையைச் சொன்னேன்" என்றாள்.

டைப்ரைட்டரில் முன்னதாக அறுதியிட்டுக்கொண்ட எல்லையை எந்த வரியேனும் மீறும்போது 'டிங்' என்று ஒரு மணி ஒலிக்குமே, அதுபோல என் மூளையில் எங்கேயோ ஒரு மணி ஒலித்தது.

அனுதாபம், பிரியம், நட்பு, காதல்... எதன் எல்லை எங்கே தொடங்குகிறது, எங்கே முடிகிறது?

பஸ்ஸில் வரும்போது இலேசாக இருந்த மனம் இப்போது திடீரென எடை கூடிவிட்டது போலிருந்தது.

அப்போதைக்கு அவளிடமிருந்து விடைபெற்றால் போதுமென நினைத்து, "ஓ.கே. அப்படியே செய்வோம்" என்று கூறிவிட்டு என்னுடைய ஹாஸ்டலுக்கு நடந்தேன். அங்கே என் அறையின் தனிமையில் என் மனம் என்னைப் பலவாறு இடித்துக் காட்டியது. 'சந்தோஷத்தை யாசிப்பவர்களுக்கெல்லாம் சந்தோஷமளிக்கக் கடமைப் பட்டவனா நீ?' என்று அது என்னைக் கேட்டது. 'கணக்கு ப்ரொபசரையும் ராமபத்ரனையும் போல ஒரு பிரும்மாண்டமான – ஆனால் பொருந்தாத வேஷத்தை அணியப் போகிறாயா?' என்று கேலி செய்தது. 'சிறு குழந்தைபோல இயல்பாக இரு. சத்தம் வந்த திசையில் பார். உன்னைக் கவரும் பொருள்களின் பின்னால் விழிகளை ஓட்டு. எழுந்து செல். பிடித்த மனிதர்களைப் பார்த்துச் சிரி, பிடிக்காத மனிதர்களைக் கண்டால் மிரண்டு ஓடு. பிறருடைய சந்தோஷத்தையல்ல, உன் சந்தோஷத்தைத் தேடு' என்று உபதேசித்தது.

என்னுள்ளிருந்த காஸனோவாவுக்கும், காந்திக்குமிடையே போராட்டம்.

இந்தப் போராட்டம் சரியாகத் தீருமுன்பே, பிரேமாவின் நச்சரிப்புப் பொறுக்க முடியாமல், ஒரு நாள் ஏதோ ஒரு ஹோட்டலில் ரூம் புக் செய்து அங்கிருந்து அவளுடைய ஹாஸ்டலுக்கு டெலிபோன் செய்தேன். வந்தாள்.

அவள் மேலெழுந்த ஒரு அனுதாபம் காரணமாகத்தான் அவ்வாறு ரூம் எடுத்தேனென்று நம்ப ஆசையாயிருக்கிறது. அதே சமயத்தில் வெறும் அனுதாபம் எனக்கு அத்தகைய உந்துதலை அளித்திருக்கக் கூடுமாவென்ற சந்தேகமும் எழுகிறது.

ஒரு வேளை எனக்கும் அவளுக்குமிடையேயுள்ள உறவு அல்லது உறவின்மையை ஜோடனைகள், மறைப்புகளற்ற ஒரு சூழ்நிலையில் இறுதியாகப் பரீட்சித்துப் பார்க்கும் ஆவல்.

என் இன்டலெக்சுவல் பிரதிபிம்பத்தின் பௌதிகப் பரிமாணங்களை, ரத்தமும் சதையுமாக அதன் ரூபத்தை உணர வேண்டுமென்ற தவிப்பு.

என் ஈகோவை அவள்மீது பூசி அழகுபடுத்தி, ஆராதித்து, அரவணைத்து மாலாவின் கவர்ச்சியை வெறும் மாயையாக்கும் ஆத்திரம்.

முதலில் இருவரும் வயிறு நிறையச் சாப்பிட்டோம். பிறகு நிறையப் பேசினோம். ஹோட்டலுக்கு வந்த காரணத்தை மறக்க முயலுகிறவர்களைப் போல பேசிக்கொண்டிருந்தோம். பிறகு உடைகளணிந்த நிலையிலேயே நின்று, உட்கார்ந்து, படுத்துக்கொண்டு, அணைத்து முத்தமிட்டுக்கொண்டோம்.

“இரு” என்று அவள் என்னிடமிருந்து விலகி, உடைகளைக் கழட்டினாள்.

நானும் கழட்டினேன்.

அவளுடைய உயரக் குறைவு, பூரிப்பற்ற மெலிந்த தோள்கள், மெலிந்த கைகள், சாதுவான மார்பகங்கள், ‘என்னை நிராகரிக்காதே’ என இறைஞ்சும் விழிகள் ஆகிய யாவும் சுரீரென ஒரே சமயத்தில் என்னைத் தாக்கின. ‘பாவம், பாவம்’ என்று என் மனம் மறுபடி அரற்றியது. உடைகளைக் கழட்டியவுடனேயே அவளுடைய துடுக்கும் திமிரும் அழிந்து, பரிதாபகரமான பாவமொன்று அவளிடம் குடி கொண்டுவிட்டிருந்தது.

அவள் என் பரந்த மார்பை ஆசையாகத் தடவினாள். அவளுடைய கையை வேண்டுமானால்

பிடித்துக்கொள்ளலாமா என்று நினைத்து, ஆனால் அது அவளுக்குத் தன் வித்தியாசமான சரும நிறத்தைப் பற்றிக் காம்ப்ளெக்ஸை அளித்துவிடப் போகிறதே என்று பயந்து அந்த எண்ணத்தைக் கைவிட்டேன். ஓரிரு தடவைகள் அவளை அணைத்து முத்தமிட்டேன். எங்களுடைய தேக அமைப்பின் வேறுபாடுகள் காரணமாக இது அவ்வளவு வாகாயிருக்கவில்லை, மிகவும் கஷ்டப்பட வேண்டி வந்தது. பிறகு, கடமையைச் செய்து முடித்த தோரணையில் படுக்கையில் சாய்ந்தேன். அவளுடைய ஸ்பரிசம் இன்னமும் என்னில் எத்தகைய பாதிப்பையும் ஏற்படுத்தியிருக்கவில்லை.

அவள் என்னருகில் படுத்துக்கொண்டு, கால்களுக்கிடையில் வருடினாள். "என்ன ஆச்சு?" என்றாள்.

"மெஷின் வேலை செய்யவில்லை" என்றேன்.

"என்ன ஆச்சு மெஷினுக்கு?"

"தெரியவில்லை."

"ரொம்ப டென்ஸ் ஆக இருக்கிறாய் போலிருக்கிறது. ரிலாக்ஸ் எ லிட்டில்" என்றாள், அனுபவப்பட்டவளைப் போல.

"ஐ ஆம் ரிலாக்ஸிங்" என்றேன். வி.எஸ்.வியையும் மிஸஸ் ராவையும் நினைத்துக்கொண்டேன். வி.எஸ்.வியை இயக்கும் விசை, வாளிப்பான ஒரு பெண் உடல்தானா, கடைசியில்?

அந்த விஷயத்தை விடுத்துச் சற்று நேரம் வேறு எதையெதையோ பற்றிப் பேசினோம். பிறகு மறுபடி அந்த விஷயத்துக்கு வந்தோம். மறுபடி சற்று நேரம் மறந்து, மறுபடி நினைவுப்படுத்திக்கொண்டோம்.

ஆனால் தீ பற்றிக்கொள்ளவேயில்லை, கடைசி வரையில்.

யாரை ஏமாற்றினாலும் ஏமாற்றலாம், நமக்குள்ளிருக்கும் மெஷினை ஏமாற்ற முடியாதென்று அன்று தெரிந்து கொண்டேன். அனுதாபம் அல்ல அதை ஓடச் செய்யும் விசை.

"ஒரு வேளை நான் 'இம்பொடன்ட்'டோ என்னவோ" என்று அவளைச் சந்தோஷப்படுத்துவதற்காகச் சொன்னேன்.

"டோன்ட் பீ ஸில்லி" என்றாள். "இன்று நீ டயர்டாக இருக்கிறாய் போலிருக்கிறது. இன்னொரு நாள் ட்ரை பண்ணுவோம்."

ஆனால் அதன் பிறகு ட்ரை பண்ணவேயில்லை. அவளும் பண்ணவேண்டுமென்று சொல்லவில்லை. என்னுடைய அனுதாபத்தை அவள் மெல்ல மெல்லப் புரிந்துகொண்டு, அதனால் என்னை வெறுத்து ஒதுக்கத் தொடங்கினாள்.

ஹோட்டலில் நாங்களிருவரும் கழித்த நேரம்கூட அல்ல, அன்றிரவு என் அறையில் நான் வெகு நேரம் தூங்காமல் உட்கார்ந்திருந்தது தான் என் நினைவில் அழுத்தமாகப் பதிந்திருக்கிறது. அன்றிரவு நான் வெகு நேரம் என் வாழ்க்கையின் விசித்திரமான முரண்பாடுகளை நினைத்துச் சிரித்துக்கொண்டிருந்தேன். அந்தச் சிரிப்பில் கொஞ்சம் அழுகையும் கலந்திருந்தது.

10

கடைசி வருடப் பரீட்சை நெருங்கிவிட்டதென்று என்னைச் சுற்றிலும் எல்லோரும் ஒரே பரபரப்புடன் இருந்தார்கள். "அதைப் படித்தாயா?" "இதைப் படித்தாயா?" என்று கேட்டுக்கொண்டிருந்தார்கள்.

எனக்கு மட்டும் பரபரப்பாகவே இல்லை. சின்னப் பையன்களின் விளையாட்டை ஒரு தாத்தா புன்னகையுடன் பார்த்து ரசிக்கும் பாவனையில் நான் அவர்களுடைய பரபரப்பைக் கவனித்துக் கொண்டிருந்தேன்.

பரீட்சை பாஸாகி, எவனிடமோ வேலைக்குப் போய் மாசச் சம்பளத்துக்கு மாரடித்துக்கொண்டு, காலாகாலத்திலே சுயமாகவோ நிர்ப்பந்திக்கப்பட்டோ ஒரு கல்யாணத்தைப் பண்ணிக்கொண்டு, குழந்தைகளைப் பெற்றுக்கொண்டு, எனக்கு வேண்டிய பிரதிபிம்பங்களை அவர்களிடம் தேடி என்னையும் அவர்களையும் சலிக்கச் செய்துகொண்டு, அவர்களையே நான் தொடர்ந்து உயிர் வாழ ஒரு நோக்கமாக்கிக்கொண்டு, அவர்களும் என்னை அப்படியே ஆக்கிக்கொண்டு, ஒருவரோடொருவர் இறுகப் பிணைத்துக்கொண்டு. இந்தப் பிணைப்பை உன்னதமானதாகக் கற்பித்துக்கொண்டு, அந்தக் கற்பனையின் பளபளப்பு மங்காமலிருக்க எப்போதும் ஏதேதோ வகைப் பாலிஷ்களால் அதன் மேல் தேய்த்துக்கொண்டு...

சே, அபத்தம், அபத்தம்.

வாழ்க்கையே வெறும் அபத்தம்.

போட்டா போட்டிகள், பாசாங்குகள், குரோதங்கள், கிலேசங்கள் எதுவுமில்லாத ஒரு குழந்தையாகி யார் மடியிலாவது கிடந்து உரக்க அழ வேண்டும்போல எனக்கு அடிக்கடி தோன்றியது. இப்படித் தோன்றும்போதெல்லாம் ஒரே ஒரு முகம்தான் என் கண் முன்பு நிழலாடியவண்ணமிருந்தது.

பங்கஜம் மாமியின் முகம்.

கடைசியில் ஒரு நாள் இந்த அரிப்பு தாங்க முடியாத அளவு பெருகிப் போயிற்று. எனக்கு மேற்பட்ட சக்தி ஒன்றினால் இயக்கப்படுபவன் போல, கட்டளைக்குக் கீழ்ப்படிகிற போர் வீரன்போல, நான் பங்கஜம் மாமியின் வீட்டை நோக்கிச் சென்றேன்.

மாமிதான் கதவைத் திறந்தாள், தலை கலைந்திருந்தது; உடைகள் குலைந்திருந்தன. முகத்தில் பல நாள் தூங்காததுபோல ஒரு சோர்வு தெரிந்தது.

"வா" என்றாள் புன்னகையுடன். சோனியான, குற்றுயிரும் குலையுயிருமான புன்னகை.

இருவருமாக சோபாக்களில் எதிரும் புதிருமாக உட்கார்ந்தோம். "உடம்பு சரியில்லையா?" என்று கேட்டேன்.

"ஆமாம்" என்றாள். "முந்தா நாள் சாயங்காலம் கோவிலிலிருந்து வரும்போது மழையிலே மாட்டிண்டேன். அன்றைக்கு ராத்திரியே பிடிச்ச ஜுரம். பானு (மாமியின் பெண்) வேறே ஊரிலே இல்லை. வென்னீர் போட்டுக் கொடுக்கக்கூட ஆள் கிடையாது. நேத்திக்குச் சாயங்காலம் மொள்ள இங்கே தெருக் கோடியிலே இருக்கிற கெமிஸ்ட் கடைக்குப் போய்ச் சொல்லி, அவன் தந்த மருந்தைச் சாப்பிட்டேன். இப்ப கொஞ்சம் தேவலை."

நான் முகத்தை ஸீரியஸ்ஸாக வைத்துக்கொண்டு அவள் சொன்னதையெல்லாம் கேட்டேன், அனுதாபம் கொடுக்கும்படியான நிலை.

"பானு எங்கே போயிருக்கா?" என்றேன். எனக்குப் பானுவைப் பிடிக்காது; அவளைப் பற்றித் தெரிந்துகொள்ள எந்த ஆசையும் கிடையாது, சும்மா ஒரு உபசாரத்துக்காகக் கேட்டேன்.

“பம்பாயிலே அமெரிக்கன் டாக்டர் ஒருத்தர் இவளுடைய ஸப்ஜெக்டில் ஏதோ லெக்சர்ஸ் கொடுக்கிறராம். இவளுடைய காலேஜிலே இவளையும் இன்னும் நாலஞ்சு பேரையும் அந்த ப்ரோகிராமிலே கலந்துக்கறதுக்காக அனுப்பிச்சிருக்கா. இன்னும் பத்து நாளாகும், வர்றதுக்கு.”

“ஓ!” என்றேன்.

மாமி சோபாவருகில் கிடந்த ஒரு ஸ்டூலை முன்னால் இழுத்துப் போட்டுக்கொண்டு, “அப்பாடா” என்று அதன் மேல் கால்களை தூக்கி வைத்துக்கொண்டாள்.

“நீங்க வேணுமானால் படுத்துண்டிருங்களேன். நான் கட்டில் பக்கத்திலே ஒரு நாற்காலியைப் போட்டுண்டு அதிலே உட்கார்ந்துக்கறேன்” என்றேன்.

“பரவாயில்லை” என்றாள். “படுத்துண்டேயிருந்தாலும் அலுத்துப்போறது.”

“ஆகாரம் என்ன சாப்பிட்டேள்?”

“மத்தியானம் ஓட்ஸ் கஞ்சி வச்சுக் குடிச்சேன்.”

“வேண்டியிருந்ததா?”

“ஒரு டம்ளர் குடிச்சேன், கஷ்டப்பட்டு.”

“இப்ப மறுபடி பசியெடுத்திருக்குமே அப்போ...? ஏதாவது சாப்பிட்றேளா? பழம், பிஸ்கெட் ஏதாவது வாங்கிண்டு வரட்டுமா?”

மாமி ஒருவித நெகிழ்ச்சியுடன், கனிவு ததும்ப என்னைப் பார்த்தாள். ‘இங்கே வா!’ என்று சைகை செய்தாள்.

நான் நீண்ட சோபாவில் உட்கார்ந்திருந்த அவளருகில் சென்றேன். தன்னருகில் உட்காருமாறு சைகை செய்தாள். உட்கார்ந்தேன். அவள் என் மார் மீதும் தோள் மீதும் சாய்ந்தாற்போல உட்கார்ந்தாள். அதன் ஒரு சுவபாவிகமான தொடர் இயக்கமாக என் கரம் அவள் இடுப்பைச் சுற்றிப் படர்ந்து, என்னுடன் அவளை இறுகச் சேர்த்துப் பிடித்துக்கொண்டது. “ம் ம் ம் ம்...” என்று அந்த அணைப்புக்கு நன்றி கூறுவதுபோல அவள் முனகினாள்.

என் கரத்தைச் சற்று மேலே தள்ளி, தன்னுடைய மார்புப் பக்கமாக இருக்குமாறு வைத்துப் பிடித்துக்கொண்டாள். 'ம் ம் ம் ம்... என்று மறுபடி முனகினாள். அந்த முனகலை நான் கேட்டு எவ்வளவு நாட்களாகிவிட்டிருந்தன! "நீ இப்படி என் பக்கத்திலே உட்கார்ந்திருந்தாலே போறும்டா.. எனக்கு வேறே ஒண்ணும் வேண்டாம்" என்றாள் மாமி. நான் குனிந்து அவளுடைய கழுத்தில் முத்தமிட்டேன். "தேவலையே! ஜுரமாயிருக்கிறபோதுகூடப் பவுடர் போட்டுண்டிருக்கேளே! வாசனை ஜமாய்க்கிறது" என்றேன்.

மாமி சிரித்தாள். "சொன்னாக்கே நீ நம்ப மாட்டே. மத்தியானம் திடீர்னு உன் நினைவு வந்தது. நீ இன்னிக்கு வருவாயென்று நிச்சயமாகப்பட்டது. புடவை, ரவிக்கையெல்லாம் மாத்திண்டு பவுடர் போட்டுண்டேன். அப்புறம் சித்தப் படுத்திண்டிருப்போம்னு படுக்கையிலே படுத்துண்டவ, அப்படியே தூங்கிப் போயிட்டேன். அப்பத்தான் நீ வந்தே."

அப்படியே சற்று நேரம் உட்கார்ந்திருந்தோம். பிறகு மாமி, "காப்பி குடிக்கிறாயா?" என்று கேட்டாள்.

"வேண்டாம். சிரமப்படாதேங்கோ."

"சிரமமென்னடா இதிலே" என்று மாமி மெல்ல எழுந்து, சமையலறைக்குச் சென்றாள். நானும் அவள் பின்னாலேயே சென்றேன். அவள் காப்பி கலக்கும் லாவகத்தை ரசித்தவாறு நின்றேன், காரியங்களிலெல்லாம் படு சுட்டி, மாமி.

அவள் கையிலிருந்த தங்க வளையல்கள் 'டிங், டிங்' என்று பாத்திரங்களின் மேல் பட்டு ஓசையெழுப்பியவண்ணமிருந்தன. அந்த வளையின் நிறத்துக்கும் அவளுடைய நிறத்துக்கும் பொருத்தமாயிருந்தது, நகை போட்டுக்கொள்வதற்கும் ஒரு பர்ஸனாலிட்டி வேண்டும். அந்தப் பர்ஸனாலிட்டி மாமிக்கு இருந்தது. படிப்படியாக ஒரு எளிமையும் ஒரு கம்பீரமும் அவளிடம் இருந்தது. ஒரு நல்லதனம் இருந்தது. மாமி யாரையும் குறை கூறியோ கேலி செய்தோ நான் கேட்டதில்லை. தன் கஷ்டங்களைப் பற்றி அங்கலாய்த்துக் கேட்டதில்லை. கோபமாகவோ எரிச்சலாகவோ பேசிக்

கேட்டதில்லை. தன்னைப் பற்றிப் பிரமாதமாகப் பேசிக் கேட்டதில்லை. அவளுடைய கணவன் அவளுடைய சாத்வீகத்தைப் பார்த்தே பயந்து ஓடிப் போயிருப்பாரோ என்று எனக்குச் சில சமயங்களில் தோன்றியது உண்டு. ஒரு வேளை அவருக்கு உறைப்பான பெண் பிள்ளையொருத்தி தேவைப்பட்டிருக்கலாம்.

ஆனால் எனக்கு அவளுடைய இந்தச் சொரசொரப்பிலாத தன்மைதான் மிகவும் பிடித்திருந்தது. இதை நான் அந்தச் சமயத்தில் அவள் காபி கலந்துகொண்டிருப்பதைப் பார்க்கும்போது திடீரென்று உணர்ந்தேன். அந்தச் சொரசொரப்பின்மைக்கு அடியில் ஒரு பிடிவாதம் – துயரங்களும் ஏமாற்றங்களும் தன் மனித நேயம், வாழ்க்கையின்பாலுள்ள மென்மையான நம்பிக்கை, ரசனை ஆகியவற்றின் மீது கீறல்கள் உண்டாக்காமல் தடுத்துக்கொண்ட பிடிவாதம் – இருந்தது. அந்தப் பிடிவாதம் என்னைக் கவர்ந்தது. மாமி, எனக்கு உங்கள் வயசாகும்போது உங்களைப் போலவே என்னால் சொரசொரப்பில்லாமல் இருக்க முடியுமா, மாமி?

"என்ன யோசிக்கிறாய்?" என்றாள் மாமி.

"ரொம்ப இளைச்சுப் போய்விட்டீர்கள், நீங்கள்" என்றேன்.

"ஆமாம். நீ இப்ப வருவதேயில்லையல்லவா? அதுதான் இளைச்சுப் போயிட்டேன். இதோ பாரு." மாமி தன் ரவிக்கையினுள் விரலை விட்டு, அது எவ்வளவு தொளதொளவென்றாகிவிட்டதென்பதைக் காட்டினாள்.

நான் அனுதாபத்துடன் தலையை ஆட்டினேன். "கடைசி வருடமானதினாலே நிறையப் படிக்க வேண்டியிருந்தது. வீட்டிலே வேறே ஏதேதோ பிரச்சனைகள். என் ஃபிரண்ட்ஸ் இரண்டு பேர் இருக்கா, நான் எங்கே போனாலும் கூடவே கிளம்பிடறா. அவாளை ஏமாத்திட்டு வரது பெரும்பாடாப் போயிடறது" என்றெல்லாம் பெரிய விளக்கம் கொடுக்கத் தொடங்கினேன். ஆனால் மாமி சட்டென்று என்னைப் பேசாதிருக்கும்படி சைகை காட்டினாள். "அசடே! நான்

சும்மா விளையாட்டுக்குன்னாடா சொன்னேன்" என்றாள்." என்னைப் பார்க்கவரதைத் தவிர உனக்கு வேறே வேலை இல்லையா என்ன. இந்தக் கிழவியை!" என்றாள்.

"நீங்களொன்றும் கிழவியில்லை" என்றேன்.

ஆளுக்கு ஒரு காப்பித் தம்ளரைக் கையிலெடுத்துக்கொண்டு. மறுப்படி சோபாவில் வந்து அமர்ந்தோம். காப்பியை ஒரு வாய் உறிஞ்சிவிட்டு, "ஃபஸ்ட் கிளாஸா இருக்கு" என்றேன்.

"சீனி கொஞ்சம் அதிகமாயிடுத்து" என்று மாமி அந்தப் பாராட்டைப் புறக்கணித்தாள். "நல்ல காப்பி நாளைக்கு உன் பெண்டாட்டி வந்து போடுவா. மாமியுடைய காப்பியையெல்லாம் மறந்துடுவே, அப்ப."

"நான் கல்யாணமே பண்ணிக்கப் போறதில்லை."

"எல்லாரும் அப்படித்தான் சொல்லுவா!"

"நான் நிஜமாகவே பண்ணிக்கப் போறதில்லை. அப்படியே பண்ணிண்டாலும் நான் உங்களைத்தான் பண்ணிக்கப் போறேன்?"

"என்னையா? என்னத்துக்கடா?"

"உங்களை எனக்கு ரொம்பப் பிடிச்சிருக்கு."

"பிடித்திருக்கிறது வேறே. கல்யாணம் பண்ணக்கிறது வேறேடா. குழந்தை" என்றாள் மாமி. "உன் வயசுக்கு ஏத்த சின்னப் பெண்ணாகப் பார்த்துப் பண்ணிக்கோ." திடீரென்று மாமி ஏதோ சந்தேகம் வந்தவள்போல என்னை உற்றுப்பார்த்தாள். பிறகு சிரித்தவாறு, "ஹூம்! நான் ஒரு அசடு. நீ விளையாட்டுக்காக ஏதோ சொல்வதை நிஜமா எடுத்துண்டு உனக்கு அட்வைஸ் கொடுக்க வரேன் பாரு..." என்றாள்.

"விளையாட்டில்லை மாமி, நிஜமாகத்தான்" என்றேன். "எனக்கு உங்களைத்தான் பிடிச்சிருக்கு."

"போடா, பைத்தியக்காரப் பிள்ளை!" என்றாள் மாமி. சற்று நேரங்கழித்து நான் கிளம்பினேன். சாப்பிட்டுப் போகலாம்டா

என்றாள். எனக்காகச் சிரமப்பட வேண்டாமென்று எவ்வளவோ சொல்லியும் கேட்கவில்லை. சுவாமிக்கு விளக்கேற்றிவிட்டு அவள் நமஸ்காரம் செய்தாள். நானும் செய்தேன். திருவருட்பா பாடினாள், நானும் பாடினேன். வீட்டிலே அம்மா என்னை சுவாமி கும்பிடச் சொன்னால் எனக்கு எப்படிக் கோபம் பொத்துக்கொண்டு வரும்! ஆனால் இங்கே எனக்கு அப்படிக் கோபமே வரவில்லை. மாமி என்ன செய்தாலும் அது சரியாகத்தானிருக்குமென்று தோன்றியது.

மாமி கத்தரிக்காயை வதக்கிக் கறிசெய்து, மிளகு ரசம் காய்ச்சி, அப்பளம் சுட்டாள். ஸிம்ப்பிள் சமையல்தான், ஆனால் அமிர்தம் போலே ருசித்தது. 'பிடிச்சிருக்கா, பிடிச்சிருக்கா' என்று வாய்க்கு வாய் கேட்டுக்கொண்டிருந்தாள். வீட்டிலே அம்மா இப்படிக் கேட்கும் போது எரிச்சல் எரிச்சலாக வரும். ஆனால் இங்கே, மாமியிடம், எரிச்சலாகவே இல்லை. மாமியும் ரசஞ்சாதம் சாப்பிட்டாள். சாப்பாடு முடிந்ததும் மாமியின் அனுமதியுடன் நான் ஒரு சிகரெட் குடித்தேன். சற்றுநேரம் வேடிக்கையாகப் பேசிக்கொண்டிருந்தோம். என் கேர்ல் ஃபிரண்ட்ஸ், மாமியின் ஆத்துக்காரர், இந்த இரண்டும்தான் எங்களிடையே வேடிக்கைக்கான விஷயங்கள். நான் என் கேர்ல் ஃபிரண்ட்ஸுடன் எனக்கு நேர்ந்த அனுபவங்களைக் கேலிச்சித்திர பாணியில் (என்னையும் சேர்த்துக் கேலி செய்து கொண்டு) மாமியிடம் விவரிப்பேன். மாமி அதேபோலத் தன் அந்நாளைய தாம்பத்திய வாழ்க்கையின் அம்சங்களைக் கேலிச் சித்திரங்களாக்கி என் முன் அரங்கேற்றுவாள்.

போன வாரம் ஒரு நாள் காலை தன் கணவர் வந்திருந்ததாக மாமி சொன்னாள். (மாமியின் கணவர் அந்தப் பக்கம் ஏதாவது வேலையாக வந்தால் அவளையும் பார்த்துவிட்டுப் போவார். அவர்களிடையே பேசிக்கொள்ளாத அளவு விரோதமில்லை. மாமி ஒரு ஜாலி குட் ஸ்போர்ட்.) பரஸ்பர க்ஷேமலாபங்களான பிறகு, திடீரென்று, ஒரு ஸேஃப்டி பின் இருக்கிறதா, என்று கேட்டாராம். "ஸேஃப்டி பின்னா?" என்றேன்.

"ஆமாம்" என்றாள் மாமி. நான்தான் கழுத்துச் சங்கிலியிலே எப்பவும் ரெண்டோ மூணோ கோர்த்து

வச்சிண்டிருப்பேனே. அதிலேருந்து ஒண்ணு எடுத்துக் கொடுத்தேன். அதை வாங்கி அவசரமாக பாண்ட்டிலே முன் பக்கத்திலே குத்திண்டார்! கிளம்பற சமயத்திலே அந்த இடத்திலே ஸிப் விட்டுப் போயிடுத்து, அப்படின்னார். பழைய நாட்கள் மாதிரியேதானிருந்தது எனக்கு. பட்டனுக்குப் பதிலா இப்ப ஸிப் போட்டுண்டிருந்தார்ங்கறதுதான் ஒரே வித்தியாசம்."

"பட்டன் இருந்தபோதும் பிய்ந்து போயிடுமாக்கும்" என்றேன்.

"ஐயோ! அவருக்கு அந்த இடத்திலேதான் எப்பவும் பிய்ந்து போகும்" என்று மாமி ஏதோ ஒரு நினைவில் முகத்தைப் பொத்திக் கொண்டு குலுங்கக் குலுங்கச் சிரித்தாள். பிறகு சொன்னாள்: "பட்டன் இருந்தாலும்கூடப் போட்டுக்கொள்ள மறந்துபோய்விடுவார், பெரும்பாலும். நான்தான் ரிமைன்ட் பண்ணுவேன்."

இதைக் கேட்டு எனக்குச் சிரிப்பு வந்துவிட்டது. இருவருமாக விழுந்து விழுந்து சிரித்தோம். "பாவம், அவர் உங்களை ரொம்ப மிஸ் பண்ணுகிறார் போலிருக்கு" என்றேன்.

"ஸேஃப்டி பின் வேணுமென்கிறபோது மட்டுந்தான்" என்றாள் மாமி. இதைக் கேட்டு என்னுடைய சிரிப்பு அடங்கிப் போயிற்று. சே, என்ன மனுஷர் இவர், என்று நினைத்தேன். இப்படிப்பட்ட ஒரு மாமியை விட்டுவிட்டு இன்னொரு கல்யாணம் பண்ணிக் கொண்டு, நடுநடுவே வெட்கமில்லாமல் அவளைப் பார்க்கவும் வந்து கொண்டு – பாஸ்டர்ட். மூளையில்லாத ராட்சஸன்!

"இந்தத் தடவை மறுபடியும் சொன்னார், அவர் கூடவே நானும் வந்து இருக்கலாம்னு" என்று மாமி தொடர்ந்தாள்.

"நீங்க என்ன சொன்னேள்?"

"முடியாதுன்னு சொன்னேன். வேறென்ன சொல்றது? ஆஃபீஸிலே ஒரு போஸ்டிலே ஒருத்தர்தானே வேலைசெய்யறா, அந்த மாதிரிதான் இதுவும்னு சொன்னேன். மனைவிங்கிற போஸ்டிலே ஒருத்திதான் இருக்கமுடியும். ஒரு போஸ்டிலே

ஒரே சமயத்திலே இரண்டு பேர் வேலை செய்ய முடியுமாடா? நீயே சொல்லு.”

நான் பேசாமலிருந்தேன். மாமிக்குப் பணப் பிரச்சனை இல்லை. என்று நினைத்தேன். அதனால்தான் இப்படிச் சொல்ல முடிந்திருக்கிறது. அந்த மனுஷர் கூழுக்கும் ஆசைப்பட்டு மீசைக்கும் ஆசைப் படுகிறார் போலிருக்கிறது. இனிப்பு அவருக்குத் தேவைப்படுகிறது, உறைப்பும் அவருக்குத் தேவைப்படுகிறது போலும். ஆனால் வாழ்க்கையில் ஒரே சமயத்தில் எல்லாமே கிடைத்துவிட முடியாது. அது சாத்தியமேயில்லை. ஒவ்வொருவரும் ஒவ்வொரு கட்டத்திலும் ஏதாவதொன்றைத் தேர்ந்தெடுக்க வேண்டும், கூடவே ஏதாவதொன்றை இழந்தாக வேண்டும். இந்தத் தேர்ந்தெடுக்கிற பிரச்சனைதான் வாழ்க்கையில் மிக மிகப் பயங்கரமான சங்கதியென்று எனக்குத் தோன்றியது. எதையென்று, எந்த அடிப்படையில், எப்படித் தேர்ந்தெடுப்பது?

எனக்கு ஒன்றுமே புரியவில்லை.

“பாட்டுப் பாடுடா, ஏதாவது” என்றாள் மாமி.

நான் என் குரலுக்குத் தோதாக இருந்த, சாஸ்திரீய மெட்டில் அமைந்த, ஒரு புதிய சினிமாப் பாட்டைப் பாடினேன். மாமிக்காக மட்டும்தான் நான் பாடுவது வழக்கம். வேறு யாருக்கும் நான் பாடுவேனென்பதுகூடத் தெரியாது. எனக்கும், வேறு யாருடன் இருக்கும்போதும் பாடத் தோன்றுவதில்லை. மாமியுடன் இருக்கும் போதுதான் என்னுள்ளிருந்த பாட்டின் ஊற்றுகள் குபீரென்று திறந்துகொள்ளும்.

நான் பாடி முடித்த பிறகு மாமி கொஞ்சம் பாடினாள். மாமிக்கு நிறைய பாட்டுகள் தெரியும். ஒரு பாட்டுப் பாடிய பிறகு அதன் ராகமென்னவென்று விழிப்பேன், மாமியே சொல்லுவாள், ராகத்தின் பெயரை. அவளுடைய அறிவைத் தோரணையாகப் பறைசாற்றிக் கொள்ளுகிற முறையில் அது இருக்காது. அவளிடமுள்ள லட்டுவையோ பர்ஃபியையோ ‘காக்கய்க்கடி’ கடித்து என்னுடன் மட்டும் பிரத்தி யேகமாகப் பகிர்ந்துகொள்கிற முறையில் இருக்கும்.

மாமி பாடினாள்.

“கண்ணூஞ்சலாடி வந்தார்...
காஞ்சன மாலை மனமகிழ்ந்தாள்...”

பாட்டு முடிந்தவுடன் நான் உற்சாகத்துடன் கை தட்டினேன். ‘ஆனந்த பைரவி’ என்று நான் கேட்காமலேயே மாமி சொன்னாள். நான் அவளைப் பின்பற்றி, அந்த மெட்டை இலேசாக முனகினேன்.

“சபாஷ்” என்றாள் மாமி.

“உங்காத்து மாமாவுக்குப் பாட்டு பிடிக்குமா?” என்று கேட்டேன்.

“பாட்டா?” என்றாள் மாமி. “பிடிச்சிருக்குமோ, என்னவோ! யார் கண்டது?”

“நீங்க கேட்டதில்லையா, அவரை?”

“ஊஹும்.”

“நீங்க அவருக்குப் பாடிக் காண்பிச்சதில்லையா?”

“ஊஹும். அவர் இல்லாதபோதுதான் நான் பாடுவேன். அவர் சொல்லியிருந்தா ஒரு வேளை பாடியிருப்பேன். ஆனா அவரும் சொல்லலை. நானாகப் பாடவும் தயக்கம். இப்படியே போயிடுத்து. நாட்கள்.”

நான் ஒரு கணம் பேசாமலிருந்தேன். பிறகு ஒரு மிகையான பாணியை அபிநயித்தவாறு சொன்னேன். “இனிமேல் நீங்கள் நிறையப் பாடலாம் மாமி. நாம கல்யாணம் செய்துண்டப்புறம் நீங்கள் இருபத்து நாலு மணி நேரமும் பாடிண்டிருக்கலாம். எம்.எஸ்., எம்.எல்.வி.,வகையறாக்களையெல்லாம் ஜனங்களுடைய நினைவிலிருந்து துடைச்செறிஞ்சுடப் போறது பாருங்க, உங்க பாட்டு.”

“நான் சங்கீத வித்வான் யாரையாவதுதான் பண்ணிக்கப் போறேன்” என்று மாமி என் விளையாட்டில் கலந்துகொண்டாள்.

“வேண்டாம் மாமி. அது போட்டியையும் சண்டையையும்தான் உண்டாக்கும். உங்கள் பாட்டு ஒசத்தியா, அவருடைய பாட்டு ஒசத்தியான்னு எப்பவும் ஒரு மானசீகமான மோதல் இருந்துண்டேயிருக்கும். என்னைப் போல ஒரு ஔரங்கசிப்தான் உங்களுக்குச் சரி.”

“அதுதான் ஒரு ஔரங்கஜிப்பைப் பண்ணிண்டாச்சே, போறாதா?”

“இந்த ஔரங்கஜிப் நல்லவன். உங்களிடம் ஸேஃப்டி பின் கேட்க மாட்டான்.”

இருவரும் சிரித்தோம். இன்னும் சற்று நேரம், நாங்களிருவரும் கல்யாணம் செய்துகொண்டால் ஒருவர் சுதந்திரத்தை ஒருவர் எப்படிக் காப்போம் என்பது பற்றிய கற்பனைகளை மோத விட்ட வாறிருந்தோம். பிறகு இந்த விளையாட்டு அலுத்துப்போயிற்று. எதையோ சந்திக்கப் பயந்துகொண்டு நாங்கள் சுற்றிச் சுற்றி வருவது போலத் தோன்றியது. மணி பத்தடித்துவிட்டது. “சரி, இன்னொரு நாள் வருகிறேன்” என்று சொல்லியவாறு நான் எழுந்தேன். “சரி கிளம்பிட்டாய்” என்று மாமியும் எழுந்தாள்.

இருவரும் அருகருகாக நின்றுகொண்டிருந்தோம்.

“பரீட்சையெல்லாம் பார்த்து எழுது” என்றாள்.

‘உம்...’

“உடம்பைப் பார்த்துக்கோ.”

“உம். நீங்களும் உடம்பைப் பார்த்துக்குங்கோ.”

மாமி சூள் கொட்டினாள். “யாருக்காக?” என்றாள்.

“எனக்காக, மாமி.”

மாமி சோகப் புன்னகைப் புரிந்தாள்.

“நிறைய ரெஸ்டு எடுத்துக்குங்கோ” என்று நான் தொடர்ந்தேன்.

"ஒரே ரெஸ்டுதானேடா வாழ்க்கையிலே. அதுதான் முப்பத்தாறு வயசிலேயே ரிடையர் ஆகி உக்கார்ந்திருக்கேனே, என்னுடைய போஸ்டிலிருந்து.'

"இப்படி வருத்தமாய்ப் பேசாதேங்கோ மாமி, அப்புறம் எனக்கு மனசு வராது உங்களைவிட்டுப் போறதுக்கு."

"சரி" என்று மாமி வருத்தத்தை உதறியெறிபவளைப் போலத் தலையைக் குலுக்கிக்கொண்டாள். "சரி, நான் வருத்தப்படலை. போயிட்டு வா. சந்தோஷமாயிரு. முடிஞ்சபோது வா."

"உம்..." என்று நான் வாசலை நோக்கிச் சென்றேன். கதவைத்திறந்தேன். திரும்பி மாமியைப் பார்த்தேன். "சரி" என்றேன், மறுபடி. அவள் தலையை மட்டும் அசைத்தாள். அவள் கண்கள் பனித்திருந்தன. என் கால்கள் மேலே நகர மறுத்து, அப்படியே நின்றன. என்னுள் என்றுமே அசைந்திராத ஏதோ ஒன்று மெல்ல அசைந்து, புரண்டது. ரூபமில்லாத ஆனால் மிகவும் பளுவான ஏதோவொன்று எங்களிருவரையும் சுற்றி வளைத்துக் கொள்வது போலிருந்தது. அந்த வாசலுக்கு வெளியே இருந்தவை எல்லாமே முக்கியத்துவமில்லாதவையாய், அற்பமாய் தோன்றின. நான் சட்டென்று மாமியருகே சென்று இறுக அணைத்துக்கொண்டேன். "உம்..." என்ற அவளுடைய அந்தப் பரிச்சயமான முனகல். நான் திடீரென்று விக்கிவிக்கி அழத் தொடங்கினேன். அழுகையில் என் உடல் குலுங்கியது. கூடவே மாமியின் உடலும் சேர்ந்து குலுங்கியது. அவளும் அழுதுகொண்டிருந்தாளா, என்ன? அப்படித்தான் இருக்க வேண்டும்.

"எனக்கு உங்களுடன்தான் சந்தோஷமாய் இருக்கு மாமி" என்று சொன்னேன். "உங்களுடன் மட்டும்தான்."

"எனக்கும் அப்படித்தான் இருக்கு" என்றாள் மாமி.

"இன்னிக்குத்தான் மாமி, உடம்புக்காக இல்லாமல், உங்களை – நிஜமான உங்களை – நான் அணைச்சிண்டேன்.

இத்தனை நாளாக நான் எதை அணைச்சிண்டேன்னே இப்ப எனக்குப் புரியலை."

"உடம்பை அணைச்சிண்டே, வேறென்னத்தை?"

"இந்த உடம்புங்கறதைத் தனியாப் பிரிச்சு வைக்க முடியாதா மாமி? அதை மறக்க முடியாதா?"

"என்னை இதெல்லாம் கேட்காதேடா. எனக்கு அவ்வளவு ஞானம் இன்னும் வரலை."

"நாம நிஜமாகவே கல்யாணம் பண்ணிக்கலாமா, மாமி?"

"பண்ணிக்கலாம்!"

"இப்பவே பண்ணிக்கலாமா?"

மாமி ஒரு கணம் யோசித்தாள். "உனக்குப் பரீட்சை முடியட்டும், முதலில்" என்றாள்.

"சரி" என்றேன்.

11

மாமியின் நினைவையே ஒரு தாயத்தாகக் கொண்டு பரீட்சைகளுக்குப் படித்தேன்: எழுதினேன். கடைசி நாள் பரீட்சை முடிந்ததும் 'அப்பாடா'வென்றிருந்தது.

இனி மாமியைப் பார்க்கப் போகலாம்.

கல்யாணம் செய்துகொள்ளலாம்.

நான் பஸ் ஸ்டாண்டுக்கு வருவதற்கும், அங்கே ஒரு பஸ் வந்து நிற்பதற்கும் சரியாக இருந்தது. பஸ்ஸிலிருந்து மூர்த்தி இறங்கினான். அவனுடன் அந்த மலையாளப் பெண்.

என் கனவுகளின் ஒளி திடீரென்று மங்கிப்போனது போலிருந்தது.

மூர்த்தி என்னைக் கவனிக்காததுபோலச் செல்வதற்கு முயல்வது போலிருந்தது. எனவே நான் முந்திக்கொண்டு ஒரு 'ஹலோ'வினால் அவனை மடக்கினேன்.

"ஓ ஹலோ!" என்றான் மூர்த்தி. "இவள் மிஸ் ..." என்று தன்னுடன் இருந்தவளை அறிமுகப்படுத்தினான். அவள் 'ஹலோ' கேஸா, 'நமஸ்காரம்' கேஸா என்று அனுமானிக்க முடியாமல் ஒரு கணம் திணறிவிட்டு, நான் ஒரு அசட்டுப் புன்னகையுடன் தலையைச் சரித்து வைத்தேன்.

"நம்ம காலேஜைக் காட்டுவதற்காகக் கூட்டிவந்தேன்" என்றான் மூர்த்தி.

"ஓ!"

"ஓ.கே?"

"ஓ.கே!"

மூர்த்தி சென்றுவிட்டான். அவன் போன பத்து நிமிடத்துக்கெல்லாம் ஒரு பஸ் வந்தது. அந்தப் பஸ்ஸில் சென்றால் மாமி வீட்டுக்குப் போகலாம். ஆனால் நான் அந்தப் பஸ்ஸில் ஏறவில்லை. பஸ் கிளம்பிச் சென்றது. நான் அருகேயிருந்த ஒரு கல்லின் மேல் போய் உட்கார்ந்தேன். சாலையில் வண்டிகள் எதிரும் புதிருமாகச் செல்வதைப் பார்த்துக்கொண்டிருந்தேன். எந்தத் திசையில் போக வேண்டுமென்பது இவர்களுக்கு எப்படித் தெரிகிறது? பார்க்கப் பார்க்க எனக்கு ஒரே ஆச்சரியமாக இருந்தது. இப்படியே சற்று நேரம் பார்த்துக்கொண்டிருந்தேன். திடீரென்று பெரிய வண்டிகளெல்லாம் மறைந்துபோவது போலிருந்தது. இளைஞர்கள் ஓட்டிச் செல்லும் ஸ்கூட்டர்கள், பின் ஸீட்டுகளில் இளம் யுவதிகள், ஒரு ஸ்கூட்டரில் ராவும் இருந்தான். பின் ஸீட்டில் பிரேமாவா? அப்படித் தான் போலிருக்கிறது, சரியாகத் தெரியவில்லை. ஆனால் யாரோ இளம் பெண்தான், அதில் சந்தேகமில்லை.

மூர்த்தியுடனும் ஒரு பெண்.

நான் மட்டும் ஒரு மாமியை... எப்படிச் சாத்தியமாகும் இது?

எல்லாரும் சிரிப்பார்கள். அந்தச் சிரிப்பை எதிர்த்து நிற்கும் தைரியம் எனக்கிருக்கிறதா?

பெரியம்மாவும் பெரியப்பாவும் சிரிப்பார்கள். கணக்கு ப்ரொபசரும் ராமபத்ரனும் சிரிப்பார்கள். மாமியை நவீனத்தின், புரட்சிகரமான உந்துதல்களின், குறியீடாகக் காண முடியாமல், என்னை ஒரு பத்தாம் பசலியாக நினைத்துச் சிரிப்பார்கள். அவர்களுக்கு வேண்டிய குறியீடு அவர்களுக்குக் கிடைக்காமல் போன எரிச்சலில் சிரிப்பார்கள். என் துணிச்சலையே ஒரு கோழைத்தனமாக நினைத்துச் சிரிப்பார்கள்.

'போங்கடா, நீங்களும் உங்கள் குறியீடும்!' என்று அவர்களைத் தூக்கியெறிகிற வல்லமை எனக்கிருக்கிறதா?

நான் மெல்ல எழுந்து மறுபடி ஹாஸ்டலுக்கு, என் அறைக்கு வந்தேன். என் பொருள்களை ஒழுங்குபடுத்திக் கட்டி வைக்கத் தொடங்கினேன். இந்தக் காரியத்தில் நான் ஈடுபட்டிருந்தபோதுதான் திடீரென்று என்னைத் தேடி யாரோ ஒரு பெண் வந்திருப்பதாக வாட்ச்மேன் வந்து சொன்னான்.

பெண்ணா! யாரவள்?

நான் ஆச்சரியத்துடன் கீழே வரவேற்பறைக்கு வந்தேன். அங்கே என் தங்கை உட்கார்ந்திருந்தாள்.

"என்ன விஷயம்?" என்றேன். "அம்மா உன்னை உடனே கூட்டிண்டு வரச் சொன்னாள்" என்றாள்.

"என்ன ஆச்சு, சொல்லேன்."

"அப்பா எங்கேயோ போயிட்டார்."

"எங்கேயோ போயிட்டார்னா?"

"அம்மாவுக்கு லெட்டர் எழுதி வச்சிட்டுப் போயிருக்கார். அவருக்கு எல்லாமே வெறுத்துப்போயிட்டதாகவும் எங்கேயோ கால்போன போக்கில் போறதாகவும், தன்னை யாரும் தேட வேண்டாம்னுட்டும் உனக்கும் ஒரு லெட்டர் எழுதி, வீட்டு அட்ரஸுக்கு போஸ்ட் பண்ணியிருக்கார்."

அவள் அந்த லெட்டரை என்னிடம் கொடுத்தாள். அவள் முகத்தில் சோகத்தைவிட ஒருவிதப் பரபரப்புதான் அதிகம் தென்பட்டது. சினிமாவிலும் நாவல்களிலும் மட்டுமே அவள் சந்தித்திருந்த ஒரு சம்பவம் அவளுடைய சொந்த வாழ்க்கையிலேயே நிகழ்ந்துவிட்டதென்ற பரபரப்பு. அப்பா ஓடிப்போவதென்றால்! தினசரி நடக்கிற சம்பவமா, இது?

அதுவும் லெட்டர் எழுதி வைத்துவிட்டு!

நான் அவள் கொடுத்த லெட்டரைப் பிரித்துப் படிக்கத் தொடங்கினேன். என் மனதிலும் அப்போது

சோகத்தைவிடப் பரபரப்பு மேலோங்கியிருக்கவில்லையென என்னால் சத்தியம் செய்ய முடியாது. மேலும், என் மனதில் அரித்துக்கொண்டிருந்த அந்தப் பிரும்மாண்டமான பிரச்சினையிலிருந்து ஒளிந்துகொள்ள, ஏதாவதொரு பரபரப்பு எனக்குத் தேவையாகத்தானே இருந்தது?

மூன்று

கேள்வி: சந்தோஷமும் சந்துஷ்டியும் அல்ல, சோகமும் அதிருப்தியுமே சிறந்த கலைப் படைப்பை உருவாக்குகிற உந்துதல்களென்றும், சொந்த வாழ்க்கையிலும் சமூக வாழ்க்கையிலும் பெறுகிற வெற்றி பெரும்பாலும் கலையின் தோல்வியாக அமைவதே கலைஞர்களின் வாழ்க்கை உணர்த்துகிற இடையறாத உண்மையாகவும் அமைவதாக ராமபத்ரன் ஒரு கட்டுரையில் குறிப்பிட்டு, உதாரணமாகக் குறிப்பிட்டுள்ள கலைஞர்களின் பட்டியலில் உங்கள் பெயரையும் சேர்த்திருக்கிறார். இதைப்பற்றி உங்கள் கருத்தென்ன, வி.எஸ்.வி.?

பதில்: வெற்றி, தோல்வி என்று ராமபத்ரன் எவற்றைக் குறிப்பிடுகிறாரென்று எனக்குத் தெரியவில்லை. அவருடைய அளவுகோல்கள் என்னவென்றும் தெரியவில்லை. வாழ்க்கையும் சரி, கலைப் படைப்பும் சரி, எனக்குப் பந்தய மைதானங்களல்ல. பிறர் நம்மைப் பாதித்தலும், நாம் பிறரைப் பாதித்தலும், சூழ்நிலைகள் நம் எல்லாரையுமே பாதித்தலும், இவற்றிலிருந்து, இவற்றைச் சார்ந்து உருப்பெறுகிற நம் உந்துதல்களும், இயக்கங்களும்... இதுதான் வாழ்க்கை. இதன் ஒரு அம்சம்தான் கலையும். வாழ்க்கையின் வெற்றி தோல்வியை மதிப்பிட எத்தனை அளவுகோல்கள் உண்டோ அத்தனை அளவு கோல்கள் கலையின் மதிப்பீட்டுக்கும் உண்டு. இதில் எந்த அளவு கோலுமே புனிதமானதில்லை; கேள்விக்கு இலக்காக்க முடியாததில்லை; சாசுவதமானதில்லை; ஒருவர் படைக்கிறார், ஒருவர் அதை விமர்சிக்கிறார், இன்னொருவர் இந்த இரண்டையும் பற்றிக் கேள்வி கேட்கிறார் – இந்த மூன்றுக்குமே தனித்தனியாக ஒரு முக்கியத்துவமும் ஒரு அர்த்தமும் இருக்கலாம், இருக்க

வேண்டும். ஆனால் இந்த மூன்று புள்ளிகளையும் இணைத்து ஒரு நேர்கோட்டையோ, வட்டத்தையோ, சதுரத்தையோ, அல்லது நீங்கள் யாசிக்கும் வேறொரு வடிவத்தையோ வரைவது எப்போதுமே சாத்தியமில்லை.

கே: அண்மையில் ஒரு பொது நிகழ்ச்சியில் உங்களருகே ஒரு புதிய பெண் அமர்ந்திருப்பதைப் பார்த்தேன். யாரவள்?

ப: என் சமையல்காரனின் கெர்ல் ஃபிரண்ட்.

கே: உங்களுக்கு யாரை மிகவும் பிடிக்கும், யாரை மிகவும் பிடிக்காது?

ப: தங்களைத் தாங்களே கேள்வி கேட்டுக் கொள்பவர்களை எனக்குப் பிடிக்கும். பிறரிடம் கேள்வி கேட்பவர்களை எனக்குப் பிடிக்காது.

கே: ...

ப: ...

கே: ...

ப: ...

வார்த்தைகள், வார்த்தைகள், வார்த்தைகள்!

'சினிமா தூதன்' பத்திரிகையில், 'இவரிடம் உங்கள் கேள்விகள்` பகுதியில் வாசகர்கள் கேள்விகளுக்கு வி.எஸ்.வி. அளித்திருந்த பதில்கள்.

நான் ஒரு சலிப்புடன், ஒரு எரிச்சலுடன், பத்திரிகையை மூடி வைத்தேன். அதே சமயத்தில் அம்மா அறைக்குள் வந்தாள். "ஏண்டா, குளிக்கப் போகலையா? லேட்டாயிடப் போறது, அப்புறம்!" என்றாள்.

"உம்..." என்றேன். அவள் வரவால் என் எரிச்சல் அதிகமாகியது.

"பத்தரை மணிக்கு அங்கே வரச் சொல்லி எழுதியிருந்தா போலிருக்கே! இப்ப மணி ஒன்பதடிக்கப் போகிறது."

"எனக்குத் தெரியும், எத்தனை மணியாச்சென்று!" என்று நான் சீறி விழுந்தேன். "நீ கொஞ்சம் தொணதொணக்காமலிரு.

எனக்குத் தெரியும், எப்பக் கிளம்ப வேண்டுமென்று."

"லேட்டாகிறதேன்னு சொன்னேன். அதுக்கு இப்படி எரிஞ்சு விழணுமா!" என்று முணுமுணுத்தவாறு அம்மா அங்கிருந்து அகன்றாள். அவள் சொன்னவுடனே குளிக்கப் போய்விடக் கூடாதென்பதற்காக நான் சில நிமிடங்கள் அப்படியே உட்கார்ந்திருந்தேன். பிறகு எழுந்து குளிக்கச் சென்றேன்.

குளித்துச் சாப்பிட்டுவிட்டுக் கிளம்புகிற சமயத்தில், "அந்த போட்டோவைப் பார்த்தியா?" என்று அம்மா கேட்டாள்.

"எந்த போட்டோவை?" என்றேன்.

"அதுதான், பம்பாயிலே ஒரு ஜாதகம் சேர்ந்திருந்ததே..."

"பார்த்தேன், சகிக்கலை."

"என்னடா இது, எந்த போட்டோவைப் பார்த்தாலும் இப்படி சகிக்கலை, சகிக்கலைங்கறயே!"

"என்கிட்ட காட்டாதே."

"காட்டாமல்? நீதானே பண்ணிக்கப் போறவன்."

"நான் சொன்னேனா உன்கிட்டே, எனக்குப் பண்ணிக்கணும்னு?"

"என்னிக்காவது பண்ணிக்கத்தானே வேணும். வயசாகலையா உனக்கு?"

"நான் கல்யாணமே பண்ணிக்கப் போறதில்லை."

"ஏன்தான் இப்படி என்னைப் படுத்தறயோ" என்று அம்மா விசும்பத் தொடங்கினாள்.

"சரி நீ இப்போ அழத் தொடங்க வேண்டாம்"

"அழாமலென்னடா பண்ணுவேன். எனக்கு மட்டும் ஆசையிருக்காதா, மாட்டுப்பெண் வரணுமென்று"

"ஆமாம். மாட்டுப்பெண் வந்தால் அவளை அதிகாரம் பண்ணிண்டிருக்கலாமில்லையா! இத்தனை நாள் அப்பாவைப்

பண்ணிண்டிருந்தாய். இப்ப அவர் இடத்திலே இன்னொரு வாயில்லாப் பூச்சி உனக்குத் தேவைப்படறது. ஒண்ணு செய்யேன். நீ ஒரு கல்யாணத்லதைப் பண்ணிண்டுடு.”

“ஏண்டா இப்படியெல்லாம் பேசறே?”

“நிஜமாத்தான் சொல்றேன். அப்பாவைப் போலவே சாதுவா இன்னொருத்தரைப் பண்ணிண்டுடு. நான் குறுக்கே நிற்க மாட்டேன்.”

“உனக்குப் பைத்தியந்தான் பிடிச்சிண்டிருக்கு.”

“ஆமாம்; பைத்தியத்துடைய பிள்ளை பைத்தியம். எங்கப்பாவுக்குப் பிடிச்சது, இப்ப எனக்குப் பிடிக்கப் போறது. நாளைக்கு எனக்குக் குழந்தை பிறந்தால் அதுக்கும் பிடிக்கும். அதனாலேதான் சொல்றேன், கல்யாணம் வேண்டாமென்று.”

அம்மா பெருமூச்செறிந்தாள். “உன் மனசிலே என்ன இருக்குன்னே எனக்குப் புரியலை” என்றாள்.

“உனக்குப் புரியாது” என்று சொல்லிவிட்டு வெளியே வந்தேன். பஸ் ஸ்டாண்டில் போய் நின்றேன். பஸ் வருகிற வழியாக இல்லை. ஒரு ஆட்டோவைப் பிடித்து அப்பாவின் ஆஃபீஸை அடைந்தேன். மூன்று வருடங்களாக அங்கே வந்து போய்க்கொண்டிருக்கிறேன். அப்பாவின் பிராவிடண்ட் ஃபண்ட் தொகை முதலானவற்றை அவர் முன்பே தேர்வு செய்துள்ள வாரிசுக்கு அதாவது என் அம்மாவுக்கு – கொடுக்கலாமென்று முடிவு செய்ய அவர்களுக்கு இத்தனை நாட்களாகியிருக்கின்றன. ஒரு சர்க்கார் ஊழியன் இறந்து போனால் அவனுடைய பணத்தைச் சட்டென்று அவன் மனைவி கையில் கொடுத்துவிடலாம், பிரச்சினையே இல்லை. ஆனால் இப்படி ஒருவன் திடீரென்று மறைந்து போனால் என்ன செய்ய வேண்டுமென்பது பற்றி எந்த ரூலிலும் இல்லையாம். இப்படி யாரும் ஓடிப் போகக் கூடுமென்று அந்த ரூல்களைத் தயாரித்தவர்கள் எதிர்பார்த்திருக்க மாட்டார்கள்... ஆனால் அப்படியே ரூலில் எழுதி வைத்தாலும் கஷ்டந்தான் என்று வைத்துக்கொள்ளுங்கள். தினசரி எல்லாரும் ஓடிப்போக ஆரம்பித்துவிடுவார்கள்.

அப்பாவின் ஃபைல் முதலில் அவருடைய இலாகாவை நிர்வகிக்கும் மினிஸ்ட்ரிக்குப் போயிற்று, அங்கே அது போன்ற கேஸ்கள் ஏதாவது முன்னால் நிகழ்ந்திருந்தால் அந்த கேஸ்களில் செய்த முடிவுப் பிரகாரம் இந்த கேஸிலும் முடிவு செய்யலாமென்று. ஆனால் மினிஸ்ட்ரியின் முழுச் சரித்திரத்திலும் இப்படிப்பட்ட கேஸ் ஒன்றுகூட அகப்படவில்லை. எனவே ஃபைல் அங்கிருந்து ஹோம் மினிஸ்ட்ரிக்கு அனுப்பப்பட்டது. அங்கே நல்ல வேளையாக, அந்தக் கட்டடத்துக்குச் சுமார் ஒரு வருடம் முன்பு அப்படிப்பட்ட ஒரு கேஸ் நடந்திருந்தது. பரிசீலனையில் இருந்தது. அந்த கேஸில் எப்போது, எந்த முடிவு எடுக்கப்படுகிறதோ, அப்போது, அந்த முடிவை, இந்த கேஸிலும் பயன்படுத்தலாமெனத் தீர்மானித்து, இதை 'பெண்டிங்கில்' வைத்தார்கள். மேலும் ஒன்றரை வருடமான பிறகுதான் ஹோம் மினிஸ்ட்ரியின் கேஸ் முடிவாயிற்று. ஆறு மாதங்களுக்கு முன்பு இவர்களுக்கு அந்த முடிவு தெரிவிக்கப்பட்டது. பிறகு அந்த முடிவின் பிரகாரம் அப்பாவின் கேஸில் ஆர்டர் இஷ்யூ பண்ண இவர்களுக்கு இத்தனை நாட்களாகியிருக்கின்றன. அப்படியொன்றும் பெரிய குழப்பமான முடிவெல்லாம் இல்லை. பிரஸ்தாப ஊழியன் எந்த தினத்திலிருந்து காணாமல் போனானோ, அந்த தினத்தன்று அவன் தானே விரும்பி ரிடையர் ஆனதாக எடுத்துக்கொள்ளப்பட்டு, அப்படி ரிடையர் ஆகியிருந்தால் என்னென்ன தொகைகள் அவனுக்குச் சேருமோ அந்தத் தொகைகள் அவனுடைய வாரிசுக்கு அளிக்கப்படும். வெவ்வேறு கிரேடுகளில், வெவ்வேறு வருட சர்வீஸ் உள்ளவர்கள் விஷயத்தில் என்னென்ன தொகைகள் இம் முடிவின் கீழ் அளிக்கப்படக்கூடுமென்பதை விவரிக்கும் ஒரு பெரிய பட்டியலும் இந்த முடிவுடன் ஒரு அனுபந்தமாக இணைக்கப்பட்டிருந்தது. அந்த அனுபந்தத்தில் தந்திருந்த விவரங்களுக்கு இறுதி வடிவம் கொடுப்பதில்தான் அதிகத் தாமதம் ஆகிவிட்டதாம். ஃபைல் நிதி இலாகாவுக்குப் போய்ப் போய்த் திரும்பி வந்ததாம். ஓடிப் போகிறவர்கள் தம் பாட்டில் ஓடிப்போய் விடுகிறார்கள். பிறகு ஓடிப் போகாதவர்கள் அவர்கள் பொருட்டு எப்படியெல்லாம் மண்டையை உடைத்துக்கொள்ள வேண்டியிருக்கிறது!

அம்மாவுக்கு அவள் நிரப்ப வேண்டிய ஃபாரங்களை அனுப்பி வைத்த கடிதத்தில் எந்த அதிகாரியின் கையெழுத்திருந்ததோ, அவரிடம் சென்றேன். எல்லா விவரங்களும் நிரப்பிக் கையெழுத்திடப் பட்ட ஃபாரங்களை அவரிடம் கொடுத்தேன். அவர் அதை அப்படியே மேஜைமேல் வைத்துவிட்டு, சம்பந்தப்பட்ட கிளார்க்கைக் கூப்பிட்டனுப்பினார். இத்தகைய ஃபாரங்களைப் படிப்பது அவருக்குக் கௌரவக் குறைச்சலாம்! கிளார்க்குதான் வந்து படிக்க வேண்டுமாம். அயோக்கிய ராஸ்கல். என்னைப் பார்த்துப் பரிவுடன் புன்னகை செய்து, "So, abu are his son!" என்று small talk செய்தார். எனக்கு அந்தப் பரிவு பிடிக்கவில்லை. இத்தகைய ஒரு மூஞ்சியை தினசரி பார்க்கப் பிடிக்காமல்தான் அப்படி ஓடிப் போயிருக்க வேண்டும். அப்பாவுக்கு டேஸ்ட் இருக்கிறது.

கிளார்க்கு வந்து ஃபாரங்களைப் படித்துப் பார்த்துவிட்டு. அவசியமான இடங்களில் என்னிடம் சந்தேக நிவர்த்தி செய்து கொண்டார். காலியாக விட்டிருந்த ஓரிரு இடங்களை அவருடைய உதவியால் நிரப்பினேன். 'இன்டெம்னிடி பாண்ட்டில் அந்த ஆஃபீசைச் சேர்ந்த ஒருவருடைய கையெழுத்து வேண்டுமென்றார். நான் என் அப்பாவின் சிநேகிதர் ஒருவரிடம் சென்று கையெழுத்து வாங்கிக் கொடுத்தேன். எல்லாம் முடிந்த பிறகு, என்னை இரண்டு வாரங்கள் கழித்து மறுபடி வரச் சொன்னார்கள். "அல்லது, செக்கைப் போஸ்ட் பண்ணிவிடச் சொல்லட்டுமா?" என்று அதிகாரி கேட்டார்.

"யெஸ்... போஸ்ட் பண்ணிவிடுங்கள்" என்று சொல்லிவிட்டு வெளியே வந்தேன். கட்டிடத்துக்கு வெளியே வந்ததும், அதை ஒரு முறை திரும்பிப் பார்த்தேன். இருபது வருடங்களாக என் அப்பா தன் பகல் பொழுதுகளைக் கழித்து வந்த இடம். என் மனதில் ஒரு வெறுமையுணர்வு நிறைந்தது.

ஒரு சோகம்.

பஸ் ஸ்டாண்டுக்கு வந்தேன். அங்கே சில மாமிகள் நின்றிருந்தார்கள். அவர்களைப் பார்த்ததும் பங்கஜம் மாமியின் நினைவு வந்து, என்னுடைய சோகம் அதிகமாயிற்று. மாமியின் அந்தச் சிரிப்பு மீண்டும் கண் முன் வந்து என்னைக் குடைந்தது. அப்பா காணாமல் போனதை அவளிடம் போய்ச் சொல்லி, என் மேல் விழுந்து விட்டிருக்கும் பொறுப்புக் காரணமாக அப்போது நான் அத்தகைய ஒரு கல்யாணத்தைச் செய்துகொள்ளல் எப்படி ஒரு சுயநலமான, முறைகேடான, செயலாக இருக்குமென்பதை விளக்கியபோது அவள் சிரித்த சிரிப்பு.

கடமைக்காகக் காதலைத் துறக்கும் வேஷத்தை அவள்முன் சமர்ப்பித்தபோது (என் அப்பா காணாமல் போனதால் எனக்குக் கிடைத்த முதல் செக்) அவள் சிரித்த சிரிப்பு.

ஒரே ஒரு கணம்தான் அந்தச் சிரிப்பு நீடித்தது. ஆனால் மாமியைப் போன்ற ஒருத்தியிடமிருந்து வரக்கூடிய மிகக் கடுமையான விமரிசனம் அவ்வளவாகத்தான் இருக்க முடியும்.

'எனக்குத் தெரியும், உனக்கு அவ்வளவு தைரியம் வராதென்று' என்று சொல்லும் சிரிப்பு.

இந்தச் சாக்கில்லாவிட்டாலும் வேறு சாக்கு கிடைத்திருக்குமே உனக்கு!' என்று சொல்லும் சிரிப்பு.

அந்தச் சிரிப்பை நினைத்து நினைத்து எனக்குப் இரவுகளில் தூக்கம் வருவதில்லை.

அதற்குச் சில நாட்களுக்கெல்லாம் மாமி இங்கிருந்து நிரந்தரமாகக் குடிபெயர்ந்து ஜாம்ஷெட்பூருக்குச் சென்றுவிட்டாள். அங்கேதான் அவளுடைய மூத்த பிள்ளை இருந்தான்.

'என்னைவிட வயசானவனாக உங்களுக்குப் பிள்ளை இருக்கான். கிட்டத்தட்ட என் வயசிலே ஒரு பெண் இருக்கு. எப்படி மாமி. நம்ம கல்யாணம் வெற்றியடைஞ்சிருக்க முடியும்!' என்று எனக்கு நானே சொல்லிக் கொள்கிறேன்.

என்றாலும் அந்தச் சிரிப்பின் ஏளனத்திலிருந்து என்னை விடுவித்துக் கொள்ள முடியவில்லை.

போன வருடம்வரை, ஜாம்ஷெட்பூருக்குப் போக வேண்டுமென்று அடிக்கடி தோன்றும். எந்த ரெயிலில் அங்கு போக வேண்டும். போய்ச்சேர எவ்வளவு நாளாகும், சார்ஜ் எவ்வளவு போன்ற விவரங்களையெல்லாம்கூட ஒன்றுவிடாமல் பார்த்து வைத்திருந்தேன்.

இப்போது மிகத் தாமதமாகிவிட்டது.

இனிப் போனால் மாமி ஒரு கணத்துக்கும் அதிகமாகவே அந்தச் சிரிப்பைச் சிரிக்கக் கூடும். அதை என்னால் தாங்கிக்கொள்ள முடியாது.

இப்போது ஜாம்ஷெட்பூருக்குப் போவதைப் பற்றி நான் நினைப்பதில்லை.

ஆனால் மாமியின் நினைவு திடீர் திடீரென்று எழுந்து என்னைக் குடைவதைத் தவிர்க்க முடியவில்லை.

இப்போது மாதிரி.

நான் ஆஃபீசுக்கு லேட்டாக வருவேனென்று நேற்று சொல்லியிருந்தேன். இப்போது ஆஃபீசுக்குப் போகிற எண்ணத்தையே கைவிட்டு, மிக மோசமான மெலோட்ராமாவாக உள்ள திரைப்படமாகப் பார்த்து அதற்குப் போகலாமென்று முடிவு செய்தேன். அத்தகைய திரைப்படம் ஓடுகிற ஒரு கொட்டகைக்குச் சென்றேன். டிக்கெட் வாங்கி உள்ளே செல்லுமுன் என் ஆஃபீசுக்கு போன் செய்து, நான் வரவில்லையென்றேன்.

தியேட்டருக்குள் பரவியிருந்த இருட்டு மிகவும் இதமாக இருந்தது. நான் திரைக்கதையின் பாத்திரங்களுடைய சோகங்களில் தோய்ந்து போய், பிழியப் பிழிய அழுதேன். மனம் சற்று லேசாகியது.

இடைவேளை, விளக்குகள் எரிந்தன.

எனக்கு மூன்று வரிசை தள்ளி உட்கார்ந்திருந்த ஒரு ஜோடியைப் பார்த்து எனக்குத் தூக்கிவாரிப் போட்டது.

என் தங்கைதான் யாரோ ஒரு தடியனுடன் உட்கார்ந்திருந்தாள். அவன் அவள் தோள்மீது வேறு அட்டகாசமாகக் கை போட்டுக் கொண்டு உட்கார்ந்திருந்தான்.

எனக்கு அவர்கள் இருவர் கழுத்தையும் நெரித்துவிட்டு வரலாம் போலிருந்தது.

இதுதான் இவள் காலேஜுக்குப் போகிற லட்சணமா? ரொம்ப அழகாய்த்தானிருக்கிறது.

வரட்டும், இன்றைக்கு வீட்டுக்கு.

இடைவேளைக்குப் பிறகு எனக்குப் படத்தில் மனம் செல்லவில்லை; நான் வெளியே வந்தேன்.

பஸ்ஸில் வீட்டுக்குச் செல்லும் வழியெல்லாம், தங்கை வீட்டுக்கு வந்தவுடன் அவளை எப்படியெல்லாம் சண்டை பிடிக்கவேண்டும். அவளுக்கு என்னவெல்லாம் புத்தி சொல்ல வேண்டும் என்று ஒத்திகை பார்த்தவாறு சென்றேன். அந்தப் படவாவை மறுபடி அவளுடன் பார்த்தால் அவனிடம் எப்படி நடந்துகொள்ள வேண்டுமென்று யோசித்தவாறு சென்றேன்.

இந்தத் தடியன்களை எனக்குத் தெரியும். இவன்களுடைய கீழான எண்ணங்களும் வழிமுறைகளும் தெரியும்.

ஆனால் என் தங்கையிடம் நீங்கள் வாலாட்ட முயல வேண்டிய தில்லை.

பல்லை உடைத்துக் கையில் கொடுப்பேன், ஜாக்கிரதை.